D1763611

பெருமைமிகு

திருமா

ஜெகாதா

சத்யா

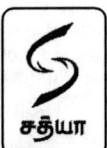

Title:
Perumaimigu Thiruma
Jakatha

ISBN: 978-93-92474-69-9
Title Code : Sathyaa - 074

நூல் தலைப்பு
பெருமைமிகு திருமா

நூல் ஆசிரியர்
ஜெகாதா

முதற்பதிப்பு
ஜுன் 2024

விலை : ₹ 275

பக்கம் : 212

Printed in India

Published by

Sathyaa Enterprises
No.137, First Floor,
Choolaimedu,
Chennai - 600 094.
044 - 4507 4203

Email
sathyaabooks@gmail.com

முன்னுரையாக ...

இதய சுத்தியோடு கற்பனைத் தவம் இருந்து, திருமாவை உங்களுக்குள் உள்ளாழ்ந்து ஒரு கணம் இமைத்துப் பாருங்கள்... சமூக இரக்கமுள்ள ஒரு மாமனிதரை நீங்கள் அப்போது தரிசிக்க நேரலாம்..!

பொது சமூகத்தின் அத்தனை பிரச்சனைகளுக்கும் குரல் கொடுப்பதோடு, போராட்டக்களங்களில் மக்கள் விரோத திட்டங்களை எப்போதும் எதிர்த்து அரசை அதிர வைத்துக் கொண்டிருப்பவர் திருமா..!

அதனாலேயே அனைத்து மக்களாலும் பெருமைக்குரியவராகக் கொண்டாடப்படுகிறார் திருமா.

பாரத தேசமெங்கும் உள்ள ஒடுக்கப்பட்ட மக்களின் போதி சத்துவரான பாபா சாகிப் அம்பேத்கரின் பெயரை அனுதினமும் உச்சரித்து, உச்சரித்து அவரது ஆன்மாவுக்குள் கூடுவிட்டு கூடுபாயும் வித்தை அறிந்த சித்தராகவே மாறி விட்டார் இன்றைய திருமா..!

திருமாவைப் பற்றி எந்தத் தளத்தில் நின்று புளகாங்கிதம் அடைந்தாலும் அதன் பின்னணியில், அம்பேத்கரும்,

பெரியாரும் கரம் கோர்த்து நிற்பதை எவராலும் பிரித்துணர முடியாது என்பது மறுக்க முடியாத உண்மை.!

எவராலும் நிராகரிக்க முடியாத அரசியல் தலைவராகவே உருமாறி விட்டார் திருமா.

திருமா சாதித் தலைவர் அல்ல.. சாதிக்க வந்த தலைவர் என்று உறுதியாக தெரிகிறது...!

ஒடுக்கப்பட்ட மக்களின் குரலாகவும், இந்திய தேசத்தின் இதயமாகவும், விடுதலைச் சிறுத்தை கட்சியின் தலைவர் திருமாவுக்கு ஒரு வரவேற்பு வானவில்லை காலம் உருவாக்கிக் கொண்டிருக்கிறது என்பதை மட்டும் ஆத்மார்த்தமாக உணர முடிகின்றது..!

திருமாவின் நிகழ்கால வாழ்க்கைச் சித்திரத்தை இன்றைய சமுதாயச் சுவரில் வரைந்து பகிர்ந்து பார்க்க முயற்சித்த போது அவரது பெருமைக்குரிய சுய வார்ப்பு கண்டு என்னால் மெய்சிலிர்க்க முடிந்தது..! அதனைப் பகிர்ந்து கொள்ளும் பெருவிருப்பமே இச்சிறிய நூல்..!

திருமா எனும் அரிய வார்ப்பின் சத்தியத்தன்மையை அறிய என் நூலின் சில பக்கங்கள் மட்டுமல்ல, அவரது வாழ்வின் எஞ்சிய பகுதியிலும் நம் தமிழ் சமூகத்திற்கு பல வாய்ப்புகள் இன்னும் உள்ளன. உங்களில் ஒருவனாக நானும் அந்த வாய்ப்பில் கரைய காத்திருக்கிறேன்...!

- என்றும் அன்புடன்
ஜெகாதா

உள்ளே...

1.	திருமா எனும் ஆளுமை	7
2.	திருமாவின் கல்வியும் ஆளுமையும்	13
3.	தாயின் மடியில் திருமா	17
4.	அக்கா எனும் அம்மாவுக்கு வீரவணக்கம்	19
5.	அரசியல் பணிகளுக்கிடையே முனைவர் பட்டம்	24
6.	வாழ்வும் வாசிப்பும்	26
7.	திருமாவின் திருமுகங்கள்	29
8	பிளாக் பேந்தர்ஸ் முதல் விடுதலைச் சிறுத்தை வரை	42
9.	சட்டமன்ற நுழைவும் ராஜினாமாவும்	52
10.	திருமாவின் சட்டப் போராட்டங்கள்	55
11.	தலித் விடுதலையின் தலைமகன் மலைச்சாமி	64
12.	குடிசையில் முளைத்த ரெட்டைமலை நீ!	69
13.	தமிழீழமும் திருமாவும்	79
14.	வி.பி.சிங்குக்கு பாரத ரத்னா வழங்க வேண்டும்!	83
15.	அயோத்திதாசரின் காந்தக் கவர்ச்சி	93
16.	திருமாவின் தொழிலாளர் வர்க்க நேசிப்பு	98
17.	இந்திய அரசியலமைப்புச் சட்டம் பாதுகாக்கப்பட வேண்டும்	100
18.	தந்தை பெரியார் குறித்து திருமா	105
19.	தாய் மதமான பௌத்தத்துக்கு திரும்புங்கள்	108
20.	CAAக்கு எதிரான திருமாவின் அரசியல்	112

21.	மணிப்பூர் கலவரம் குறித்து திருமா	119
22.	விசிகவின் மாநாடுகளில்...	122
23.	மனுஸ்மிருதியும் திருமாவும்	127
24.	அருந்ததி ராய்க்கு அம்பேத்கர் விருது	137
25.	இந்தியா கூட்டணி வெல்லும்	139
26.	திருமாவின் வாக்குறுதிகளும் வாக்களிப்பும்	143
27.	தனித்தொகுதி பலமா? பலவீனமா?	146
28.	லண்டன் கூட்டத்தில் திருமா பணம் கேட்டாரா?	149
29.	பாமக, விசிக சர்ச்சை	153
30.	அம்பேத்கர், பெரியாரின் பற்றாளரா திருமா?	156
31.	வைகோவுடன் ஊடலும் கூடலும்	166
32.	சாதியும் அதிகாரமும்	174
33.	திருமா தோண்டினால் தங்கம்; சீண்டினால் சிங்கம்!	179
34.	வீறுகொண்டு நகரும் விடுதலை சிறுத்தைகள் கட்சி	181
35.	கலைஞரின் நெஞ்சில் திருமா!	185
36.	விசிக தலித் கட்சியா?	190
37.	திருமா ஏன் திருமணம் செய்யவில்லை?	194
38.	சினிமாவும் திருமாவும்	197
39.	விடுதலைச் சிறுத்தைகளின் வரலாற்றுச் சுவடுகள்	210

திருமா எனும் ஆளுமை

இந்தியாவில் அம்பேத்கர், மாயா வதிக்கு அடுத்து, தலித் அரசியலின் பெரும்பாய்ச்சலாக உருவெடுத்த தலைவராக விடுதலை சிறுத்தை கட்சியின் தலைவராக தொல். திருமாவளவன் கூர்ந்து கவனிக்கப்படுகிறார்.

இன்றைய சமூக அமைப்பை சாதீயமும் தீண்டாமையும் எப்படிச் சூழ்ந்திருக்கின்றன என்பதை ஒவ்வொரு நூலிழையாகப் பிரித்து அடையாளப்படுத்துகிற தலைவராக திருமா விளங்குகிறார்.

மனசாட்சியுள்ள ஒவ்வொருவரிடமும் சமூக நீதிக்கான ஒரு உள் உரையாடலை தோற்றுவிக்கும் ஆவேசக் குரலாக திருமா இன்றைக்கு ஒளிர்ந்து வருகிறார்.

கூடுமானவரை உண்மையின் முகமாக எதிர்த்தரப்பு நியாயங் களுக்கும் மதிப்பளிக்கும் மனிதராக இன்றைய அரசியல் களத்தின் அபூர்வ மனிதராக இவர் ஜொலிக்கிறார்.

போராட்டங்களே கள அரசியலைக் கற்றுத் தரும் கல்வி எனப் பெரிதும் நம்பினார் திருமா. ஒரு சமூகத்தின் விடுதலைக்கான மிக முக்கியமான சாவியாக கல்வியை அணுகினார்.

தமிழகத்தில் இதுவரை வேறெந்த தலித் தலைவருக்கும் கிடைக்காத அரசியல் செல்வாக்கு இன்றைக்கு திருமாவுக்கு கிட்டியுள்ளது.

தவறுகளை யோசிப்பவராகவும், மறுபரிசீலனை செய்பவராகவும் திருமா இருந்து வருவது அரசியலில் அதுவும் சமகால அரசியல் தலைவர்கள் மத்தியில் இவையெல்லாம் அரிதாகி வருவதை சொல்ல வேண்டியதில்லை.

வி.சி.க உருவான பிறகு தமிழக அரசியல் களத்தில் தலித்துகள் ஒரு சக்தியாக திரளத் தொடங்கியிருப்பதை எவரும் மறுக்க முடியாது. இதற்கு முன்பு அரசியலுக்கும் தமக்கும் ஒரு தொடர்புமில்லை என்று வேடிக்கைப் பார்க்கக் கூடியவர்களாக அவர்கள் இருந்தார்கள்.

குடிசைகளைக் கொளுத்துகிறவர்கள், பெண்களை மானபங்கப்படுத்துகிறவர்கள், கோயிலில் நுழையாதே, குளத்தினில் இறங்காதே, செருப்பு அணியாதே, சைக்கிளில் போகாதே என்று கொடுமைப்படுத்தியவர்களையெல்லாம் சகித்துக் கொண்டிருந்த நிலை மாறி தமக்கென்று ஒரு அமைப்பு, தமக்கென்று ஒரு கொள்கை, தமக்கென்று ஒரு களம் என்ற நிலையை நோக்கி நகர ஆரம்பித்திருக்கிறார்கள். அடக்குமுறைக்கு எதிரான பயணம் இன்றைக்கு அதிகாரத்தை நோக்கி பாய்ச்சலுடன் நகரத் தொடங்கியிருக்கிறது.

இந்திய அரசியல் வரலாற்றில் ஒடுக்கப்பட்ட மக்களின் முன்னேற்றத்தில் காங்கிரஸ் அளவுக்கு பங்களித்த கட்சி ஏதும் இல்லை. காங்கிரஸ் இன்றைக்கு தமிழகத்தில் வலிமையாக இருந்திருந்தால் ஒரு தலித் முதல்வர் வந்திருப்பார் என்று திருமாவளவன் கூறியிருந்தார்.

திருமாவளவன் சிறுபிள்ளையாக இருந்த காலத்தில் தலித்துகள் வசிக்கிற பகுதியில் காங்கிரஸ் கொடியும் காமராஜர் படமும் தான் பெரும்பாலும் இருந்திருக்கிறது. தலித் அல்லாதவர்களின் தெருக்களில் தி.மு.க கொடி பறக்கும்.

திருமாவளவன் காங்கிரசுக்கு ஓட்டு கேட்டு கோஷம் போட்டு சென்றுள்ளார். காங்கிரஸ் என்பது தலித் மக்களுக்கு ஒரு பாதுகாப்பு அரண் என்று நம்பக் கூடிய அளவுக்கு ஒரு தோற்றம் இருந்தது.

ஆனால் புரட்சியாளர் அம்பேத்கரின் வரலாற்றைப் படிக்கத் தொடங்கிய பிறகு எல்லாம் மாறியது.

காந்தியின் காலத்தில் தொடங்கி, காங்கிரஸ் நடத்திய ஆலயப் பிரவேசப் போராட்டங்கள், அரிஜன் பத்திரிகை, அரிஜன சேவா சங்கம், சுதந்திரத்துக்குப் பிந்தைய காங்கிரசின் செயல்பாடுகள் பற்றிய கருத்தியலில் சிற்சில விமர்சனங்கள் எழத் தொடங்கின.

காந்தி, காங்கிரஸ், இந்து மதம் மூன்றும் தலித்துகளின் விடுதலைக்கு அடிகோலாது என்பது திருமாவுக்கு மெல்ல மெல்ல புரியத் தொடங்கியது.

ஒப்பீட்டளவில் காங்கிரஸ் ஏனைய கட்சிகளை விடவும், தலித்துகளுக்கு நிறையச் செய்திருக்கிறது என்றாலும், வாக்கு வங்கி அரசியலை அடிப்படையாகக் கொண்ட சீர்திருத்தங்களாகவே அவையெல்லாம் பார்க்கப்பட்டது.

சாதி ஒழிப்பையும் இந்துத்துவ எதிர்ப்பையும் முக்கிய இலக்காகக் கொண்ட இலக்கமே தலித்துகளின் விடுதலைக்கு வழிவகுக்க முடியும் என்று திருமா முடிவுக்கு வந்தார்.

திருமாவுக்கு அம்பேத்கரை அவருடைய தந்தைதான் எட்டாம் வகுப்பு படிக்கும்போதே அறிமுகப்படுத்தியவர். திருமாவின் அப்பா ஒரு சாதாரண விவசாயி என்ற நிலையில் இருந்தாலும் அவருக்கு வாசிக்கும் பழக்கம் இருந்ததால் ஒரு ஆசிரியரைப் போல அம்பேத்கரின் வரலாற்றை சொல்லிக் கொடுத்தார்.

மகன் திருமா நன்றாகப் படிக்க வேண்டும் என்பதற்காக அவரது தந்தை அம்பேத்கரைப் பற்றி அழகாகச் சொல்லித் தருவார். நம்மை மாதிரி அவரும் ஒடுக்கப்பட்ட சமூகத்தில் பிறந்தவர். நிறையப் படித்தவர். அவரது படிப்பை எழுதினால் இவ்வளவு நீளத்துக்கு வரும் என்று தன் இரண்டு கைகளையும் விரித்துக் காட்டுவார். பின்னாளில் சென்னைக்கு வந்த பிறகு, 'நாட்டுக்கு உழைத்த நல்லவர் அம்பேத்கர்' புத்தகம் கிடைத்தது. அதுதான் திருமா அம்பேத்கரைப் பற்றி படித்த முதல் நூல்.

அம்பேத்கரைப் பற்றிப் படிக்க படிக்க அவருக்குள் ஒரு பெரும் உந்துதல் உருவானது.

வறுமையான சூழலில் பிறந்து படிப்பவர்கள் எல்லோரும் இயல் பாக தன் வேலை, தன் வாழ்க்கை என்று நகரத்தான் பார்ப்பார்கள். ஆனால் சின்ன வயதிலேயே திருமாவைச் சார்ந்த மக்கள் அனுபவித்த கொடுமைகள் அவரது மனதில் கடுமையான பாதிப்புகளை உருவாக்கி விட்டன.

அரசியலுக்காக திட்டமிட்டு அவர் வாழ்க்கையை அமைத்துக் கொள்ளவில்லை என்றாலும் காலம் அதை நோக்கியே திருமாவைத் தள்ளி விட்டது என்பதுதான் உண்மை.

தலித்துகள் இரட்டைப் போராட்டத்தை இயல்பாகவே எதிர்கொள் கிறார்கள். ஒன்று உணவு, உடை, உறைவிடம் தேடி வறுமையை எதிர்கொள்ளும் போராட்டம். மற்றொன்று சாதிய அடக்கு முறையை எதிர்கொள்ளும் போராட்டம்.

மேலூர் அருகேயுள்ள சென்னகரம்பட்டியில் 1992ல் நடந்த இரட்டைப் படுகொலை, 1997ல் மேலவளவில் நடந்த எழுவர் படுகொலை போன்ற சம்பவங்கள் கடுமையான அதிர்வை உருவாக்கின. அதுவரை ஈழப் போராட்டம், அது தொடர்பான தோழர்களுடனான தொடர்பு என்றிருந்த திருமா தலித் பிரச்சனைகளுக்காக குரல் கொடுப்பது மிக முக்கியமான பணி என்ற மனநிலைக்கு வந்தார்.

அரிவாள் வெட்டுப்பட்டு, ரத்தம் சொட்டச் சொட்ட நள்ளிரவு இரண்டு மணிக்கு ஓடி வருவார்கள். குடிசையைக் கொளுத்தி விட்டார்கள் என்று ஓடி வந்து அழுவார்கள். அப்போதெல்லாம் எழுந்து ஓடுவார் திருமா.

இதையெல்லாம் மாற்ற வேண்டுமென்றால் அர்ப்பணிப்பு இல்லா விட்டால் முடியாது என்று புரிந்தது. எப்படியாவது ஒரு இயக்கத்தை வளர்த்தெடுக்க வேண்டும் என்று தோன்றியது. இரவெல்லாம் கிராமம் கிராமமாகப் போய் கூட்டம் போட்டு பேசுவார் திருமா.

பாதிக்கப்பட்டவர்களை அழைத்துக் கொண்டு காவல் நிலையம் போவது, மாவட்ட ஆட்சியரைப் போய்ப் பார்ப்பது என்று ஒரே

அலைச்சல். திருமாவுக்கு ஓய்வே இருக்காது.

தலித்துகளுக்கு எதிராக எங்காவது ஓரிடத்தில் தாக்குதல் நடந்தது என்றால் உடனே ஒரு சுவரொட்டியைத் தயார் செய்வது, துண்டறிக்கை தயார் செய்வது என்று திருமா முனைப்புடன் செயல்படுவார்.

ரயில் நிலையம், பஸ் நிறுத்தங்கள், கடைவீதி என்று தெருத்தெருவாக அலைந்து திருமாவே பசை வாளி தூக்கிச் சென்று ஒட்டுவார்.

மதுரையில் சுவர்களுக்கு வெள்ளையடித்து பெரிது பெரிதாக அம்பேத்கர் பெயரை முதன் முதலில் எழுதியது திருமாதான். எத்தனையோ நாட்கள் அப்படி எழுதிவிட்டு தூக்கக் கலக்கத்தில் அந்த சுவரோரங்களிலேயே படுத்துறங்கியும் உள்ளார்.

அம்பேத்கர், ‘கற்பி, போராடு, ஒன்றுசேர்’ என்கிறார். சமூக விடுதலைக்கான அடிப்படையே கல்வியில் தொடங்குகிறது என்றார்.

இதனை நன்குணர்ந்த திருமா விசிகவில் கல்வி, பொருளாதாரம் விழிப்புணர்வு இயக்கம் என்ற ஒரு துணை அமைப்பை உருவாக்கி னார். இதனுடைய அடிப்படையான பணி எல்லாக் கிராமங்களிலும் அம்பேத்கர் படிப்பகங்களை உருவாக்குவது, அங்கு நாட்டு நடப்பைத் தெரிந்து கொள்ளும் வகையில் நாளேடுகள், வார ஏடுகள், புத்தகங்களை வாங்கிப் போடுவது, ஏழை எளிய பிள்ளைகளுக்கு டியூசன் சொல்லிக் கொடுப்பது, உயர்கல்விக்கு உதவுவது என்று பல்வேறு பணிகளை செய்து வருகிறார்.

தலித்துகள் மீதான அடுக்குமுறை, தலித்துகளின் அத்துமீறல் போன்ற நிகழ்வுகளில் விசிக கட்சியின் தலைவர் என்ற முறையில் திருமா வளவனின் நேர்மையான நடவடிக்கைகள் இந்த சமூகத்தில் மிகவும் கூர்மையாக கவனிக்கப்படுகின்றது.

இது குறித்து கூறும்போது திருமாவளவன், “ஒரு தலித் தவறி ழைக்கும்போது அதைக் கண்டிக்காமல் நாங்கள் கடந்து போகவே முடியாது. இது தவிர்க்க முடியாத ஒரு கடமை.”

எதற்கும் கட்டுப்படாமல் எப்படியும் நடந்து கொள்ளலாம் என்றிருந்தால் மிக மோசமான ஒடுக்குமுறை இந்த சமூகத்தின் மீது

விழும். ஒரு தலித் இளைஞன் தவறு செய்தால் அவன் மீது காவல் துறையில் புகார் கொடுக்கலாம். சட்ட நடவடிக்கைகள் எடுக்க முயற்சிக்கலாம்.

ஆதிக்க சாதிகளைப் பொறுத்தவரையில் தலித் பிரச்சனைகளில் அவர்கள் காவல் துறையை நாடுவதே இல்லை. எடுத்த எடுப்பிலேயே அவர்களாகவே தண்டனையைத் தீர்மானித்து விடுவார்கள். அவ்வளவு மோசமான சாதிய சமூக இறுக்கம் இங்குள்ளது.

இந்தச் சூழலில் தலித்துகள் ஒரு அத்துமீறலில் ஈடுபட்டால் நாங்கள் அதை எப்படி வேடிக்கை பார்த்திருக்க முடியும்?

தன்னியல்பாகவே அவர்களை ஒழுங்குப்படுத்த வேண்டிய, கட்டுப் படுத்த வேண்டிய பொறுப்பு எங்களுக்கு உள்ளது. நாங்கள் அந்தப் பொறுப்பை உணர்ந்திருக்கிறோம். உணர்த்துகிறோம்.

அம்பேத்கர் ஒரு போராளி. பிரபாகரன் ஒரு போராளி. இருவரின் வழிமுறைகளும் வெவ்வேறாக இருக்கலாம். அடிப்படையில் ஆதிக்கம், சுரண்டல், ஒடுக்குமுறை ஆகிய மூன்றையும் எதிர்த்துப் போராடியவர்கள் என்பதே வரலாறு.

பிரபாகரனின் கால் நூற்றாண்டுப் போராட்டமே உள்நாட்டைத் தாண்டி விவாதிக்கப்படாத ஈழத் தமிழர் பிரச்சனையை சர்வதேச கவனத்துக்கு எடுத்துச் சென்றது. அனைத்துலக நாடுகளும் விவாதிக் கும் பிரச்சனையாக கதை உருமாற்றியது என்பதை நாம் மறந்து விடக்கூடாது.

ஒடுக்கப்படும் ஒவ்வொரு சமூகமும் தனக்கேற்ற போராட்டப் பாதையை இயல்பாகவே தேர்ந்தெடுக்கும் இந்தியாவில் அப்படித் தான் தலித் சமூகம் அம்பேத்கரிய பாதையை தேர்ந்தெடுத்திருக் கிறது. போராட்டம் என்பதே தீர்வு நோக்கி செல்லும் வழி தானே தவிர போராட்டமே தீர்வாகி விடாது. எந்த வடிவப் போராட்டத் துக்கும் இது பொருந்தும். நெகிழ்வுத் தன்மையும் சமூகங்களிடையே யான இணக்கமான சூழலுமே சமாதானத் தீர்வை உருவாக்கும் என்பதை நான் முழுமையாக ஏற்கிறேன் என்கிறார் திருமாவளவன்.

❖

திருமாவின் கல்வியும் அரசியலும்

கல்லணையை கட்டிய கரிகாற்சோழனைப் போல வரலாற்றில் தடம் பதிக்க வேண்டும் என்பதற்காகவே அங்கனூரில் 1962ஆம் ஆண்டு ஆகஸ்டு 17ஆம் நாள் இராமசாமி - பெரியம்மாள் பெற்றோருக்கு பிறந்த அந்த வீரமிகு குழந்தைக்கு திருமாவளவன் என்று பெயர் சூட்டினர்.

அங்கனூர் அரசு நடுநிலைப் பள்ளியில் ஒன்று முதல் எட்டு வரை படித்த திருமாவுக்கு கொளஞ்சியப்பர் கோயிலுக்கு அப்பா நேர்ந்து விட்ட முடி நீண்டு வளர்ந்ததால், தந்தையை வற்புறுத்தி சலூனுக்கு அழைத்துக் கொண்டு போய் முடிவெட்டிக் கொண்டார். அதன் பிறகு தந்தைக்காக நேர்ந்து விட்டதை இன்றளவும் மொட்டை அடிக்கவே இல்லை.

திட்டக்குடி அரசு உயர்நிலைப் பள்ளியில் ஒன்பது முதல் பதினொன்றாம் வகுப்பு வரை கல்வி தொடர்ந்தது. வகுப்பறையில் ஒரு துண்டுச் சீட்டை வைத்துக் கொண்டு மாணவர்களோடு பேசியதைக் கண்டு ஆசிரியர் கொடு என வாங்கிப் பார்த்தார்.

அதில் 'கடவுளை மற மனிதனை நினை' என்ற பெரியார் வாசகம் இருந்தது. ஆசிரியர் தட்டிக் கொடுத்து அப்பொழுது அண்ணா எழுதிய நாடகத்தை திட்டக்குடி சென்று பார்க்க அறிவுறுத்தினார். பியுசி (1978-79) கொளஞ்சியப்பர் அரசு கலைக் கல்லூரி விருதாசலத்தில் படித்தார். பி.எஸ்.சி. வேதியியல் (1979-82) மாநில கல்லூரி சென்னையிலும், எம்.ஏ. (முதுகலை குற்றவியல்) சென்னை பல்கலைக்கழகத்திலும் (1983-85), படிக்கும்போது தமிழ் மீது உள்ள பற்றின் காரணமாக கவியரசு கண்ணதாசன் இலக்கியப் பேரவை பொதுச் செயலாளராக (1984) பொறுப்பேற்றார்.

புரட்சியாளரிடம் விஞ்சி இருப்பது நாட்டுப்பற்றா? சமுதாயப் பற்றா? என்ற தலைப்பில் நடந்த பட்டிமன்றத்திற்கு நாட்டுப் பற்றே என்ற தலைப்பில் பேச ஒருவர் வராதபோது திருமாவை பேச வற்புறுத்த உடனே சரியென்று மேடை ஏறி பேசி அனைவரின் பாராட்டையும் பெற்றார்.

தமது பேச்சால் அனைவரையும் இசைய வைக்க முடியும் என்று நம்பினார். இதுவே இரா. திருமாவளவனுக்கு முதல் மேடை.

பி.எல். சென்னை சட்டக் கல்லூரி (1985-88)யில் பயின்று வெற்றி பெற்றார்.

டாக்டர் பட்டமான பி.எச்.டி. (குற்றவியல் துறை) பட்டம் பெற்றார். மனோன்மணியம் சுந்தரனார் பல்கலைக்கழகத்தில் பயின்று பல்வேறு அரசியல் களப்பணிகளுக்கு இடையிலும் முனைவர் பட்டம் பெற்றார் திருமா.

கோவையில் தடய அறிவியல் துறையில் அறிவியல் உதவியாளராக பணியில் சேர்ந்து பணிபுரிந்தார். ஆட்குறைப்பு காரணமாக வேலை யிழந்தார். மீண்டும் மதுரையில் உள்ள தடய அறிவியல் துறையில் அறிவியல் உதவியாளர் பணியில் சேர்ந்தார். அதன்பின் அரசியல் நீரோட்டத்தில் திருமா எதிர் கொண்டு பயணிக்கத் தொடங்கினார்.

மதுரை கோ.புதூரில் விடுதலை சிறுத்தைகள் இயக்கத்தின் முதல் கொடியை இரா. திருமாவளவன் ஏப்ரல் 14, 1990 இல் ஏற்றினார்.

நீலம், சிவப்பு சரிபாதியாக இருக்க, நடுவில் வெள்ளை நட்சத்திரம், நட்சத்திரத்தின் ஐந்து முனைகள் சாதி ஒழிப்பு, பெண் விடுதலை உரிமை, தமிழ் தேசியம், வர்க்கபேத ஒழிப்பு, ஏகாதிபத்திய எதிர்ப்பு என ஐந்து இலட்சியங்களைக் கொண்டதாக வடிவமைத்தார்.

மராத்வாடா பல்கலைக்கழகத்திற்கு அம்பேத்கர் பெயர் சூட்டியதால் தமிழர்கள் மீது சிவசேனா கட்சி தாக்குதல் நடத்தியது. இதனைக் கண்டித்து திருமாவளவன் தலைமையில் ஆயிரக்கணக்கானோர் திரண்டு இரயில் மறியலில் ஈடுபட்டு கைதானார்கள். சுவரொட்டிகளை தானே எழுதி ஒட்டுதல், துண்டுப் பிரதிகளை எழுதி நகலெடுத்து மக்களிடம் விநியோகித்தல் போன்றவற்றை திருமாவளவனே முன்னின்று செய்தார்.

இடஒதுக்கீடு உச்ச வரம்பு பார்ப்பனர்களால் எதிர்க்கப்பட்டது. அதனைக் கண்டித்து விமான மறியல் போராட்டம் நடத்தியதால் திருமாவளவன் கைதானார்.

அப்போதுதான், "திமிறி எழுவோம்; திருப்பி அடிப்போம், அத்து மீறுவோம்; அடங்க மறுப்போம்" போன்ற முழக்கங்கள் திருமாவால் எழுதப்பட்டது.

திட்டக்குடி, கடலூர் போன்ற பகுதிகளில் வன்னியர்களால் வி.சி.கவைச் சேர்ந்தவர்கள் மூன்று பேர் வெட்டிக் கொல்லப்பட்டனர். இரண்டு குடிசைகள் தீ வைத்து கொளுத்தப்பட்டது. இந்த நிகழ்வுகளில் சாதுர்யமான அணுகுமுறையினை திருமா கையாண்டார்.

தாமிரபரணி, பரமக்குடி துப்பாக்கி சூடு, சென்னகரம்பட்டி படுகொலை, திட்டக்குடி மற்றும் மேல வளைவு படுகொலை ஆகியவற்றைக் கண்டித்து பேரணி ஆர்ப்பாட்டம் என அரசு பணியில் இருந்து கொண்டே நடத்தி கைதானார் திருமாவளவன்.

மேல வளவு முருகேசனுக்கு நினைவு மண்டபம் அமைக்க சம்பளத்திலிருந்து வீட்டுக்கு கூட கொடுக்காமல் ரூபாய் 90000 த்தை அப்பொழுதே திருமாவளவன் கொடுத்தது, கூர்ந்து கவனிக்கத்தக்கது.

தேர்தல் பாதையை 1990லிருந்து புறக்கணித்த விசிக, 1996ல் நடந்த சட்டமன்ற தேர்தலில் வாக்குப் பெட்டியில் இரட்டை வாக்குரிமை, தலித் தனித்தொகுதி என எழுதிப் போட்டது அரசியலில் கவனம் பெற்றது.

தா.ம.க தலைவர் மூப்பனார் ஆலோசனையுடன் தேர்தல் அரசியல் தேவை என்பதை உணர்ந்து தடய அறிவியல் துறை அறிவியல் உதவியாளர் பணியினை ராஜினாமா செய்து விட்டு நாடாளுமன்ற பொதுத் தேர்தலில் களம் கண்டார் திருமா.

சிதம்பரம் நாடாளுமன்ற பொதுத் தேர்தலில் சைக்கிள் சின்னத்தில் போட்டியிட்டு 225768 வாக்கு பெற்று இரண்டாம் இடம் பெற்றார் (1999).

தேர்தல் நாட்களில் 504 குடிசைகள் ஒரே நேரத்தில் கொளுத்தப் பட்டது. மக்கள் பலரும் வாக்குச் சாவடிக்கு வரமுடியாத நிலை. வெட்டுண்ட மக்கள் மருத்துவமனையில் கிடந்ததைப் பார்த்து திருமா மிகவும் வருந்தினார்.

❖

தாயின் மடியில் திருமா

எவ்வளவு உயரத்திற்கு வளர்ந்தாலும், வாழ்க்கையில் எவ்வளவு துயரங்கள் இருந்தாலும் என் அம்மாவின் முகத்தைப் பார்த்ததும் அவள் தரும் ஆறுதலால் இந்த உலகையே வெல்லும் அளவிற்கு என்னுள் வலிமை பிறந்து விடுகிறது.

நான் சோர்ந்து போய் வந்தாலும் தோற்றுப் போய் வந்தாலும் என்றுமே எனக்கு ஆதரவுக்கரமாக என் அம்மா....

எப்போதும் அரசியல் கட்சி, தொண்டர்கள், பொதுக் கூட்டம் எனச் சுற்றிச் சுழன்று வரும் திருமாவுக்கு குடும்பத்தினருடன் நேரம் செல விடக் கிடைப்பது குறைவுதான்.

அரசியல் வெற்றியாளரான திருமாவின் குடும்பம் மிகவும் ஏழ்மை யானது. ஐந்து பேர் கொண்ட குடும்பத்தில் இவர் இரண்டாவது பிள்ளை. வான்மதி என்ற அக்கா. செங்குட்டுவன், பாரிவள்ளல் என இரு தம்பிகள்.

அக்கா மீதும், அம்மா மீதும் திருமாவுக்கு அலாதியான பிரியம். சமீபத்தில் கொரோனா தொற்றுக்கு அக்காவையும் பறிகொடுத்து

திருமா தலையில் அடி அடித்து கதறி அழுத காட்சிகளும், 'அக்கா என்ற அம்மா' என்ற தலைப்பில் அவர் பதிவிட்ட கவிதைகளும் அவர் அக்காவின் மீது எந்த அளவிற்கு பாசம் வைத்திருந்தார் என்பதைக் காட்டியது.

அந்த நேரத்தில் திருமாவளவனுக்கு ஆறுதல் சொல்ல கட்சித் தொண்டர்கள் தினமும் அங்கனூருக்கு வந்து சென்றபடியே இருந்தனர்.

எனவே தொண்டர்களின் உடல்நலத்தில் அக்கறை கொண்ட திருமா அவர்களுக்கு ஒரு வேண்டுகோள் விடுத்து ஒரு கடிதமும் எழுதியிருந்தார். அதில், 'ப்ளீஸ்... ப்ளீஸ்.. கெஞ்சி கேட்கிறேன். என்னைத் தேடி யாரும் அங்கனூர் வர வேண்டாம்' என்று உருக்கமாகவும் கேட்டுக் கொண்டிருந்தார்.

அக்கா இறந்து இத்தனை நாளாகியும் இன்னும் திருமாவளவன் அந்த துக்கத்திலிருந்து மீளவே இல்லை.

தன் உயிருக்கு உயிரான அம்மாவைப் போன்ற அக்காவின் நினை வலையில் இருந்து மீளாத நிலையில் ஒரு ட்வீட் போட்டிருந்தார்.

அதில், "சென்னைக்கு அம்மா வரும்போது மட்டும்தான் எப்போதா வது அக்கா வீட்டுக்குப் போய் சில நிமிடங்கள் இருப்பதுண்டு. நீ வந்தால்தான் அம்மா, தம்பி வீட்டுக்கு வருவார். மற்ற நாட்களில் என்னைப் பற்றிய ஞாபகமே இருக்காதும்மா. கட்சி அலுவலகத் துக்கு வரும்போது நானாகத் தான் போய் அவரைப் பார்ப்பேன்" என்று அக்கா கூறிய பதிவைப் பதிவிட்டு அத்துடன் ஒரு போட்டோ வையும் பகிர்ந்திருந்தார் திருமா.

சோபாவில் திருமாவும், அவரது அம்மாவும் உட்கார்ந்திருக்க, தரையில் அவரது அக்கா உட்கார்ந்திருக்கிறார்.

❖

அக்கா எனும் அம்மாவுக்கு வீரவணக்கம்

கொரோனாவால் உயிரிழந்த தமது மூத்த சகோதரி பானுமதி என்ற வான்மதியின் மறைவுக்கு அக்கா என்னும் அம்மாவுக்கு வீரவணக்கம் என்ற தலைப்பில் விடுதலை சிறுத்தைகள் கட்சியின் தொல். திருமாவளவன் உருக்கமான இரங்கல் அறிக்கை வெளி யிட்டிருக்கிறார்.

எனது உடன்பிறந்த தமக்கை கு.பானுமதி என்கிற வான்மதி எனக்கு 'அக்கா என்னும் அம்மா' அவர் கடந்த இருபத்தைந்து ஆண்டு களுக்கும் மேலாக தனக்காக வாழாமல் எனக்காக வாழ்ந்தவர்.

கடந்த 10.07.2020 அன்று அவர் காய்ச்சலால் பாதிக்கப்பட்டார். தொடர்ந்து காய்ச்சல் இருந்ததால் 17.07.2020 அன்று தனியார் மருத்துவமனையில் அனுமதிக்கப்பட்டு சிகிச்சை பெற்று வந்தார். சிகிச்சை பலனின்றி இன்று (06.08.2020) காலை 10.25 மணியளவில் காலமாகி விட்டார்.

மீண்டு வந்து விடுவார் என்று வலுவான நம்பிக்கையுடன் இருந்தேன். கடந்த ஜூலை 22ஆம் நாள் அவர் அனுமதிக்கப்பட்டிருந்த

மருத்துவமனையின் அறைக்குள் நேரில் சென்று பார்த்தேன். என்னைக் கண்டதும் அவர் துடித்தார்.

'நீ ஏன் இங்க வந்த? நீ பத்திரமாயிரு சாமி' என்று கையெழுத்துக் கும்பிட்டு, 'வெளியே போ வெளியே போ' என கதறினார். எனக்கு சாவறத பத்தி பயமில்ல. ஒன்ன அம்போனு விட்டுட்டுப் போறேனே. உன்னை யார் சாமி பார்த்துக்குவாங்க? அதான் எனக்கு பெரிய கவலையா இருக்கு; ஒன்ன நம்பி சனங்க இருக்காங்க; நீ பத்திரமா இரு. ரூம் விட்டு ஒடனே வெளியே போ என்று அக்கா அலறி துடித்தார்.

அதனால், அவருக்கு இருமல் கடுமையாகி மூச்சுத்திணறல் ஏற்பட, நான் பதறிப் போய் அவரை அமைதிப்படுத்த முயன்றேன்.

நான் உடனிருக்கிறேன் என்பதை அறிந்தால் அவருக்குத் தெம்பாக இருக்குமென்று நம்பிதான் உள்ளே சென்றேன். ஆனால் அவர் என்னைக் கண்டதும் எனக்கு ஏதும் ஆகிவிடக் கூடாதே என, பதை பதைத்துப் போனார்.

இரண்டே நிமிடங்களில் நான் வெளியேறி விட்டேன். பின்னர் அவர் ஆக்ஸிஜன் உதவியுடன் அமைதியான சுவாசத்துக்குத் திரும்பி னார். தொடர்ந்து ஆக்ஸிஜன் பெற்றவாறே சிகிச்சையிலிருந்தார்.

மருத்துவர்களும் நம்பிக்கையளித்தனர் மீண்டு வந்து விடுவார் என்று நம்பியிருந்தேன்.

உள்ளுக்குள் அக்காவைப் பற்றிய கவலை என்னை அரித்துக் கொண்டே இருந்தது. அக்காவோடு உடனிருக்க இயலவில்லையே என்கிற குற்ற உணர்வு என்னை வதைத்தது. அதனை வெளிக்காட்டிக் கொள்ளாமல் இயக்கப் பணிகளில் இணைய வழி நிகழ்வுகளில் பங்கேற்று வந்தேன்.

இன்று காலையில் இந்த பேரிடி என்னைத் தாக்கியது. மூளைச் சிதறியது போன்ற அதிர்ச்சி மீளவியலாத துக்கத்தின் தாக்குதல். அக்காவை இழந்து விட்டேன் என்பதை இன்னும் மனம் ஏற்க வில்லை.

அக்கா இளம் வயதிலேயே கணவரை இழந்தவர். சின்னஞ்சிறு வயதில் மூன்று பிள்ளைகள். இல்லற வாழ்வில் அவர் கண்ட துன்பங்கள் விவரிக்க இயலாதவை.

நான் என்னை பொது வாழ்வில் ஒப்படைத்துக் கொண்டு நாடு முழுவதும் சுற்றி அலைந்ததையும் ஓட்டல்களிலேயே தொடர்ந்து சாப்பிடுவதையும் எண்ணி வருந்தி எனக்குத் துணையாயிருக்க வேண்டுமென 90களின் தொடக்கத்தில் சென்னைக்கு வந்து தங்கினார்.

எனது உடைகளைத் துவைப்பதும் நான் சென்னையில் தங்கும் நாட்களில் எனக்கு உணவு சமைப்பதும் தான் அக்காவுக்கு ஒரே வேலை.

ஒரு நாளும் எதற்காகவும் அவர் முகம் சுளித்ததில்லை. எவரையும் கடிந்து கொண்டதில்லை. எதுவும் வேண்டுமென எந்நிலையிலும் கேட்டதில்லை.

'தயவு செய்து கல்யாணம் பண்ணிக்கோ தம்பி; அம்மா சதா உன்னை நினைத்து அழுது கொண்டே இருக்காங்க' என்பது மட்டுமே அவரது வழக்கமான ஒரே கோரிக்கை.

கட்சியின் தலைமை அலுவலகத்துக்கு நான் வரும்போது தகவலறிந்து அங்கே வந்து கும்பல் சூழ பரபரப்பாயிருக்கும் என்னைத் தூரமாய் நின்று பார்த்துவிட்டுப் போய் விடுவார். கால் நூற்றாண்டாய் எனக்காக வாழ்ந்த அக்காவை பாதுகாக்கத் தவறி விட்டேனே என்கிற குற்ற உணர்வு நெஞ்சை நெருப்பாய் சுடுகிறது.

"இத்தனை ஆண்டுகளில் ஒருநாள் கூட என்னோடு இந்த வீட்டில் நீ தங்கியதில்லை. கொரோனா நெருக்கடியில் எங்கேயும் வெளியே போகாதே. இப்போதாவது என்னோடு இரு சாமி'' என்று என்னிடத்தில் மார்ச் 25 அன்று கெஞ்சிக் கேட்டார்.

இங்கே இருந்தால் என்னைப் பார்க்க தினம் கூட்டம் வரும். நான் வெளியில் தங்கிக் கொள்கிறேன் என்று அவர் பேச்சை மீறி விட்டு புதுவை பகுதிக்கு வந்து விட்டேன். அக்காவின் அந்த ஆசையைக்

கூட நிறைவேற்ற இயலாதவனாகி விட்டேனே என்று குமைகிறது நெஞ்சம்.

இப்போது அம்மாவை எப்படி தேற்றுவேன்? என்கிற பெருங் கவலையோடு அக்காவின் திருவுடலுடன் அங்கனூர் போய்க் கொண்டிக்கிறேன். அக்கா இறந்ததை இன்னும் அம்மாவிடம் சொல்லவில்லை.

‘சீரியஸா இருக்கு’ என்று சொன்னதற்கே அவர் பதறி துடித்திருக் கிறார். மயக்கமடைந்து விட்டார். அம்மாவை அருகிலுள்ள மருத்துவமனைக்கு அழைத்துச் சென்றுள்ளனர்.

அக்காவின் விருப்பப்படி அப்பா அடக்கம் செய்யப்பட்ட இடத் தருகே அங்கனூரில் அடக்கம் செய்யப் போய்க் கொண்டிருக்கி றோம். இந்த அதிர்ச்சியிலிருந்து மீண்டெழுவேனா தெரியவில்லை.

‘எல்லோரும் கவனமாயிருங்கள் கொரோனா கொடியது’ என்று ஒவ்வொரு நாளும் முகநூல் நேரலையில் கெஞ்சுவேன். ஆனால் அக்காவைப் பற்றி கவனமில்லாமல் இருந்து விட்டேனே. என்னை என்னால் ஆற்றுப்படுத்த இயலவில்லை. மீண்டும் வேண்டுகிறேன். எச்சரிக்கையாய் இருங்கள். கொரோனா கொடியது.

ஆற்றாமையும் வெறுமையும் என்னை ஆக்கிரமித்துக் கொண்டு ஆட்டி வைக்கிறது. அக்கா கவலைப்பட்டதுபோல இப்போது நான் தனித்து விடப்பட்ட உணர்வுக்கு தள்ளப்பட்டிருக்கிறேன்.

இந்தப் பெருந்துயரில் நான் வீழ்ந்துழலும் நிலையிலும், அக்காவைக் காப்பாற்றுவதற்காக உயிரைப் பணயம் வைத்துப் பெற்ற பிள்ளையைப் போல உடனிருந்து கவனித்துக் கொண்ட குடும்ப மருத்துவர் அனுரத்னா அவர்கள் உள்ளிட்ட, அம்மருத்துவ மனையைச் சார்ந்த இதர மருத்துவர்கள், செவிலியர்கள், சுகாதாரப் பணியாளர்கள் ஆகிய அனைவருக்கும் எனது மனமார்ந்த நன்றியை உரித்தாக்குகிறேன்.

எனது தமக்கையாக மட்டுமின்றி விடுதலைச் சிறுத்தையாகவும் வாழ்ந்த அவர், தென் சென்னை மாவட்ட மகளிரணியில் சில காலம் மாவட்டத் துணை செயலாளராகப் பொறுப்பேற்று பணியாற்றி

யவர். கட்சியின் மாநாடுகள், பேரணிகள், இயக்கத் தோழர்களின் இல்ல நிகழ்ச்சிகள் போன்றவற்றில் தொடர்ந்து தவறாமல் பங்கேற்றவர்.

எனக்காக தன்னை அர்ப்பணித்துக் கொண்ட அக்கா என்னும் அம்மாவுக்கு எனது நெஞ்சார்ந்த நன்றியைக் காணிக்கையாக்குகிறேன்.

இயன்ற வகையில் மக்கள் பணியிலும் பங்கேற்று வான்மதி என்னும் விடுதலைச் சிறுத்தைக்கு கட்சியின் சார்பில் எனது மனமார்ந்த வீரவணக்கத்தை செலுத்துகிறேன்.

அரசியல் பணிகளுக்கிடையே முனைவர் பட்டம்

சென்னை மாநிலக் கல்லூரியில் இளநிலை வேதியியல், சென்னை பல்கலைக் கழகத்தில் எம்.ஏ., குற்றவியல், சென்னை சட்டக்கல்லூரியில் சட்டப்படிப்பு, தற்போது முனைவர் பட்டம் அதுவும் கௌரப் பட்டம் அல்ல. ஆராய்ச்சி (Phd) மேற்கொண்டு பெற்ற பட்டம்.

ஆம். தொல்.திருமாவளவன் மனோன்மணியம் சுந்தரனார் பல்கலைக் கழகத்தில் முனைவர் பட்டம் பெற்றுள்ளார்.

'மீனாட்சிபுரம் மதமாற்றங்கள் ஓர் ஆய்வு' என்பது தான் அவரது ஆய்வின் தலைப்பு. மனோன்மணியம் சுந்தரனார் பல்கலைக் கழகத்தின் துணைவேந்தர் பேராசிரியர் சொக்கலிங்கம்தான் திருமா வின் Phd வழிகாட்டி.

பரபரப்பான அரசியல் சூழலிலும் பொறுப்பாக ஆய்வுப் படிப்பை முடித்து இன்று அனைத்து தரவுகளையும் பல்கலையில் சமர்ப்பித்து விட்டார். இறுதி வாய்மொழித் தேர்வையும் நிறைவு செய்து விட்டார்.

நெல்லை மாவட்டத்தில் செங்கோட்டை ஊராட்சி ஒன்றியத்தில் உள்ள மீனாட்சிபுரத்தில் 1981ஆம் ஆண்டு நூற்றுக்கணக்கானோர் மதம் மாறினர். இந்த நிகழ்வு நாடு முழுவதும் பெரும் விவாதங்களைக் கிளப்பியது.

மதம் மாறிய அனைவரும் பட்டியலின சமூகத்தைச் சேர்ந்தவர்கள். இது குறித்து விரிவான ஆய்வை மேற்கொண்டார் தொல். திருமாவளவன்.

ஆய்வுக்காக திருமாவளவன் மேற்கொண்ட கள ஆய்வில் நூற்றுக்கும் மேற்பட்டோரிடம் நேரடியாகத் தகவல்களைச் சேகரித்துள்ளார்.

இன்று அனைத்து தரவுகளையும் சமர்ப்பித்து ஆய்வை வெற்றிகரமாக நிறைவு செய்துள்ளார்.

மனோன்மணியம் சுந்தரனார் பல்கலைக்கழகம் அவருக்கு முனைவர் பட்டம் வழங்கியுள்ளது.

தமிழக அரசியலில் படித்து முனைவர் பட்டம் பெற்றவர்களின் எண்ணிக்கை மிகவும் குறைவு என்பது குறிப்பிடத்தக்கது.

வாழ்வும் வாசிப்பும்

தொல்.திருமாவின் வாழ்வும் வாசிப்பும் பிரிக்க முடியாத ஒரு நேசச் சங்கிலியாக பரிணமிப்பதை அவரைப் பற்றிய வாழ்வியலின் தேடலில் புரிந்து கொள்ள முடிகிறது.

நூல் வாசிப்பின் நேசனாக அவரது கல்லூரிக் காலம் அமைந்ததை அவரே ஆத்மார்த்தமாக பத்திரிகையில் பகிர்ந்துள்ளார்.

மாநிலக் கல்லூரியில் படிப்பதற்காக நான் சென்னை வந்தபோது நிறைய நூல்கள் படிப்பதற்கான சூழல் வாய்த்தது.

மேற்கு சி.ஐ.டி. நகரில் இருந்த அரசு நூலகத்துக்கு அடிக்கடி செல் வேன். அங்கிருந்த நாட்டுக்கு உழைத்த நல்லவர்கள் நூல் வரிசையில் அம்பேத்கர், பெரியார், காமராஜர், நேதாஜி. காரல்மார்க்ஸ் உள்ளிட்ட பல்வேறு தலைவர்களின் வாழ்க்கை வரலாறுகளைப் படித்தேன்.

தேவநேயப் பாவாணர் நூலகத்துக்கும் சென்று படிப்பேன். அரசியல், சமூக வரலாறு, விஞ்ஞானிகளின் வாழ்க்கை வரலாறு களைப் படிப்பதில் எனக்கு எப்போதும் கூடுதல் ஆர்வமுண்டு.

இந்துத்துவம் பற்றியும், சாதி மறுப்பு பெண் அடிமைத்தனம் பற்றியும் பெரியார் எழுதிய நூல்கள் என் வாசிப்பில் புதிய வெளிச்சத்தைப் பாய்ச்சின.

ஆர்.எஸ்.எஸ்., கடவுள் மறுப்பு, மூட நம்பிக்கை தொடர்பான ஏராளமான நூல்களை பெரியார் திடலில உள்ள நூலகத்தில் தான் நான் படித்தேன்.

அப்துர் ரஹீம் எழுதிய கட்டுரைகளையும் சங்கராச்சாரியார் உள்ளிட்டோர் எழுதிய ஆன்மீக நூல்களையும், சைதாப்பேட்டை தாடண்டர் நகரிலுள்ள அரசு நூலகத்தில் படித்தேன்.

பெரும்பாலான பொழுதுகள் நூலகத்திலும், புத்தக வாசிப்பிலும் தான் கழிந்தன. சனி, ஞாயிறு விடுமுறை நாட்களில் காலையிலேயே மேற்கு சி.ஐ.டி. நகரிலுள்ள நூலகத்திற்கு சென்று விடுவேன்.

அந்த நூலகர் என் மேல் மிகுந்த நம்பிக்கை வைத்து, சாவியை என்னிடமே தந்து விடுவார். சில நாட்கள் நானே சென்று நூலகத்தைத் திறந்து வைப்பேன். கடைசி வரை இருந்து பூட்டி விட்டு வருவேன். என்னைப் பார்க்க நண்பர்கள் யாராவது வந்தால் நூலகத்துக்கு வரும்படி சொல்லி விடுவேன்.

எண்பதுகளின் தொடக்கத்தில் ஏ.எஸ். கண்ணன் எழுதிய, 'கருத்து முதல்வாதமும் பொருள் முதல் வாதமும்' எனும் நூலைப் படித்து நான் மிகவும் வியந்தேன். அதன் பிறகு மார்க்ஸிய நூல்கள் பலவற்றைப் படித்தேன்.

பாரதியார், பாரதிதாசன் கவிதைகளை நான் அடிக்கடி படிப்பேன். மு. மேத்தா, மீரா, நா.காமராஜன், இன்குலாப், தணிகைச்செல்வன், காசி ஆனந்தன் ஆகியோரின் கவிதைகளையும் விரும்பிப் படிப்பேன்.

என்னுடைய வாசிப்பில் தத்துவம், வரலாறு சார்ந்த நூல்களுக்கே முதலிடம். சிறுகதை, கவிதை, நாவல்களை மிகக் குறைவாகத்தான் படித்திருக்கிறேன்.

சமீபத்தில் படித்த தமிழ் நூல்களில் எழுத்தாளர் ஸ்டாலின் ராஜாங்கம் எழுதி காலச்சுவடு பதிப்பகம் வெளியிட்டிருக்கும்

'அயோத்திதாசர் வாழும் பௌத்தம்' குறிப்பிடத்தக்க நூல்.

அயோத்திதாசரின் சிந்தனையைப் படித்து புரிந்து கொள்வது ஒருவகை என்றால், இந்நூல் அவர் வாழ்ந்த காலத்தின் சமூக வரலாற்றுப் பின்புலங்களை விவரிப்பதோடு எப்படிப்பட்ட சூழலி லிருந்து அவர் வந்தார் என்பதையும் சேர்த்தே விவரிக்கிறது.

சாதிய, மதவாதச் சூழல்கள் எல்லாமே ஒற்றைக் கலாச்சாரத்தை முன்மொழியும் இச்சூழலில், நம் தமிழ்ச் சமூகத்தின் பன்முகச் சூழலைப் புரிந்து கொள்ள இந்நூல் மிகுந்த உதவியாய் இருக்கும்.

பயண நேரங்களில் புத்தகங்களைப் படிப்பதை வழக்கமாகக் கொண்டிருக்கிறேன். இரவெல்லாம் தூங்காமல் விழித்திருந்து அதிகாலை வரை புத்தகம் படிப்பதும் உண்டு.

உடல்பயிற்சி செய்வது உடல்நலத்துக்கு எப்படி நல்லதோ அதே போல புத்தக வாசிப்பு மனநலனுக்கு நல்லது.

என் தாய், தந்தைக்குப் பிறகு என்னை வடிவமைத்ததில் புத்தகங் களுக்கு மிக முக்கியமான இடமுண்டு.

❖

திருமாவின் திருமுகங்கள்

சமூக அநீதிகளுக்கு எதிரான சர்வாதிகார அவதாரமாகவும், அடக்குமுறைகளுக்கு எதிராக எப்போதும் ஆவேசக் குரல் கொடுக்கும் அங்கனூர் பிறப்பாகவும், விடுதலைச் சிறுத்தைகள் அமைப்பின் பொறுப்பாகவும் இந்தியத் துணைக் கண்டமெங்கும் இருகால் மனிதச் சிறுத்தையாக வலம் வரும் அரசியல் இமயம் திருமா.

தமிழக அரசியல் களத்தில் தவிர்க்க முடியாத தலைவர் திருமா.

சமகாலத்தில் தமிழக தலைவர்கள் பலரிடமும் இணக்கமான உறவு அல்லது நட்பு பாராட்டுகிற தலைவர் என்றால் திருமா ஒருவர் என்று கூறலாம்.

திருமாவளவன் என்கிற தலைவரின் ஆளுமையும், அரசியல் வியூகங் களும் தான் விடுதலை சிறுத்தைகளை தவிர்க்க முடியாத சக்தியாக தமிழக அரசியலில் நிறுத்தியிருக்கின்றன.

கட்சி நிர்வாகிகளை மட்டுமல்ல, தொண்டர்களையும் முகத்திற்கு நேராக கேள்வி கேட்கவும் வாதாடவும் அனுமதிக்கிற தன்மை

திருமாவுக்கு உண்டு.

விடுதலை சிறுத்தைகள் கட்சிக் கூட்டங்களில் ஒரு வகுப்பறை போன்ற பெரிய ஒழுங்கை எதிர்பார்க்க முடியாது. செய்தியாளர் களுக்கு உரிய இடங்கள், மேடையின் பெரும்பகுதி என தொண்டர்கள் எல்லா இடத்திலும் ஆக்கிரமித்திருப்பார்கள். கூச்சல் குழப்பங்களுக்கும் குறைவிருக்காது.

மேடையில் இருக்கும் திருமா, சில நேரங்களில் எழுந்து வந்து பொறுமையாக அவர்களிடம் பேசி உட்கார வைக்க முயற்சிப்பார்.

சில நேரங்களில் இதை சகஜமாக எடுத்துக் கொண்டு உட்கார்ந்திருப் பார். செய்தியாளர்களுக்குத்தான் இது மிகுந்த சிரமமாக இருக்கும்.

ஆனால் திருமா இதற்கு கொடுக்கிற விளக்கமும் அவரது பார்வை யும் நச்சென்று ஒரு ஜனநாயக யதார்த்தத் தன்மையுடன் வெடிப்புற வெளிப்படும்.

“இப்போதுதான் அவர்கள் எழுந்து நிற்க ஆரம்பித்திருக்கிறார்கள். அதற்குள் அடக்கச் சொல்கிறீர்களா?” என்பது தான் அவரது வாதம்.

அடக்கி வைக்கப்பட்ட வெள்ளம் திறந்து விடப்படும்போது அங்கும் இங்குமாக சீரற்று பாய்வதை தவிர்க்க இயலாது என்கிற பார்வையும் திருமாவிடம் இருந்தது.

•

ஒழுங்கு என்ற பெயரில் தொண்டனிடம் கூட அதிகாரமோ ஆதிக்கமோ காட்ட முனையாத ஒரு அபூர்வ நிலைப்பாடும் பொறுமையும் கொண்டவராக திருமா பல நேரங்களில் இருப்பதை காண முடிகிறது.

வேளச்சேரியில் உள்ள விடுதலை சிறுத்தைகள் கட்சி அலுவலகத்தில் ஒரு பத்திரிகையாளர் சந்திப்புக்கு ஒப்புக் கொண்டிருந்தார் திருமா.

கட்சி அலுவலகத்துக்கு பேட்டி எடுக்க வந்த பத்திரிகையாளரும் வந்து விட்டார். திருமாவும் வந்து விட்டார். ஆனால் அலுவலகம் பூட்டிக் கிடந்தது. அலுவலக நிர்வாகி எங்கோ சென்று விட்டார்.

திருமாவுடன் வந்த தொண்டர் ஒருவர் போன் போட்டு நிர்வாகியை அழைத்தார். சுமார் அரை மணி நேரம் கழித்து தான் அங்கு நிர்வாகி வந்து சேர்ந்தார்.

திருமாவைப் பார்த்து பதறுவது, பம்முவது போன்ற பாசாங்குகளை தொண்டர்களிடமோ, நிர்வாகியிடமோ எப்போதும் பார்க்க முடியாது.

கட்சி அலுவலக நிர்வாகி வரும் வரையிலும் திருமா மிகப் பொறுமையாக அலுவலக வாசலில் அக்கம்பக்கத்து சிறுவர் சிறுமி களுடன் வாஞ்சையுடன் பேசியபடியே நின்று கொண்டிருந்தார்.

தாமதமாக வந்து நின்ற அந்த நிர்வாகியிடம் பெரிதாக பதற்றம் எதுவும் இல்லை. திருமாவும் அவரை கண்டிக்கவில்லை.

ஒழுங்கு என்கிற தோரணையில் தொண்டனிடம் கூட அதிகாரமோ ஆதிக்கமோ காட்டுவதில்லை என்கிற திருமாவின் பண்பு அபூர்வ மானது.

•

எல்லோரையும் அரவணைத்துச் செல்கின்ற திருமாவின் பண்பு அவரது ஆளுமையின் அடையாளமாகத் திகழ்கிறது.

விடுதலைச் சிறுத்தைகள் கட்சிக்குள் நிர்வாகிகள், தொண்டர்கள் இடையே பல இடங்களில் தகராறுகள் ஏற்படுவது இயல்புதான். இது தொடர்பான பஞ்சாயத்துகள் அவரிடம் வரும். கட்சிக்குள் குழு அமைத்து இதை விசாரிக்கிறார்கள். முடிந்த அளவு சமரசம் செய்கிறார்கள். யாரையும் கட்சியை விட்டு நீக்குவதில்லை என்பது திருமாவின் நிலைப்பாடு.

இரண்டாம் கட்ட நிர்வாகிகளை பல ஆண்டுகளாக அப்படியே தக்க வைக்கிற கட்சியாக வி.சி.க. திகழ்வதற்கு திருமாவின் அணுகு முறையே இதற்கு காரணம். ஓரிருவர் வெளியே சென்றிருந்தாலும் திருமா மீது அவர்களுக்கு விமர்சனம் கிடையாது.

•

தமிழக அரசியலில் திருமாவளவனின் தனித்தன்மையாக ஒரு அம்சத்தை குறிப்பிட வேண்டுமென்றால், கட்சி நிர்வாகிகளுடனும், தொண்டர்களுடனும் அவர் கொண்ட பிணைப்பு.

ஒரு இயக்கத்தின் தலைவர். அதுவும் கிட்டதட்ட அவரே உருவாக்கி வளர்த்த ஒரு இயக்கத்தின் தலைவர் என்ற நிலையில் சர்வாதி காரத்தை ஒரு போதும் தன் இயக்கத்தில் பாய்ச்சாதவர் திருமா.

தமது கட்சி நிர்வாகிகளுக்கு அவர் அளிக்கும் பேச்சு சுதந்திரம், தமிழக சூழலில் வேறு கட்சிகளில் இல்லை. 2016ல் விடுதலை சிறுத்தைகள் இயக்கத்தில் ஒரு பிரச்சனை.

தேசிய அளவில் அப்போது தலித்துகள் மீதான தாக்குதல்களைத் தொடர்ந்து தலித்துகளை தாக்காதீர்கள். என்னைத் தாக்குங்கள் எனப் பேசினார் பிரதமர் மோடி. அதே காலகட்டத்தில் அம்பேத் கரை சிலாகித்தும் பேசியிருந்தார் மோடி.

மொத்த எதிர்க்கட்சிகளும் மோடியின் நாடகமாக இதை வர்ணித்த நிலையில் வி.சி.க பொதுச் செயலாளரும், எழுத்தாளருமான ரவிக்குமார் வெளிப்படையாக மோடிக்கு பாராட்டு தெரிவித்தார்.

விடுதலை சிறுத்தைகள் கட்சிக்குள் ஆளூர் ஷாநவாஸ் உள்ளிட் டோர் இதற்கு கடும் எதிர்ப்பு தெரிவித்து வெளிப்படையாக முகநூலில் பதிவு செய்தனர். ரவிக்குமாரின் கருத்தில் திருமா வளவனுக்கும் உடன்பாடு இல்லை.

ஆனாலும் மிக லாவகமாக அந்தத் தருணத்தில் தன் கட்சியின் அறிவு ஜீவியான ரவிக்குமாரையும் விட்டுக் கொடுக்காமல், எதிர்ப்பு கருத்துகளின் நியாயத்தையும் உள்வாங்கி மீடியாவிடம் அந்தப் பிரச்சனையை சமாளித்தார் திருமா. அந்தத் தருணத்தில் அவர் சற்று பிசகி இருந்தாலும் சிறுத்தைகளில் சிலரை கட்சி இழந்திருக்கும்.

•

விடுதலை சிறுத்தைகள் கட்சித் தலைவர் தொல்.திருமாவளவனால் 18 ஆண்டுகளுக்கு முன் அம்பேத்கர் என்று பெயர் சூட்டப்பட்ட குழந்தை வளர்ந்து திருமாவளவனை காண சென்னைக்கு குடும்பத்

துடன் வந்து வாழ்த்து பெற்ற சம்பவம் அனைவரையும் நெகிழ வைத்துள்ளது.

2000ஆம் ஆண்டில் கன்னியாகுமரி சாமிதோப்பில் பால பிரஜாதிபதி அடிகளார் நடத்திய ஒரு கூட்டத்தில் திருமாவளவன் பங்கேற்றார். திருமாவளவனின் பேச்சு பலரையும் கவர்ந்து இழுத்த காலகட்டம்.

அந்தக் கூட்டத்தில் திருமா பேசும்போது சேரித் தெருவில் காந்தி, நேரு, இந்திரா காந்தி என்ற பெயருடைய குழந்தைகள் இருக்கின்றனர். ஆனால் எந்த ஊர் தெருவிலாவது அம்பேத்கர் பெயரை வைத்துக் கொண்ட ஒரே ஒரு குழந்தை இருக்கிறதா?

தேசத் தலைவர்களாக இருந்தாலும் வைக்கும் பெயரில் கூட சாதி பார்க்கிறார்கள் என்று கோபத்துடன் பேசினார்.

அந்தக் கூட்டத்தில் தனபால் என்பவரது கர்ப்பிணி மனைவி சுதா கலந்து கொண்டார். அவருக்கு ஆண் குழந்தை தான் பிறக்கும். அக்குழந்தைக்கு அம்பேத்கர் என பெயர் சூட்டுகிறோம். அந்தப் பெயர் சூட்டு விழாவில் திருமாவளவன் கலந்து கொள்ள வேண்டும் எனப் பால பிரஜாதிபதி அடிகளார் அப்போதே அறிவித்தார்.

அதுபோலவே தனபால் சுதா தம்பதியருக்கு ஆண் குழந்தை பிறந்தது. பால பிரஜாதிபதி அடிகளார் சாமிதோப்பில் எடுத்த பெயர் சூட்டு விழாவில் திருமாவளவன் கலந்து கொண்டு குழந்தைக்கு அம்பேத்கர் என பெயர் சூட்டினார்.

அக்குழந்தை வளர்ந்து 18 ஆண்டுகளுக்குப் பின்னர், தற்போது தனக்கு அம்பேத்கர் என பெயர் சூட்டிய எழுச்சித் தமிழர் திருமாவைக் காண குடும்பத்துடன் சென்னை அம்பேத்கர் திடலுக்கு வருகை தந்தனர். பெயர் சூட்டிய நினைவுகளை அங்கிருந்தவர்களிடம் திருமா பகிர்ந்து கொண்டார். தான் பெயர் சூட்டிய 18 வயது அம்பேத்கரைக் கண்டு மகிழ்ந்தார். அம்பேத்கர் சட்டப்படிப்பு படிப்பதற்கான ஏற்பாடுகளை திருமா பெருமிதத்துடன் செய்துள்ளார்.

நவம்பர் 27, 2002ல் தமிழறிஞர்களைக் கூட்டி பிறமொழிச் சொற்களை நீக்கச் சொன்னார். தகப்பனாருக்கு இராமசாமி என்ற பெயரை தொல்காப்பியன் என மாற்றி இரா. திருமாவளவன் என்கிற போராளி தொல்.திருமாவளவன் என்றாகிறார்.

அதே மேடையில் 5000 தொண்டர்களுக்கு தமிழ்ப் பெயர் சூட்டினார். உலகிலேயே கட்சியில் உள்ள அனைவருக்கும் தமிழ்ப் பெயர் சூட்டி அழகு பார்த்த ஒரே தலைவர் தொல்.திருமாவளவன் மட்டுமே மேதகு பிரபாகரனைப் போல.

•

தென்னாப்பிரிக்க டர்பன் மாநகரில் நிறவெறிக்கான அனைத்துலக மாநாட்டில் (WCAR) பங்கேற்று பலருடைய கவனத்தையும் பெற்றதுடன் செந்தமிழ்க் காவலர் விருதினையும் 03.04.2003ல் பெற்றார் திருமா.

அரபு நாட்டில் துவக்கு மற்றும் விடுதலை சிறுத்தைகள் வாசகர் அணி இணைந்து 18.04.2003ல் தொல். திருமாவளவனுக்கு, 'எழுச்சித் தமிழர் விருது' தந்தது. அவருடைய பிறந்த நாள் 'தமிழர் எழுச்சி நாள்' எனக் கொண்டாடப்படுகிறது. ஜூலை 2003ல் திருமாவுக்கு செம்மொழிச் செம்மல் விருது வழங்கப்பட்டது.

மருத்துவர் இராமதாஸ் 2004 ஆகஸ்ட் 17ல் பிறந்த நாளன்று மேடையில் எழுச்சித் தமிழரை சந்தித்து வாழ்த்து தெரிவித்தார். தமிழகமே திரும்பிப் பார்த்தது. பழ.நெடுமாறன் மற்றும் டாக்டர் சேதுராமன் போன்ற தமிழ்ப் பற்றாளர்களின் விருப்பப்படி 'தமிழ் பாதுகாப்பு இயக்கம்' ஆரம்பிக்கப்பட்டு அதன் தலைவராக எழுச்சித் தமிழரும், காப்பாளராக இராமதாஸ் அவர்களும் பொறுப்பேற்கிறார்கள். மேலும் இந்தி எதிர்ப்பு போரில் திருமா தீவிரமாக களமாடுகிறார்.

விசிகவின் மாநில மாவட்ட அமைப்பு, கிளை அமைப்புகள் முற்றிலுமாக கலைக்கப்பட்டு அக்டோபர் 2, 2007ல் எல்லா சமூக மக்களுக்குமான அமைப்பாக மாற்றினார் திருமா.

தலித் அல்லாதோர் பலரும் வி.சி.க.வில் சேர்க்கப்பட்டனர். இஸ்லாமியர், கிருஸ்துவர்கள் என முக்கியத்துவம் தரப்பட்டது. ஆக

ஒடுக்கப்பட்டோர், அனைத்து சாதி மக்கள், மதத்தினர் வி.சி.க.வில் இணைத்துக் கொண்டனர். எல்லோரும் மதிக்கும் தலைவராக உருவெடுத்தார் எழுச்சித் தமிழர் திருமா.

காவிரி நீர் உரிமை ஊர்திப் பயணம் 04.10.2012ல் விவசாயம் பாதுகாப்பு இயக்கம் என எழுச்சித் தமிழரால் முன்னெடுக்கப் பட்டது.

நாடாளுமன்றம் முன்பு தேசிய மதுவிலக்கு கொள்கைக்காக உண்ணாவிரதம் இருந்த ஒரே தலைவர் எழுச்சித் தமிழர் திருமா மட்டுமே.

கலைஞரிடம் மேஜர் ஜெனரல் எனப் பாராட்டு பெற்றவர் திருமா.

நாடாளுமன்ற உறுப்பினர்கள் குழுவோடு ஈழம் சென்று முள்வேலி முகாம் மக்களை சந்தித்து ஆறுதல் சொன்ன களப்போராளி திருமா.

போரின்போது திருமாவளவன் இலங்கையில் இருந்திருந்தால் இப்பொழுது இங்கே இருந்திருக்க மாட்டார் என சொன்னார் இலங்கை ராஜபக்சே.

எனவே மேதகு பிரபாகரனுக்கு இணையான எதிரியாக எழுச்சித் தமிழரைத்தான் அவன் பார்த்தான் என்பது குறிப்பிடத்தக்கது.

கலைஞர் தலைமையில் அமைக்கப்பட்ட ஈழ ஆதரவு டெசோ அமைப்பில் திருமா ஒரு உறுப்பினர்.

மீத்தேன், நியூட்ரினோ, ஹைட்ரோ கார்பன், நீட், மாட்டுக்கறி, ஜல்லிக்கட்டு. தலித் வன்கொடுமை, டெல்டா பெட்ரோலிய மண்டலம், ஸ்டெர்லைட் எதிர்ப்பு, எட்டுவழிச்சாலை எதிர்ப்பு என இப்படி மக்கள் போராட்டம் திருமா தலைமையில் தமிழகமெங்கும் முன்னெடுக்கப்பட்டது.

வன்கொடுமை தடுப்புச் சட்டம் நீர்த்து போகச் செய்யும் உச்சநீதி மன்ற தீர்ப்பை எதிர்த்து அனைத்து தலித் தலைவர்களையும் சென்னை சைதாப்பேட்டையில் ஒருங்கிணைத்த மாபெரும் பேரணிக்கு எழுச்சித் தமிழர் திருமா தலைமை தாங்கினார்.

காவிரி மீட்பு பயணம் ஐந்து நாட்கள் அரியலூர் தொடங்கி கடலூர் வரை அனைத்துக் கட்சி தோழர்களும் எழுச்சித் தமிழர் தலைமையில் நடந்தே சென்றனர். இந்தப் பயணம் வரலாற்று முக்கியத்துவம் வாய்ந்தது.

எழுச்சித் தமிழர் திருமா சமூக நீதி தளத்தில் பல்வேறு மாநாடுகளை நடத்தி வரலாற்றுச் சாதனை படைத்து திகழ்கிறார்.

●

இந்தியா கூட்டணியில் அங்கம் வகிக்கும் திமுக கூட்டணியில் விசிக சிதம்பரம் மற்றும் விழுப்புரம் தொகுதிகளில் போட்டியிட்டது.

மக்களவைத் தேர்தலில் தமிழகம், கேரள உட்பட 6 மாநிலங்களில் விடுதலை சிறுத்தைகள் கட்சி போட்டியிட உள்ளதாக திருமா அறிவித்துள்ளார்.

தமிழ்நாட்டில் சிதம்பரம், விழுப்புரம் தொகுதிகளில் பானை சின்னத்தில் போட்டியிட்டது வி.சி.க.

மக்களவைத் தேர்தலில் கர்நாடகா, கேரளா, தெலுங்கானா, மகாராஷ்டிரா மாநிலங்களில் விசிக சார்பில் போட்டியிடும் வேட்பாளர்களை அறிமுகம் செய்து வைத்தார் வி.சி.க தலைவர் திருமாவளவன்.

தெலுங்கானாவில் 10 தொகுதிகள், கேரளா 5 தொகுதிகள், கர்நாடகா 6 தொகுதிகள், மகாராஷ்டிராவில் 1 தொகுதி ஆகிய வற்றில் விசிக வேட்பாளர்கள் போட்டியிடுகின்றனர். ஆந்திராவில் காங்கிரஸ் கூட்டணியுடன் தேர்தலில் விசிக போட்டியிட உள்ளது.

விசிக சார்பில் தனித்தனியாக தேர்தல் அறிக்கைகள் அந்தந்த மாநிலங் களுக்கு ஏற்ப வெளியிடப்பட்டது.

திருமாவை முதல்வராக்கி அழகு பார்த்தவர்

அங்கனூர் கிராமத்தில் ஐந்து பேர் கொண்ட குடும்பத்தில் தலைப் பிள்ளையாகப் பிறந்தவர் திருமா. அப்பா பெயர் இராமசாமி.

ஆயிரக்கணக்கான வி.சி.க தொண்டர்களுடன் தந்தை இராமசாமி

யும் தன் பெயரை தொல்காப்பியன் என்று மாற்றிக் கொண்டதால் இரா. திருமாவளவன் பின்னர் தொல்.திருமாவளவன் ஆனார்.

சுற்றுப்புறத்தில் உயர்நிலைப் பள்ளிக்கூடம் இல்லாத சூழலி லிருந்துதான் உருவானார் திருமாவளவன்.

திருமாவளவனின் தொடக்கப்பள்ளி ஆசிரியர் பெ. பெரியசாமி. இவர்தான் திருமாவுக்கு அரசியல் உணர்வு ஊட்டியவர்.

மாதந்தோறும் வகுப்பறையில் மாதிரி சட்டசபை நடத்துகிறபோது திருமாவை முதல்வராக்கி அழகு பார்த்தவர் பெரியசாமி.

அந்த ஆசிரியர் பின்பு தன்னுடைய மகனுக்கே திருமாவளவன் என்று தன்னுடைய மாணவன் பெயரை நினைவுகூர்ந்து சூட்டினார் என்றால் எந்தளவுக்கு இந்த ஆசிரியர் தன் மாணவன் திருமா மீது மதிப்பு வைத்திருந்தார் என்பது புலப்படுகிறதல்லவா?

படிப்பை விட வாசிப்பே தன்னை வளர்த்தது என்று திருமா அடிக்கடி கூறுவார்.

•

தி.மு.க.வில் இருந்திருக்க வேண்டியவர் திருமா என்று சொல்லும் அளவுக்கு திராவிட இயக்கத்துடன் நெருங்கிய ஈடுபாடு கொண்டவ ராக விளங்கி இருக்கிறார் திருமா.

கருணாநிதியின் பேச்சு, முரசொலி கடிதங்கள், முத்தாரம் இதழில் அவர் எழுதிய 'பேச்சுக் கலையை வளர்ப்போம்' எல்லாவற்றையும் தவறாமல் வாசித்த திருமா, தி.மு.க மாணவரணி ஏற்பாடு செய்திருந்த கூட்டங்களில் எல்லாம் பங்கேற்றார்.

அம்பேத்கர் அளவுக்குப் பெரியாரையும் உள் வாங்கியவர். இன்ன மும்கூட திராவிட இயக்கத்துக்கு வெளியே இருக்கும் திராவிடத் தூண் என்றே தி.மு.க.வினர் திருமாவளவனைக் குறிப்பிடுவது உண்டு.

திருமாவளவனிடத்தில் தனிப்பட்ட ஓர் உறவை கொண்டிருந்தவர் மு.கருணாநிதி. ஓர் உதாரணம் 2001 தேர்தலில் திமுக கூட்டணியில் சமயநல்லூர் தொகுதியைக் கேட்டு வாங்கியவர் திருமா.

ஆனால் விழுப்புரத்தில் நடந்த வேட்பாளர்கள் அறிமுகக் கூட்டத்தில் திருமாவளவனிடம் எதுவும் சொல்லாமலேயே, மங்களூர் தொகுதியில் திருமா போட்டியிடுவார் என்று அறிவித்து விட்டார் கலைஞர். சமயநல்லூர் தொகுதியை விட மங்களூர் தொகுதிதான் திருமாவுக்கு வெற்றி வாய்ப்பு அதிகம் என்று கலைஞர் உளவுத் துறை மூலம் அறிந்து கொண்டதே காரணம்.

மக்களவை உறுப்பினராக இருந்தபோது தனது பேச்சாற்றலால் இலங்கைத் தமிழர் பிரச்சனை வரையில் தமிழர் உணர்வுகளை உரக்கப் பேசினார் திருமாவளவன். நாடாளுமன்றத்தின் 60வது ஆண்டையொட்டி மக்களவையில் தமிழில் பேசிய உணர்வாளர் திருமா.

திரைப்படங்களுக்குத் தமிழில் பெயர் வைத்தால் வரிவிலக்கு என்று கருணாநிதி அறிவிப்பதற்கு திருமாவளவனும் ராமதாஸுமே காரணம்.

கட்சித் தலைவர் என்ற முறையில் அதிகாரத்தையோ, ஆதிக்கத் தையோ தொண்டர்கள் மீது செலுத்தாத இவரது தனித்தன்மை. எவ்வளவு நெருக்கடியான சூழலிலும் கூட கட்சி நிர்வாகிகளிடமும், தொண்டர்களிடமும் ஆத்திரப்படாமல் பேசுபவர் திருமா.

வெறுமனே மகளிரணியோடு நிறுத்தி விடாமல் கட்சியின் மாவட்டச் செயலாளராக பெண்களை அமர்த்தியவர். அருந்ததியர் இடஒதுக்கீட்டுக்கு குரல் கொடுத்தவர் திருமா.

மாட்டுக்கறிக்காக குரல் கொடுத்தாலும் சாப்பாட்டில் திருமா வளவன் சைவர். சென்னையில் இருந்தால் அக்கா வீட்டிலிருந்து சாப்பாடு வரும். கட்சித் தோழர்கள் கோழி, மீன் என்று வெட்ட, 'ரசம் சோறு அமிர்தம்' என்பார் திருமாவளவன்.

மத்திய அரசின் போக்கை கண்டிப்பதிலும், பாஜகவின் கொள்கை முரண்பாடுகளை தோலுரிப்பதிலும் திருமாவுக்கு நிகர் திருமாதான்.

ஒரு முறை மத்திய அரசை கண்டித்து நடைபெற்ற கூட்டத்தில் திருமா இவ்வாறு பேசினார்.

அம்பேத்கரை இந்துத்துவ அடையாளமாக திடீரென பா.ஜ.க ஆர்.எஸ்.எஸ். காட்டுகிறார்கள். இதை விட அயோக்யத்தனம் வேறு என்ன இருக்க முடியும். தமிழ்நாட்டில் தொடர்ந்து பதற்றத்தை உருவாக்கிக் கொண்டே இருக்கிறார்கள்.

பிபிசியின் ஆவணப்படம் மோடியின் முகத்திரையை தோலுரித்துக் காட்டுகிறது. கோத்ரா ரயிலில் வந்த பயணிகளை தீ வைத்து எரித்தது சங்பரிவார் அமைப்பினர் தான். இஸ்லாமியர்களைக் கொல்ல வேண்டும் என்பதற்காக சொந்த மதத்தைச் சேர்ந்த துறவிகளையே கொன்ற கும்பல்தான் ஆர்.எஸ்.எஸ். அதைத்தான் பிபிசி ஆவணப் படம் ஆதாரத்தோடு வெளியிட்டது. மோடியின் சிறந்த கொள்ளை யின் சனாதன முகம்தான் அதானி.

ராகுல் காந்தியின் ஒற்றுமை நடைபயணத்தை காட்ட விடாமல் ஊடகத்தை அச்சுறுத்தியது மோடி அரசு. பாஜகவின் கொள்கை ஆசான் கோல்வால்கர். நம்முடைய ஆசான் அம்பேத்கர். பா.ஜ.க. வினர் மாட்டு மூத்திரத்தை குடிப்பார்கள். பசும்பாலைக் கொட்டு வார்கள். இதுதான் சனாதன தர்மம் என்று தெரிவித்தார் திருமா வளவன்.

•

திருமா தனக்குள்ளே பல முகங்களை வைத்திருந்தாலும் பட்டிய லினத்தின் பாட்டாளி என்பதே அவரது பிரதான முகமாக இருக் கிறது. அதுதான் அவரை ஒரு பக்குவப்பட்ட ஓர் அரசியல் தலைவ ராக பொது வெளியில் பரிணமிக்க வைத்துக் கொண்டிருக்கிறது.

பாஜகவுக்கு எதிராக திருமா சீற்றத்துடன் முழங்கி வருவதால் சிறுபான்மையினத்தவரும் அவரைத் தோழமையுடன் பார்க் கிறார்கள். பட்டியல் இன மக்களுக்காகவே குரல் கொடுக்க அரசியலுக்குள் நுழைந்த திருமா, வட மாவட்டங்களில் பட்டியலின மக்களுக்கும் வன்னியர் சமூகத்தினருக்கும் இடையில் இணக்கமான சூழலை உருவாக்கும் முயற்சியிலும் இறங்கினார்.

அதற்காக விமர்சனங்களைப் பற்றி எல்லாம் கூட கவலைப்படாமல் பா.ம.க நிறுவனர் மருத்துவர் ராமதாஸுடன் கைகோர்த்தார்.

ஆனால் அவரது அந்த முயற்சி பலன் கொடுக்கவில்லை. அதை தனது இன மக்களும் ரசிக்கவில்லை எனத் தெரிந்ததால் தருணம் பார்த்து தன் கையை உதறிக் கொண்டார்.

2015ல் இரண்டு திராவிடக் கட்சிகளுக்கு மாற்றாக விஜயகாந்தை முன்னிறுத்தி மக்கள் நலக் கூட்டணி உருவானது. இதில் பிரதானமாக திருமாவும் இருந்தார். தி.மு.க., அ.தி.மு.க.வுக்கு மாற்றாக தமிழகத்தில் வெற்றிக் கூட்டணியை உருவாக்குவது அத்தனை எளிதான காரியம் இல்லை என்பதை 2016 தேர்தலில் உணர்ந்து கொண்ட திருமா மீண்டும் தி.மு.க.வை நோக்கி திரும்பினார்.

பத்து ஆண்டுகளுக்குப் பிறகு இப்போது தமிழக சட்டமன்றத்தில் தனக்கென நான்கு இடங்களை தக்க வைத்திருக்கிறது விடுதலை சிறுத்தைகள் கட்சி.

மக்களவையில் திருமாவும் ரவிக்குமாரும் எம்.பி.களாக இருக்கிறார் கள். ஆக தமிழக அரசியலைப் பொறுத்தவரை இப்போது திருமாவும் தவிர்க்க முடியாத சக்தியாக வளர்ந்திருக்கிறார். அதனால்தான் தி.மு.க. தலைவர் மு.க.ஸ்டாலின் திருமாவை விடாமல் தன்னருகே இருத்தி வைத்திருக்கிறார்.

2009?19 வரையிலான பத்து ஆண்டுகளில் திருமா தனது கட்சியின் கட்டமைப்பை பலப்படுத்தும் நடவடிக்கைகளைத் தீவிரப்படுத்தி னார். தேர்தல் வெற்றி தோல்விகளைத் தாண்டி, சமுக தளத்தில் மதவாத, சாதிய இழிவுகளுக்கு எதிராக தீவிரம் குறையாமல் இயங்கி வந்தது வி.சி.க.

ஒரு கட்டத்தில் பகை முரண்களை விலக்கி கொள்கைத் தோழனாக களமறிந்து செயல்பட்டது. பிறகு மக்கள் நலக்கூட்டணி அமைத்து மூன்றாம் அணியை உருவாக்க முனைந்தது. இதனால் கடும் விமர் சனங்களை சந்தித்தது.

அதே நேரம் வன்முறை சக்திகளின் வரையில் விழாமல் அனை வருக்குமான ஜனநாயக சக்தியாக தன்னையே வடிவமைத்துக் கொண்டது வி.சி.க. அதன் விளைவு 2019ஆம் ஆண்டு நாடாளு

மன்றத் தேர்தலில் விடையானது.

தி.மு.க. கூட்டணியோடு சிதம்பரம் தொகுதியில் தனிச் சின்னத்தில் போட்டியிட்ட திருமாவளவன் 19 சுற்றுகள் வரை முன்னிலையில் இருந்தார். ஆனால் நள்ளிரவில் திடீரென வாக்கு எண்ணிக்கை நிறுத்தப்பட்டது.

தமிழ்நாட்டு வாக்காளர்கள் அப்போது கண் விழித்துக் காத்திருந் தனர் தேர்தல் முடிவுக்காக.

அரசியல் எதிரணியில் நின்றவர்களும் அவரது வெற்றியை எதிர் பார்த்துக் காத்திருந்த அந்த நள்ளிரவில் 3219 வாக்குகள் வித்தியாசத்தில் திருமாவளவன் வெற்றி பெற்றதாக அறிவிக்கப்பட்ட போது பலரும் அதைக் கொண்டாடினர்.

ஏற்கனவே விழுப்புரத்தில் ரவிக்குமாரும், சிதம்பரத்தில் திருமா வளவனும் எம்.பி.க்களாக இருந்து வரும் நிலையில் 2024 நாடாளு மன்றத் தேர்தலில் எதிர்க்கட்சிகள் உருவாக்கி இருக்கும் 'இந்தியா கூட்டணி'யில் அங்கம் வகித்திருக்கிறது திருமாவின் வி.சி.க.

8
பிளாக் பேந்தர்ஸ் முதல் விடுதலை சிறுத்தை வரை

வீரியமும் விவேகமுமிக்க விடுதலைச் சிறுத்தைகளின் வரலாற்று பயணத்தை ஆய்வு செய்தால் அதிர்வலைகள் ஏற்படுத்தக் கூடிய ஆச்சர்யமிக்க செய்திகள் நம்மை வந்தடைவது உண்மை.

விடுதலைச் சிறுத்தை கட்சியை நிர்மானித்த தொல்.திருமாவளவன் இதற்கான வீரிய வித்துக்களை தமிழகம் தாண்டி சர்வதேச பரப்பிலிருந்து இதற்கான கருத்தியலை சுவீகரித்து தமிழக அரசியல் களத்தில் இன்று நெருப்பலைகளை உருவாக்கி வருவது புரியும்.

அமெரிக்க கறுப்பின மாணவர் குழு ஒன்று BLACK PANTHER PARTY FOR SELF - DEFENCE என்ற அமைப்பை 1960களில் உருவாக்கியது. கறுப்பின மக்கள் மீது நிகழ்த்தப்பட்ட நிறவெறித் தாக்குதல்களையும், திட்டமிட்ட குற்றத்திணிப்புகளையும் இந்த அமைப்பு வலிமையுடன் எதிர்த்தது.

வெறுமனே அமெரிக்க சிவில் உரிமைச் சட்டங்களின் மூலமாகத் தங்களால் அரசியல் பிரதிநிதித்துவத்தையும், பொருளாதார பலத்தையும் பெற முடியாது என்று கருதிய நிலையில் அவர்கள்

தங்களுக்கென அரசியலில் ஓர் அமைப்பை உருவாக்கிக் கொண்டார்கள். அதுதான் 'பிளாக் பேந்தர்' எனும் கருஞ்சிறுத்தைகள் கட்சி.

1966 அக்டோபர் 15ஆம் தேதியன்று உருவாக்கப்பட்ட பிளாக் பேந்தர் கட்சி இப்போது நம்முடைய தேவை என்ன? என்ற கேள்வியுடன் பத்து அம்ச திட்டத்தை முன்வைத்தது.

அவை ஆப்பிரிக்க அமெரிக்கர்களுக்கு முழுமையான சுதந்திரம், வேலை வாய்ப்பு, கண்ணியமான வீடுகள், உண்மையான வரலாற்றுக் கல்வி, உழைப்புச் சுரண்டல் மற்றும் ராணுவ சேவையிலிருந்து விலக்கு, போலீஸ் வன்முறைகளுக்கு முடிவு, சிறைவாசிகளின் விடுதலை, நேர்மையான விசாரணை, நிலம், ரொட்டி, உடை, நீதி மற்றும் அமைதி இதெல்லாமும் தான்.

நிறைவேறாத கனவுகளால் கொதிப்படைந்த பிளாக் பேந்தர்ஸ் ஆயுதமேந்தினார்கள். சிவில் உரிமைகளைப் படித்து அதன் வழியே போர்க்குணம் மிக்க நடவடிக்கைகளில் இறங்கினார்கள்.

அமெரிக்காவின் துப்பாக்கிச் சட்டங்களைக் கற்று, தாங்களே ஆயுதம் வாங்கி ரோந்துப் படைகளை உருவாக்கினார்கள். அதன் மூலம் ஒரு ஆப்பிரிக்க அமெரிக்கர் பாதிக்கப்பட்டாலும் அவரை பாதுகாக்கும் சூழலை உருவாக்கினார்கள்.

பிளாக்பேந்தர்களின் இந்தப் புரட்சிகர செயல்பாடுகள் ஆப்பிரிக்க அமெரிக்க மக்களிடையே எழுச்சியையும் அதிகார வர்க்கத்திடம் கடும் எதிர்ப்பையும் ஒரு சேர உருவாக்கின.

1970களில் பம்பாயில் தலித் அரசியல் எழுச்சி வீறுகொள்ளத் தொடங்கியிருந்தது. 1956ல் அம்பேத்கரின் மரணத்துக்குப் பிறகு அவரது பள்ளியிலிருந்து உருவான மாணவர்கள் படை 'குடியரசு கட்சியை' உருவாக்கியிருந்தாலும் அதில் பல்வேறு பூசல்கள் எழுந்தன.

கொள்கை முரண்களுடன் கட்சியிலிருந்து பலர் வெளியேறினார்கள். அதில் புரட்சிகரமான இளைஞர் பட்டாளம் ஒன்றும் இருந்தது.

ராஜா தாலே, அருண் காம்ப்ளே, நம்தேவ்தசல், ஜே.வி. பவார், ராம்தாஸ் அத்வாலே எஸ்.எம். பிரதான், பிரிதீம்குமார் ஷேகான்கா தன தலித் அரசியல் விழிப்புணர்வுடன் இயங்கி வந்த அந்த இளைஞர்கள் கையில் பிளாக் பேந்தர்கள் குறித்த விரிவான கட்டுரை அடங்கிய டைம்ஸ் இதழ் கிடைத்தது ஓர் எதிர்பாராத சம்பவம்தான்.

அமெரிக்காவில் ஆப்பிரிக்க அமெரிக்கர்கள் என்றால், இங்கு தாழ்த்தப்பட்டவர்கள் அங்கு நிறவெறி என்றால் இங்கு சாதிய ஒடுக்குமுறை இரண்டுக்கும் பெரிய தூரங்கள் இல்லை.

இந்த இளைஞர்கள் நாம் ஏன் பிளாக் பேந்தர்ஸ் போல ஒரு தலித் அமைப்பை உருவாக்கக் கூடாது என்று யோசித்தார்கள். விளைவு சாகுமகராஜ், ஜோதிராவ் புலே, அம்பேத்கர் வழியில் 1972 மே 29ஆம் தேதி அந்த பம்பாய் இளைஞர்கள் தங்களது புரட்சிகர அமைப்பை உருவாக்கினார்கள். அதற்கு தலித் பேந்தர்ஸ் என்றும் பெயரிட்டார்கள்.

அதுவரையிலான தலித் இயக்கங்களில் போர்க் குணமிக்க அமைப்பாகவும் செயல்பட்டது தலித் பேந்தர்ஸ்.

தலித் மக்களுக்கு எதிரான அநீதிகளை கேள்வி கேட்டதோடு, தலித்துகள் மீது வன்கொடுமை தாக்குதல்களை நிகழ்த்துபவர்களுக்கு உடனடி பதிலடியும் கொடுத்தார்கள். குற்றமிழைத்தவர்கள் தலித் பேந்தர்ஸை கண்டு அஞ்சி நடுங்கினார்கள்.

இதனால் பம்பாய் சால்களில் வசித்த தலித் இளைஞர்களிடையேயும் தலித் பேந்தர்ஸ் புகழ் விறுவிறுவெனப் பரவியது.

1973ஆம் ஆண்டின் இறுதியில் தலித்துகள் மீதான தாக்குதல்களைக் கண்டித்து மும்பை வோர்லி தீவுப் பகுதியில் பேரணி ஒன்றை நடத்த தலித் பேந்தர்ஸ் திட்டமிட்டது.

கூடவே பம்பாய் இடைத் தேர்தலில் 'தலித் மக்களைப் புறக்கணிப் போம்' என்று அறைகூவலும் விடப்பட்டது. தலித் அமைப்பு ஒன்றின் இந்த புரட்சிகர எழுச்சி, அப்போது துளிர் விட்டிருந்த சில

இந்துத்துவ அமைப்புகளுக்கும் ஆட்சியிலிருந்த கட்சிக்கும் எரிச்சலை தந்தது.

1974 ஜனவரியில் மும்பை வோர்லி பகுதியில் பேரணி நடை பெற்றுக் கொண்டிருந்தபோது சிவசேனா தரப்பினர் திட்டமிட்ட வன்முறையைக் கட்டவிழ்த்து விட்டனர். மூன்று மாதங்களாக கலவரம் நீடித்தது.

ஆயிரக்கணக்கில் தலித் குடிசைகள் தாக்குதலுக்கு ஆளாகின. நூற்றுக்கணக்கான தலித் இளைஞர்கள் கொல்லப்பட்டார்கள்.

அதிகாரமும், காவல் துறையும் இந்துத்துவ அமைப்புகளும் தலித் மக்களுக் எதிராகச் செயல்பட்டதாக குற்றச்சாட்டு எழுந்தது. அதோடு தலித் பேந்தர்ஸ் அமைப்பும் கடும் நெருக்கடிக்கு ஆளானது.

இதற்கிடையே 1976ல் தீண்டாமை ஒழிப்புச் சட்டம், பெயர் மாற்றம் கண்டு பி.சி.ஆர். (PROTECTION OF CIVIL RIGHTS) அறிமுக மானது.

சட்டம் செயல்படும் தன்மை குறித்து ஆராய, முன்னாள் தமிழ்நாடு காங்கிரஸ் தலைவர் இளைய பெருமாள் தலைமையில் கமிட்டி ஒன்றை இந்திய நாடாளுமன்றம் அமைத்தது. இந்தக் கமிட்டி நாடு முழுவதும் தலித் மக்கள் மீது நிகழ்த்தப்பட்டு வந்த கொடுமை களைப் பதிவு செய்தது. இந்திய அளவில் அந்த அறிக்கை பெரும் விவாதத்துக்குள்ளானது.

இந்தச் சூழலில் 'தலித் பேந்தர்ஸ்' ஒரு கருத்தியல் முரணுக்குள் சிக்கியது. 1977ல் 'மார்க்சிசமா? பௌத்தமா? அம்பேத்கரியமா? நீலமா... சிவப்பா?' என்ற விவாதம் தலித் பேந்தர்ஸுக்குள் தீவிரமானது.

நிறுவனர்களில் ஒருவரான ராஜா தாலே, 'அம்பேத்கர் வழி' என்றார். நாம்தே தசல் 'மார்க்ஸ் வழி' என்றார். சிலர் எல்லோரையும் ஒருங்கிணைத்து செல்வோம் என்றார்கள். சிலர் நாம் தனித்தன்மை யுடன் இயங்குவோம் என்றார்கள்.

இறுதியில், 'தலித் பேந்தர்ஸ்' பெயரைப் பயன்படுத்தி ஆளுக்கொரு

பக்கம் இழுப்பதை விட அமைப்பையே கலைத்து விடலாம் என்று முடிவெடுக்கப்பட்டது. அதன்படி 1977 மார்ச்சில் தலித் பேந்தர்ஸ் கலைக்கப்பட்டது.

இயக்கம் கலைக்கப்பட்டாலும் இளையோர் அனைவருக்கும் அம்பேத்கரின் துணைவியார் சவிதா அம்மையார் மீது தனிப்பட்ட மரியாதை தொடர்ந்தது.

குடியரசுக் கட்சியினர் தொடங்கி பிற தலித் அமைப்புகள் அனைத்துமே தங்களின் ஒருங்கிணைந்த தலைமையாக அவரை ஏற்றுக் கொண்டிருந்தார்கள்.

தலித் பேந்தரிலிருந்து விலகி வந்த அருண் காம்ப்ளே, 'பாரதிய தலித் பேந்தர்' என்ற அமைப்பைத் தொடங்கி சவிதா அம்பேத்கரை அதன் ஒருங்கிணைந்த தலைவராக அறிவித்தார்.

இந்திய அளவில் 17 மாநிலங்களில் பாரதிய தலித் பேந்தர் விரிவடைந்தது. அப்போதுதான் மதுரையைச் சேர்ந்த சட்டக் கல்லூரி மாணவர், அழகப்பன் மலைச்சாமி அருண் காப்ளேவை சந்தித்து பாரதிய தலித் பேந்தரில் தன்னை இணைத்துக் கொண்டார்.

பம்பாய்க்கு வேலைக்குச் சென்று திரும்பியிருந்த மலைச்சாமியின் நண்பர்கள் சிலர் அவரை பாரதிய தலித் பேந்தர் அமைப்பின் அமைப்பாளராக இருந்த அத்வாலேவிடம் அறிமுகம் செய்து வைத்தார்கள். அந்தத் தொடர்பின் மூலமாகத்தான் சவிதா அம்பேத்கரையும் அருண் காம்ப்ளேவையும் சந்தித்தார் மலைச்சாமி.

1983ஆம் ஆண்டு பம்பாய்க்குச் சென்று திரும்பிய மலைச்சாமி மதுரை தமுக்கம் மைதானத்தில் 5000க்கும் மேற்பட்ட இளைஞர்கள் முன்னிலையில் பாரதிய தலித் பேந்தர்ஸின் தமிழ்நாடு அமைப்பாளரானார்.

தலித் பேந்தர்ஸ் வழிவந்த காம்ப்ளேவுக்கும், திராவிடர் கழகம் வழி வந்த மலைச்சாமிக்கும் வாக்கு அரசியல் மீது நம்பிக்கை இருக்கவில்லை. தலித் மக்கள் மீது நிகழ்த்தப்பட்ட கொடுமைகளைத் தடுப்பது, தட்டிக் கேட்பது, உரிமைகளை மீட்பது, சமூக

விடுதலையை நோக்கி அவர்களை அணி திரட்டுவது இவையே பாரதிய தலித் பேந்தர்ஸின் முக்கிய நோக்கங்களாக இருந்தன.

இக்காலக் கட்டங்களில் கருப்பு ஜூலை இனக் கலவரம் தொடங்கி, திலீபன் உண்ணாவிரதம், ஈழத்தமிழர் புலப்பெயர்வு, விடுதலைப் போராட்டம் உள்ளிட்ட ஈழத் தமிழரின் அரசியல் நகர்வுகள் ஒவ்வொன்றும் திருமாவளவனின் கருத்துக்களில் தாக்கம் செலுத்திக் கொண்டிருந்தன.

இந்தச் சூழலில் திருமாவளவன் தான் தங்கிப் படித்த எம்.சி. ராஜா விடுதியில் உடன் படித்து வந்த பட்டியல் பழங்குடிச் சமூக மக்களை ஒருங்கிணைத்து ஈழப் போராட்டங்களில் பங்கேற்று வந்தார் திருமாவளவன்.

பேந்தர் மலைச்சாமியின் திடீர் மரணத்தையடுத்து 1989 செப்டம்பர் 15ஆம் தேதி மதுரை தமுக்கம் மைதானத்தில் இரங்கல் கூட்டம் ஒன்று ஏற்பாடானது.

அதில் பங்கேற்றுப் பேசிய திருமாவளவனின் கண்ணீர் சுரக்கும் பேச்சு காண்போரைக் கலங்கடித்தது. அதையடுத்து நடைபெற்ற கூட்டத்தில், பாரதிய தலித் பேந்தர்ஸின் புதிய மாநில அமைப்பாள ராக பொறுப்பேற்க திருமாவளவனிடம் கோரிக்கை வைக்கப் பட்டது. திருமாவளவனின் எண்ணம் வேறு விதமானதாக இருந்தது.

பாரதிய தலித் பேந்தரைப் பொறுத்தவரை அது மராத்தியப் பின்னணியுடன் உருவாக்கப்பட்ட அமைப்பு. அதன் தலைமை அமைப்பு மகாராஷ்டிராவில் இருந்தது.

அமைப்பின் பெயரால் முன்னெடுக்கப்படும் போராட்டங்கள் தொடங்கி அனைத்து முடிவுகளுக்கும் தலைமையிடம் அனுமதி பெற்று அமைப்பின் சட்ட திட்டங்களுக்கு கட்டுப்பட்டே செயல் படுத்த வேண்டிய நிலைமை இருந்தது.

முக்கியமாக மகாராஷ்டிராவில் நிலவும் தலித் மக்களுக்கெதிரான பிரச்சனைகளும் தமிழ்நாட்டின் பிரச்சனைகளும் வெவ்வேறா னவை. எனவே நமக்கான அரசியல் அமைப்பை நாமே உருவாக்கு வோம் என்று முடிவெடுத்தார் திருமாவளவன்.

முன்னதாக பாரதிய தலித் பேந்தரை, 'இந்திய ஒடுக்கப் பட்டோர் சிறுத்தை' என்று மொழியாக்கம் செய்திருந்தாலும் 1990 ஆம் ஆண்டு ஏப்ரல், 14ஆம் நாள் அதே மதுரையில் விடுதலைச் சிறுத்தைகள் என்ற தமது புதிய அமைப்பை அதிகார பூர்வமாக அறிவித்தார் திருமாவளவன்.

அம்பேத்கரின் கருத்தியலைப் பிரதிபலிக்கும் வகையில் நீலமும், மார்க்ஸின் சிந்தனைகளை ஏற்கும் வகையில் சிவப்பும் பட்டை களாக அமைய நடுவே வெள்ளை நிற நட்சத்திரங்களைக் கொண்ட கொடி திருமாவளவனால் அறிமுகப்படுத்தப்பட்டது.

விடுதலைச் சிறுத்தைகள் அரசியல் கட்சியாவதற்கான விதை மதுரை மண்ணிலேயே ஊன்றப்பட்டது.

தேர்தல் அரசியலில் நம்பிக்கையற்றுப் போயிருந்த திருமா, ஒடுக்கப் பட்ட பட்டியலின மக்களுக்கு எதிரான பிரச்சனைகளில் களப் போராளியாக நின்று போராடினார். ஆதிக்கச் சமூகங்களின் தாக்குதல்களுக்கு பதிலடி கொடுக்கவும் திருப்பித் தாக்கும் விதமாக ஆயுதங்கள் வைத்துக் கொள்வது குறித்தும் பேசினார்.

'திமிறியெழு... திருப்பி அடி' எனும் அதிரடி அரசியலைக் கையி லெடுத்த திருமாவளவனின் செயல்பாடுகள் மீது நக்சல் பாரி இயக்கத்துடன் நட்புக்கரம் நீட்டியவர்களின் பார்வையும் விழுந்தது.

இந்தச் சூழலில் நக்சல் அமைப்பினர் மீது அரசு மற்றும் காவல் துறையினரின் என்கவுண்டர் நடவடிக்கைகள் தீவிரமாகி வந்தன.

அதன் தொடர்ச்சியாக விடுதலைச் சிறுத்தைகள் அமைப்பின் தலைவ ராகவும், அரசுப் பணியாளராகவும் இருந்த திருமாவளவனை காவல் துறை கைது செய்து கடுமையாக விசாரிக்கும் அளவுக்கு இட்டுச் சென்றது.

மதுரை தல்லாகுளம் காவல் நிலையத்தில் தடுத்து வைக்கப்பட்ட சூழலில்தான் திருமாவளவன் மீது பிற அரசியல் கட்சிகளின் பார்வை விழுந்தது.

தலித் பேந்தர்ஸ் போல முழுமையான மிலிட்டண்ட் அமைப்பாக

வும் இல்லாமல் ஜனநாயக வழியில் தேர்தல் அரசியலைச் சந்திக்கும் அரசியல் கட்சியாகவும் இல்லாமல் இரண்டுக்கும் நடுவிலான சமூக இயக்கமாக விடுதலைச் சிறுத்தைகள் இயங்கி வந்தபோது ஒரே நேரத்தில் அவர்களுக்கான ஆதரவு தளமும், எதிர்ப்பும் வலுத்து வந்தன.

பட்டியல் சமூகத்தினரே எந்தப் பக்கம் நிற்பது என்ற குழப்பத்தில் ஆழ்ந்திருந்த நேரத்தில் தான் தனது அரசுப் பணியைத் துறந்து முழு நேர அரசியலுக்குள் நுழைந்தார் திருமாவளவன்.

அதே காலகட்டத்தில் தென் மாவட்டங்களில் ஒடுக்கப்பட்ட சமூக மக்களின் மத்தியில் முக்கியத் தலைவராக உருவெடுத்து வந்த டாக்டர் கிருஷ்ணசாமியும் தனது புதிய தமிழகம் கட்சியைத் தொடங்கி தேர்தல் அரசியலில் நுழைந்திருந்தார்.

1999ஆம் ஆண்டு ஜூலை 23ஆம் தேதி நெல்லை தாமிரபரணியில் மாஞ்சோலைப் படுகொலை நடைபெற்றது. அந்தப் படு கொலையைக் கண்டித்து சென்னையில் நடைபெற்ற உண்ணா விரதப் போராட்டம் திருமாவளவனையும் தேர்தல் அரசியலுக்குள் கையைப் பிடித்து இழுத்து வந்தது.

மாஞ்சோலைப் படுகொலையைக் கண்டித்து சென்னையில் நடைபெற்ற உண்ணாவிரதப் போராட்டக் களத்தில்தான் தமிழ் மாநில காங்கிரஸ் கட்சியின் தலைவரான ஜி.கே. மூப்பனாருடனான தேர்தல் கூட்டணியை திருமாவளவன் ஏற்படுத்தினார்.

ஆக, ஒரு சமூக அரசியல் இயக்கத் தலைவராக பயணித்து வந்த திருமா தேர்தல் பாதைக்கு திரும்ப ஏறத்தாழ ஒரு தசாப்த காலம் தேவைப்பட்டது. அந்தத் திருப்புமுனைக்கு தமிழ்நாட்டின் அன்றைய அரசியல் சூழலும் முக்கிய காரணமாக இருந்தது.

தமிழகத்தில் 1991 முதல் 1996 வரை ஆட்சியிலிருந்த ஜெயலலிதா தலைமையிலான அ.தி.மு.க அரசின் மீதான மக்களின் அதிருப்தி 1996 சட்டமன்றத் தேர்தலில் அபரிமிதமாக எதிரொலித்தது. அதுவே திமுக கூட்டணிக்கு மகத்தான வெற்றியையும் பரிசளித்தது.

அந்தத் தேர்தலில் 221 இடங்களில் திமுக கூட்டணி வென்று ஆட்சியமைத்தபோது காங்கிரஸ், முஸ்லீம் லீக் கட்சியுடன் இணைந்து தேர்தலைச் சந்தித்த அதிமுக வெறும் நான்கு இடங்களில் மட்டுமே வென்று ஆட்சியைப் பறிகொடுத்தது. இதில் கவனிக்கத் தக்க விசயம் அந்தத் தேர்தலில் தி.மு.க கூட்டணியில் சைக்கிள் சின்னத்துடன் களமிறங்கிய ஜி.கே. மூப்பனாரின் தமிழ் மாநில காங்கிரஸ் 39 இடங்களில் வென்றிருந்தது. மேலும் அடுத்து வந்த நாடாளுமன்றத் தேர்தலில் (1998) தி.மு.க கூட்டணி உதவியோடு மூன்று எம்.பி.க்களையும் பெற்றிருந்தது.

அந்தத் தேர்தலில் 30 எம்.பி. தொகுதிகளைக் கைப்பற்றிய அதிமுக வாஜ்பாய் அரசுக்கு அளித்த ஆதரவை 1999ல் திரும்பப் பெற்றதால் மத்தியில் ஆட்சி கலைந்தது.

அப்போது த.மா.க.வின் மூன்று எம்.பி.களும் மதவாதம் என்ற காரணத்தைச் சொல்லி பா.ஜ.க அரசுக்கு எதிராக வாக்களித்தனர்.

ஆனால் 1999ல் மீண்டும் நடைபெற்ற நாடாளுமன்றத் தேர்தலில் தி.மு.க.வுடன் பா.ஜ.க கை கோர்த்ததால் கடுப்பான ஜி.கே. மூப்பனார் கூட்டணியை விட்டு வெளியேறினார்.

அதுவரை சட்டமன்றத்தில் 39 எம்.எல்.ஏ.க்கள் நாடாளுமன்றத்தில் 3 எம்.பி.களுடன் இருந்த தமிழ் மாநில காங்கிரஸ், அ.தி.மு.க அணியிலும் சேரத் தயாராக இல்லாத நிலையில் தனியாக மூன்றாம் அணியை அமைக்கும் முயற்சியில் ஜி.கே. மூப்பனார் ஈடுபட்டார். அப்போது அவரோடு கைகோர்த்தது இரண்டே கட்சிகள்தான். ஒன்று டாக்டர் கிருஷ்ணசாமியின் புதிய தமிழகம். மற்றொன்று திருமாவளவனின் விடுதலைச் சிறுத்தைகள் கட்சி.

த.மா.கா. இரண்டு தொகுதிகளை விடுதலை சிறுத்தைகள் கட்சிக்கு ஒதுக்கியது. சிதம்பரத்தில் திருமாவளவன் வேட்பாளர். 1999 நாடாளுமன்றத் தேர்தல் அறிவிக்கப்பட்டு வெறும் இரண்டு வார கால கட்டத்துக்குள் எடுக்கப்பட்ட அவசர முடிவு.

சைக்கிள் தேர்தல் சின்னமாக 'கடைசி மனிதனுக்கும் சனநாயகம் - எளிய மக்களுக்கும் அதிகாரம்' என்ற முழக்கத்துடன் களத்துக்கு

வந்தது விசிக.

1999 செப்டம்பர் 4 மற்றும் 11 ஆகிய தேதிகளில் இரண்டு கட்டங்களாக நடைபெற்ற அந்தத் தேர்தலில் சிதம்பரத்தில் போட்டியிட்ட திருமாவளவன் 225768 வாக்குகளைப் பெற்று இரண்டாம் இடம் பிடித்தார்.

அப்போது சிதம்பரம் தொகுதிக்குள் அடங்கியிருந்த குறிஞ்சிப்பாடி, புவனகிரி, காட்டுமன்னார் கோயில், சிதம்பரம், விருத்தாச்சலம், மங்களூர் ஆகிய ஆறு சட்டமன்றத் தொகுதிகளிலும் விடுதலைச் சிறுத்தைகள் பெருவாரியான வாக்குகளை அறுவடை செய்திருந்தது. அந்தத் தேர்தலில் த.மா.கா. கூட்டணி பெற்ற 19.5 லட்சம் வாக்குகளில் 69 சதவீதம் பட்டியலின ஒடுக்கப்பட்ட மக்கள் அளித்த வாக்குகள்.

அதுவரையில் பல கட்சிகளுக்கு வாக்களித்து வந்த ஒடுக்கப்பட்ட மக்கள் ஓரணியாகத் திரண்டு தங்கள் பலத்தை அறிந்து கொண்ட தோடு பிற தரப்பினரது வெற்றியைப் பாதிக்கும் சூழலும் ஒரு சேர உருவானதால் பட்டியலினத்தவர்களுக்கு எதிராக பலவிதமான வன்முறைகள் தொடர்ந்து கட்டவிழ்த்து விடப்பட்டன.

தலித் மக்களின் குடிசைகளை எரிப்பது, சொத்துக்களை சூறையாடுவது, பெண்களை வன்கொடுமை செய்வது, இளைஞர்களை கொடூரமாகத் தாக்குவது என தலித் மக்கள் மீதான வன்முறை வெறியாட்டக் களமாக மாறியது இருபதாம் நூற்றாண்டின் இறுதி கட்டம்.

சட்டமன்ற நுழைவும் ராஜினாமாவும்

1999 நாடாளுமன்றத் தேர்தலையடுத்து இரண்டே ஆண்டு களில் தமிழ்நாடு சட்டமன்றத் தேர்தல் அறிவிப்பு வெளியானது. இந்த முறை மூன்றாம் அணியைக் கலைத்து விட்டு அ.தி.மு.க.வுடன் ஐக்கியமானார் ஜி.கே.மூப்பனார்.

மூப்பனார் பக்கம் செல்ல விரும்பாத விடுதலை சிறுத்தைகள் கட்சி திமுக கூட்டணியில் இணைந்தது.

2001ஆம் ஆண்டு தமிழ்நாடு சட்டமன்றத் தேர்தலில் மங்களூர், அரூர், கண்டமங்கலம், சமயநல்லூர், வரகூர், நன்னிலம், தலைவாசல், அவிநாசி உள்ளிட்ட எட்டுத் தனித்தொகுதிகளிலும், புதுச்சேரி சட்டமன்ற தேர்தலில் ஏம்பலம், திருபுவனை ஆகிய இரண்டு தொகுதிகளிலுமாக மொத்தம் பத்து தொகுதிகள் வி.சி.க.வுக்கு ஒதுக்கப்பட்டன.

திருமாவளவனுடைய எண்ணம் சமயநல்லூரில் களமிறங்குவது. ஆனால் தேர்தல் பிரச்சாரப் பொதுக் கூட்டத்தில் வேட்பாளர்களை அறிமுகம் செய்து வைத்த அன்றைய தி.மு.க தலைவர் கலைஞர்,

'திருமாவளவன் மங்களூர் தொகுதியில் போட்டியிடுவார்' என்று அறிவித்தார்.

கடந்த நாடாளுமன்றத் தேர்தலில் அந்தப் பகுதியில்தான் அதிகபட்ச வாக்குகளைப் பெற்றிருந்தது வி.சி.க. தேர்தலின் முடிவில் 1,35,016 வாக்குகள் பதிவாகி இருந்தன. அவற்றில் தி.மு.க.வின் உதயசூரியன் சின்னத்தில் களமிறங்கிய திருமாவளவன் 64,627 வாக்குகள் பெற்று முதல் வெற்றியுடன் தமிழ்நாடு சட்டமன்றத் துக்குள் நுழைந்தார்.

ஆனால் அடுத்த இரண்டு ஆண்டுகளில் தனது எம்.எல்.ஏ. பதவியைத் துறந்து தி.மு.க கூட்டணி உறவையும் திருமா முறித்துக் கொண்டார்.

03.02.2004 ஆம் தேதியன்று தனது மங்களூர் தொகுதி எம்.எல்.ஏ. பதவியை ராஜினாமா செய்வதாகச் சொல்லி சபாநாயகர் காளிமுத்து விடம் கடிதமளித்தார் திருமாவளவன். 2001ஆம் ஆண்டில் அவர் வெற்றி பெற்றபோதும் தி.மு.க கூட்டணியில் ஆட்சி அமைக்க முடியவில்லை.

விட்டதைப் பிடிக்கும் வேகத்துடன் வீறு கொண்டு எழுந்த அ.தி.மு.க., அந்த முறை பா.ம.க, தா.மா.கா, காங்கிரஸ், சி.பி.ஐ, சி.பி.எம், ஃபார்வேர்டு பிளாக், இந்திய யூனியன் முஸ்லீம் லீக் என மெகா கூட்டணி அமைத்து 196 இடங்களில் வென்றது.

சட்டமன்றத்தில் எதிர்க்கட்சி வரிசையில் தி.மு.க உறுப்பினர்களுக் கிடையில் திருமாவளவனின் பெயரும் இடம் பெற்றிருந்தது.

அவர் பதவியிலிருந்த இரண்டரை ஆண்டுகளில் நடைபெற்ற சட்ட மன்றக் கூட்டத்தொடர்களில் அவர் பேசுவதற்கு கிடைத்த வாய்ப்புகள் அரிதானவை.

அதற்கும் தி.மு.க கொறடாவிடம் அனுமதி பெற வேண்டும். அவர் அனுமதித்தாலும் பேரவைத் தலைவர் அனுமதி முக்கியம். அந்தக் கருத்தும் ஆளுங்கட்சிக்கு எதிரானதாக இருந்தால் வேறு வினையே இல்லை. குறுக்கீடுகள், கூச்சல்கள் என சக்கர வியூகத்தில் சிக்க வைக்கும் நிலைதான்.

ஆனாலும் தன் சட்டமன்ற கன்னிப் பேச்சில் "அரசு வேலை வாய்ப்பு, பதவி உயர்வுகளில் ஒடுக்கப்பட்ட பழங்குடியின, இதர பிற்படுத்தப்பட்ட சமூகத்தினருக்கான இடஒதுக்கீட்டை உறுதி செய்யும் வகையில் 1995ஆம் ஆண்டு ஒன்றிய அரசால் கொண்டு வரப்பட்ட சட்டத்தை மாநில அரசு நடைமுறைப்படுத்த வேண்டும்" என்று பேசினார்.

அத்துடன் தாழ்த்தப்பட்டோர் மேம்பாட்டுக்காக தனி வங்கி, பட்டியலின மக்கள் வேட்பமனு தாக்கல் செய்வதைத் தடுத்து வந்த பாப்பாபட்டி, கீரிப்பட்டி, நாட்டார்மங்கலம் உள்ளிட்ட ஐந்து ஊராட்சிகளில் தேர்தல் நடத்துவது, அமைச்சரவையில் தலித் சமூகத்தவர் பிரதிநிதித்துவம் நெய்வேலி நிலக்கரி நிறுவனம் தனியார் மயமாவதன் பாதிப்பு, அரியலூர், பெரம்பலூர் மாவட்டங் களின் இணைப்புக்கெதிரான எதிர்ப்பு, சாதிய வன்முறையில் குடிசைகளை இழந்தவர்களுக்கு கான்கிரீட் வீடு கோரிக்கை, இரட்டைக் குவளை, இரட்டைச் சுடுகாடு எனப் பல்வேறு விவகாரங்களைக் கேள்விகளாக திருமா முன் வைத்து வந்தார்.

சட்டமன்றத்துக்கு வெளியேயும் போராட்டங்கள், ஈழ விடுதலை அமைப்புகளுடனான தொடர்பு எனத் தனது செயல்பாடுகளைச் சுருக்கிக் கொள்ளவில்லை வி.சி.க.

ஆனால் 2004ஆம் ஆண்டுக்கான நாடாளுமன்றத் தேர்தலில் விடுதலைச் சிறுத்தைகள் கட்சிக்கு சீட்டு வழங்க தி.மு.க தலைமை தயங்கிய நிலையில் கலைஞர் கருணாநிதியோடு முரண்பட்டு தனது பதவியை ராஜினாமா செய்தார் வி.சி.க தலைவர் திருமாவளவன்.

❖

திருமாவின் சட்டப் போராட்டங்கள்

அனல் தகிக்கும் தமிழக அரசியல் களத்தில் 2016 தேர்தல் கால கட்டத்தில் விடுதலை சிறுத்தைகள் கட்சியின் தலைவர் திருமா தனது வாழ்க்கையில் அரசியல் நீரோட்டம் தன்னை எங்கெல்லாம் இழுத்துச் சென்று கொண்டிருக்கிறது என்பதை ஒரு இதழுக்கு அளித்த நேர்காணலில் தெளிந்த நீரோடை போல பகிர்ந்துள்ளார்.

திருமாவின் அரசியல் முகத்திற்கான அரிச்சுவடி முதல் இன்றைய ஆளுமை மிக்க செயல்பாட்டின் தீவிரம் வரை தெளிவாக அவரது பகிர்வில் ஒரு பகுதியில் அறிய முடிகிறது.

விசிக உருவான பிறகு தமிழக அரசியல் களத்தில் தலித்துகள் ஒரு சக்தியாகத் திரளத் தொடங்கியிருக்கிறார்கள். இதற்கு முன்பு அரசிய லுக்கும் தமக்கும் தொடர்பில்லை. அதிகாரத்துக்கும் தமக்கும் தொடர்பில்லை என்று வேடிக்கை பார்க்கக் கூடியவர்களாக அவர்கள் இருந்தார்கள்.

"குடிசைகளைக் கொளுத்துகிறவர்கள், பெண்களை மானபங்கப் படுத்துகிறவர்கள், கோயிலில் நுழையாதே, குளத்தினில் இறங்காதே,

செருப்பு அணியாதே, சைக்கிளில் போகாதே" என்று கொடுமைப் படுத்தியவர்களையெல்லாம் சகித்துக் கொண்டிருந்த நிலை மாறி, தமக்கென்று ஒரு அமைப்பு, தமக்கென்று ஒரு கொள்கை, தமக்கென்று ஒரு களம் என்ற நிலையை நோக்கி நகர ஆரம்பித்திருக்கிறார்கள். அடக்குமுறைக்கு எதிரான பயணம் இப்போது அதிகாரத்தை நோக்கி நகர்கிறது.

●

நான் சிறுபிள்ளையாக இருந்த காலத்தில் தலித்துகள் வசிக்கிற பகுதியில் காங்கிரஸ் கொடியும், காமராஜர் படமும் தான் பெரும்பாலும் இருக்கும்.

தலித் அல்லாதவர்களின் தெருக்களில் தி.மு.க. கொடி பறக்கும். நானே காங்கிரஸுக்கு ஓட்டு கேட்டு கோஷம் போட்டுச் சென்றிருக்கிறேன். ஆக, காங்கிரஸ் என்பது தலித் மக்களுக்கு ஒரு பாதுகாப்பு அரண் என்று நம்பக்கூடிய அளவுக்கு ஒரு தோற்றம் இருந்தது. புரட்சியாளர் அம்பேத்கரைப் படிக்கத் தொடங்கிய பிறகு எல்லாம் மாறியது.

காந்தியின் காலத்தில் தொடங்கி காங்கிரஸ் நடத்திய ஆலயப் பிரவேசப் போராட்டங்கள், 'அரிஜன் பத்திரிகை, அரிஜன சேவா சங்கம்' சுதந்திரத்திறகு பிந்தைய காங்கிரஸின் செயல்பாடுகள் எதையும் நான் குறையாகக் கூறவில்லை.

ஆனால் காந்தி, காங்கிரஸ், இந்து மதம் மூன்றும் தலித்துகளின் விடுதலைக்கு அடிகோலாது என்பது புரியத் தொடங்கியது. ஒப்பீட்டளவில் காங்கிரஸ் ஏனைய கட்சிகளை விடவும் தலித்துகளுக்கு நிறையச் செய்திருக்கிறது என்றாலும் வாக்கு வங்கி அரசியலை அடிப்படையாகக் கொண்ட சீர்திருத்தங்களாகவே அவையெல்லாம் எனக்குப் பட்டன.

சாதி ஒழிப்பையும் இந்துத்துவ எதிர்ப்பையும் முக்கிய இலக்காக கொண்ட இயக்கமே தலித்துகளின் விடுதலைக்கு வழிவகுக்க முடியும் என்று நினைத்தேன்.

●

ஆரம்பத்திலிருந்தே கம்யூனிசக் கொள்கையை நான் உளமாற நேசித்தேன். சொல்லப் போனால் கம்யூனிசம்தான் பௌத்தம். பௌத்தம்தான் கம்யூனிசம் என்று நம்பக்கூடிய அளவுக்கு நிறைய கம்யூனிசத் தோழர்களோடு பழகி இருக்கிறேன். ஆனால் அந்தக் கட்சியில் சேர வேண்டுமென்கினற உணர்வு எப்போதும் எழுந்த தில்லை.

எனக்குத் தெரிந்து, எங்கள் ஊர்ப்பக்கம் அன்றைக்கெல்லாம் எந்தத் தலித் குடியிருப்புப் பகுதியிலும் நான் கம்யூனிஸ்ட் கொடிகளைப் பார்த்ததில்லை.

சின்ன வயதிலேயே இலங்கைத் தமிழர்கள் பிரச்சனையில் கொண்ட அக்கறையும் விடுதலைப் புலிகள் இயக்கத்தின்பால் கொண்ட ஈர்ப்பும் கூட இதற்கு ஒரு காரணம் என்று சொல்லலாம்.

தனித்தமிழ் இயக்கம், தமிழீழ விடுதலை இயக்கம், தமிழ்த் தேசிய இயக்கம் இப்படித்தான் என் ஆரம்ப கால அரசியல் நகர்ந்தது. ஒரு புறம் விடுதலைப்புலிகளின் தாக்கங்கள், இன்னொரு புறம் தலித் மக்களுக்கு எதிரான கொடுமைகள் இவை இரண்டும் எனக்குள் ஒரு வேதி மாற்றத்தை உருவாக்கின.

தலித் மக்களுக்கு இழைக்கப்படக் கூடிய சாதியக் கொடுமையி லிருந்து அவர்களை மீட்க இந்த அரசியல் இயக்கங்கள் எதுவும் பயன்படாது என்று நான் கருதினேன்.

சொல்லப் போனால் 1980 முதல் 1995 வரையிலான காலகட்டத்தில் நான் தேர்தல் அரசியல் மீது நம்பிக்கை இல்லாதவனாக இருந்தேன்.

•

எட்டாம் வகுப்பு படிக்கும்போது என் அப்பாதான் அம்பேத்கரை எனக்கு அறிமுகப்படுத்தினார். அப்பா எட்டாம் வகுப்பு வரை படித்தவர். வாசிப்பு அதிகம். விவசாயக் கூலி. ஒரு வரலாற்று ஆசிரியர் மாதிரி எனக்கு வரலாற்றைச் சொல்லிக் கொடுத்தவர். நான் நன்றாகப் படிக்க வேண்டும் என்பதற்காக அப்பா அடிக்கடி அம்பேத்கரைப் பற்றிச் சொல்வார்.

நம்மை மாதிரி அவரும் ஒடுக்கப்பட்ட சமூகத்தில் பிறந்தவர். நிறையப் படித்தவர். அவரது படிப்பை எழுதினால் இவ்வளவு நீளத் துக்கு வரும் என்று தன் இரண்டு கைகளையும் விரித்துக் காட்டுவார் அப்பா.

பின்னாளில் சென்னைக்கு வந்த பிறகு 'நாட்டுக்கு உழைத்த நல்லவர் அம்பேத்கர்' புத்தகம் கிடைத்தது. சின்ன புத்தகம். அதுதான் அம்பேத்கரைப் பற்றி நான் படித்த முதல் புத்தகம். அம்பேத்கரைப் பற்றிப் படிக்கப் படிக்க என்னுள் ஒரு பெரும் உந்துதல் உருவானது.

●

சின்ன வயதிலேயே எங்கள் மக்கள் அனுபவித்த கொடுமைகள் கடுமையான பாதிப்புகளை மனதில் உருவாக்கி விட்டன. அரசிய லுக்காகத் திட்டமிட்டு என் வாழ்க்கையை அமைத்துக் கொள்ள வில்லை என்றாலும், காலம் அதை நோக்கித்தான் என்னைத் தள்ளியது.

●

1982ல் நான் பட்டப் படிப்பை முடித்தபோது என் வயது 20. எங்கள் ஊரில் பதினெட்டைத் தாண்டி விட்டாலே கல்யாணப் பேச்சு வந்து விடும். என் அம்மா பெண் பார்க்கிறேன் என்று வந்து நின்றார். நான், 'இந்தப் படிப்புக்கெல்லாம் வேலை கிடைக்காதம்மா; சட்டம் படிக்கப் போகிறேன். வேலை கிடைக்கவிட்டாலும் வக்கீல் வேலை பார்த்தாவது பொழைச்சுக்கலாம்' என்றேன்.

அப்பா என் பக்கம் நின்றார். மேலே படிக்கப் போனபோது, விடுதலைப் புலிகள் இயக்கம் சார் மாணவர்கள் அமைப்புடன் தொடர்பு ஏற்பட்டது. 1983க்குப் பிந்தைய காலகட்டம் கொந்தளிப் பானது இல்லையா?

'விடுதலைப்புலி' என்ற கையெழுத்துப் பத்திரிகை நடத்தினேன். கண்ணதாசன் பேரவை சார்பில் 1984 மார்ச்சில் ஈழ விடுதலை மாநாடு நடத்தினேன். இப்படிப் போக ஆரம்பித்து விட்டது.

அந்தக் காலகட்டத்தில் நான் ரொம்ப கூச்ச சுபாவி. ஆண் நண்பர்

களே குறைவு. பெண்களுடனான உறவு காதலையெல்லாம் நினைத்துப் பார்க்கக்கூட முடியாதவனாக இருந்தேன்.

வெகு விரைவில் அரசுப்பணி கிடைத்தது. தடய அறிவியல் துறை யில் வேலை. மதுரைக்குப் போனேன். அதன் பிறகு என் வாழ்க்கையே மாறி விட்டது.

மலைச்சாமி அண்ணனின் அறிமுகம் கிடைத்தது. 'தலித் பேந்தர்ஸ்' இயக்கம் அறிமுகமானது. சில மாதங்களுக்குள் அந்தப் பகுதியில் நடந்த கொடூரமான சம்பவங்கள் எனக்குள் பெரிய மாற்றங்களை உருவாக்கி விட்டன.

மேலூர் அருகேயுள்ள சென்னகரம்பட்டியில் 1992ல் நடந்த இரட்டைப் படுகொலை, 1997ல் மேலவளவில் நடந்த எழுவர் படுகொலை போன்ற சம்பவங்கள் கடுமையான அதிர்வை உருவாக்கின.

அதுவரை ஈழப் போராட்டம், அது தொடர்பான தோழர்களுட னான தொடர்பு என்றிருந்த நான், தலித் பிரச்சனைகளுக்காகக் குரல் கொடுப்பது மிக முக்கியமான பணி என்ற மனநிலைக்கு வந்தேன்.

அரிவாள் வெட்டுப்பட்டு ரத்தம் சொட்டச் சொட்ட நள்ளிரவு இரண்டு மணிக்கு ஓடி வருவார்கள். குடிசையை கொளுத்தி விட்டார்கள் என்று ஓடி வந்து அழுவார்கள். ஓடுவேன். இதை யெல்லாம் மாற்ற வேண்டும் என்றால் அர்ப்பணிப்பு இல்லா விட்டால் முடியாது என்று புரிந்தது.

எப்படியாவது ஒரு இயக்கத்தை வளர்த்தெடுக்க வேண்டும் என்று தோன்றியது. இரவெல்லாம் கிராமம் கிராமமாகப் போய் கூட்டம் போட்டுப் பேசுவோம். பாதிக்கப்பட்டவர்களை அழைத்துக் கொண்டு காவல் நிலையம் போவது, மாவட்ட ஆட்சியரைப் போய்ப் பார்ப்பது என்று ஒரே அலைச்சல் ஓய்விருக்காது,

எங்காவது ஓரிடத்தில் தலித்துகளுக்கு எதிராகத் தாக்குதல் நடந்தது என்றால உடனே ஒரு சுவரொட்டியைத் தயார் செய்வோம்.

அந்தச் சுவரொட்டியில் எங்கள் அரசியலைப் பேசுவோம். நானே

சுவரொட்டி எழுதுவேன். துண்டறிக்கை தயாரிப்பேன். ரயில் நிலையம், பஸ் நிறுத்தங்கள், கடைவீதி என்று தெருத் தெருவாக அலைந்து நானே அவற்றை ஒட்டுவேன். பல நேரங்களில் பசைக் கையை அலுவலகம் போய்க் கழுவியிருக்கிறேன்.

இரவு நேரங்களில் சுவர்களில் விளம்பரம் எழுதுவேன். மதுரை யில் சுவர்களுக்கு வெள்ளையடித்து பெரிது பெரிதாக அம்பேத்கர் பெயரை முதலில் எழுதியது நாங்கள்தான். எவ்வளவோ நாள் அப்படி எழுதி விட்டு தூக்கக் கலக்கத்தில் அந்தச் சுவரோரங்களி லேயே படுத்துத் தூங்கியிருக்கிறேன்.

'தலித் பேந்தர்ஸ்' அமைப்பு சித்தாந்த ரீதியாக நிறைய முரண் பாடாகத் தெரிந்தபோது தமிழ்ச் சூழலுக்கேற்ற 'விடுதலைச் சிறுத்தைகள்' அமைப்பைத் தொடங்கினோம்.

அப்போதெல்லாம் அரசியல் வாழ்க்கை ஒரு கட்டத்தில் தலை மறைவு வாழ்க்கையை உருவாக்கி விடும் என்றே நினைத்திருந்தேன். வெவ்வேறு அரசியல் தொடர்புகள் காரணமாக உளவுத் துறையினர் என்னைப் பின் தொடர்ந்து கொண்டே இருப்பார்கள்.

திருமணம் என்கிற ஒரு விஷயத்தைக் கற்பனையே செய்ய முடியாத காலம். 1999ல் தேர்தல் அரசியலுக்கு வந்தோம். நாளெல்லாம் கூட்டங்கள், நிகழ்ச்சிகள் என்று ஊர் ஊராகப் பயணப்பட வேலைச் சுமை மேலும் பல மடங்கானது. பின்னாளில் அதற்கான காலம் கடந்து விட்டது. அம்மா மட்டும் சொல்லிக் கொண்டே இருப்பார் கள். நான் போக்குக் காட்டிக் கொண்டே இருக்கிறேன்.

'வன்கொடுமை தடுப்புச் சட்டம் தவறாகப் பயன்படுத்தப்படுவதால் அப்பாவிகள் பாதிக்கப்படுகிறார்கள்' என்கிறார் பாட்டாளி மக்கள் கட்சி நிறுவனர் மருத்துவர் ராமதாஸ்.

ஆனால் "பாதிக்கப்பட்ட தலித் மக்களை மேலும் பாதிக்கிற வகை யில் வன்கொடுமை தடுப்புச் சட்டத்தை வலுவிழக்கச் செய்துள்ள உச்சநீதிமன்றத் தீர்ப்பை செயலிழக்கச் செய்ய வேண்டும்" என்று போர்க்கொடி தூக்கி வருகின்றனர் பட்டியல் சமூக அமைப்பினர்.

வன்கொடுமை தடுப்புச் சட்டத்தில் சில திருத்தங்களைச் செய்து உச்சநீதிமன்றம் தீர்ப்பளித்ததை தொடர்ந்து நாடு முழுக்க பல்வேறு போராட்டங்கள் நடைபெற்றன. வடமாநிலங்களில் நடைபெற்றப் போராட்டங்களின்போது வன்முறை வெடித்ததால் பத்துக்கும் மேற்பட்டோர் பலியாகினர்.

இதைத் தொடர்ந்து இந்தச் சட்டத் திருத்தம் குறித்த வாதப் பிரதிவாதங்கள் அனல் பறக்கின்றன.

தமிழகத்திலும் பல்வேறு தலித் அமைப்புகள், இந்தச் சட்டத் திருத்தத்துக்கு எதிராக ஓரணியில் திரண்டு வருகின்றன. அந்த வகையில் வன்கொடுமை தடுப்புச் சட்டத்தை 9வது அட்டவணை யில் இணைக்கக் கோரி விடுதலைச் சிறுத்தைகள் உள்ளிட்ட பல்வேறு கட்சியினர் சென்னையில் 24.04.2018ல் நடத்திய போராட்டம் சென்னையையே குலுங்கச் செய்து விட்டது.

இந்தப் போராட்டத்தில் விடுதலைச் சிறுத்தைகள், பகுஜன் சமாஜ், புரட்சி பாரதம், இந்தியக் குடியரசுக் கட்சி, தமிழக மக்கள் முன்னேற்றக் கழகம், ஆதித்தமிழன் மக்கள் கட்சி உள்ளிட்ட பல்வேறு கட்சிகள் கலந்து கொண்டன.

வன்கொடுமை தடுப்புச் சட்டத்தை நீர்த்துப் போகச் செய்யும் உச்சநீதிமன்றத் தீர்ப்பை செயலிழக்கச் செய்ய அவசரச் சட்டம் இயற்ற வேண்டும்.

மேலும் அந்தச் சட்டத்தை 9வது அட்டவணையில் சேர்க்க வேண்டும் என்ற கோரிக்கைகளை வலியுறுத்தி இந்தப் போராட்டம் நடைபெற்றது.

இந்நிலையில் இந்தச் சட்டத் திருத்தம் குறித்து பேசிய திருமா வளவன், 'வன்கொடுமை தடுப்புச் சட்டம் 1989ஆம் ஆண்டே வந்து விட்டது. ஆனாலும் அதனை எந்த மாநில அரசும் சீரியஸாக எடுத்துக் கொள்வதே இல்லை. தமிழ்நாட்டிலேயே அதற்கு 1995ஆம் ஆண்டு தான் விதிகளே வந்தன.'

ஒரு சட்டம் இயற்றப்பட்டு அதற்கான விதிமுறைகள் வரையறுக்கப் பட்ட பிறகுதான் அந்தச் சட்டம் நடைமுறைக்கு வரும். அந்த

வகையில் தமிழ்நாட்டில் மிகவும் காலதாமதமாக விதிகள் வரையறுக்கப்பட்ட வன்கொடுமை தடுப்புச் சட்டம், அதன் பிறகும் கூட முறையாக பயன்படுத்தப்படவில்லை.

ஓரிரு வழக்குகள் பதிவு செய்யப்பட்டாலும் கூட சம்பந்தப் பட்டவர்கள் மீது திவிரமான புலனாய்வு செய்து தண்டனை வழங்குவதற்கான ஏற்பாடுகள் எதுவும் நடைபெறவில்லை. ஆக நடைமுறையில் வெறுமனே ஒப்புக்கு இயங்கிக் கொண்டிருந்த அந்தச் சட்டத்தையே, ‘எங்களுக்கு ஆபத்தான சட்டமாக இருக்கிறது’ என்று சாதியவாதிகள் குரல் எழுப்பிக் கொண்டிருந்தார்கள்.

இந்த நிலையில் 1989ஆம் ஆண்டு சட்டத்தை மாற்றி அல்லது திருத்தி கடந்த 2015ஆம் ஆண்டு வன்கொடுமை தடுப்புச் சட்டத் திருத்த மசோதாவைக் கொண்டு வந்தார்கள். அது சட்டமாகவும் மாறியது. இந்தச் சட்டம் தவறாகப் பயன்படுத்தப்படுகிறது என்று உச்ச நீதிமன்ற நீதிபதியே பதிவு செய்துள்ளார்.

அப்படி ஒரு சட்டத்தை பாதிக்கப்படுகிற மக்கள் பயன்படுத்த முடியாது. பயன்படுத்துகிறவர்கள் அரசு அதிகாரிகள்தாம். அரசாங்கம் சட்டத்தைப் பயன்படுத்தும். ஆனால் பாதிக்கப்படுகிற தலித்துகளையே சட்டத்தை தவறாகப் பயன்படுத்துகிறார்கள் என்று திரும்பத் திரும்பக் குற்றம் சாட்டுவதென்பது ஒன்று அறியாமையாக இருக்க வேண்டும். அல்லது உள்நோக்கம் கொண்டதாக இருக்க வேண்டும்.

தலித் மக்கள் புகார் கொடுப்பதோடு சரி, ஆனாலும் அந்தப் புகாரை காவல் துறை அதிகாரிகள் அவ்வளவு எளிதில் ஏற்றுக் கொள்வதில்லை. ஆக எங்கள் புகாரை ஏற்றுக் கொள்ளச் சொல்லியே நாங்கள் பெரும் போராட்டம் நடத்த வேண்டியதிருக்கிறது.

இந்த நிலையில் வன்கொடுமை தடுப்புச் சட்டத்தை தவறாகப் பயன்படுத்துகிறார்கள் என்று எங்கள் மீதே குற்றச்சாட்டு வருவதென்பது அபத்தமானது என்று அழுத்தமாகக் கூறியுள்ளார்.

●

இந்திய நடுவண் அரசு இலங்கை தமிழர் படுகொலையை நிறுத்த நடவடிக்கை எடுக்க வேண்டும் எனக்கோரி விடுதலைச் சிறுத்தைகள் தலைவர் தொல்.திருமாவளவன் சாகும் வரை உண்ணா நிலைப் போராட்டத்தை வியாழன் ஜனவரி 15, 2009 அன்று தொடங்கினார்.

சென்னையை அடுத்த மறைமலை நகரில் நான்கு நாட்களாக நடத்தி வந்த உண்ணாநிலைப் போராட்டத்தை தொல்.திருமாவளவன் ஞாயிற்றுக்கிழமை ஜனவரி 18, 2009 அன்று முடித்துக் கொண்டார்.

வன்னிப் போரில் பெருமளவு தமிழ் மக்கள் இடம் பெயர்ந்து குண்டுத் தாக்குதலுக்கு உள்ளாகி உணவு, மருந்து, தங்குமிடம் இன்றி அகதியாகி உள்ளனர்.

விடுதலைப் புலிகளின் சுருங்கிய கட்டுப்பாட்டு பகுதிக்குள் மிகவும் இக்கட்டான நிலையில் பட்டினி சாவை எதிர்நோக்கி 3 லட்சம் வரையான மக்கள் உள்ளனர்.

இலங்கை அரசு பொது மக்களை சற்றும் பொருட்படுத்தாமல் மூர்க்கமாக தாக்கி வருகிறது. இப்படி அழிவின் விளிம்பில் 5 லட்சம் தமிழர்கள் இனவெறிப் போரை நிறுத்தி அமைதிப் பேச்சு வார்த்தை நடத்து என இந்திய நடுவண் அரசை கோரி திருமாவளவன் பட்டினிப் போரை முன்னெடுத்தார்.

இலங்கையின் போர் முன்னெடுப்புக்கு இந்திய அரசு படைத்துறை பொருளாதார உதவிகளை வழங்கியதாகக் கருதப்பட்டது.

தலித் விடுதலையின் தலைமகன் மலைச்சாமி

தமிழ்நாட்டில் பட்டியலின மக்களின் ஆட்சி அதிகாரம் எனும் கருத்தியலுடன் தோன்றிய குரல் மதுரை மண்ணிலிருந்து ஒலித்த மலைச்சாமியின் கலகக் குரலாகும்.

மதுரை அவனியாபுரத்தில் நீர் மேலாண்மை சார்ந்த மடைப்பணி செய்யும் குடும்பப் பின்னணியில் 1956 மார்ச் 11 அன்று பிறந்தவர் மலைச்சாமி.

நவீனமடைதல் வழியாக சாதிய இறுக்கத்தை உடைக்க முடியும் என்றும் நம்பிய அவர் அதற்கு கல்வியறிவு அவசியம் என உணர்ந்தார்.

மலைச்சாமி நடத்திய டாக்டர் அம்பேத்கர் கல்விக் கழகமானது தாழ்த்தப்பட்ட மக்களின் கல்வி மேம்பாட்டிற்காக உழைப்பது அம் மக்களுக்கு எளிதில் கல்வி கிடைக்கச் செய்து கல்வி கற்கத் தூண்டு வது, வேலைக்காக மனு செய்யும் மாணவர்களுக்கு போட்டித் தேர்வுகள் மற்றும் நேர்முகத் தேர்வுக்கான பயிற்சி கொடுப்பது போன்ற நோக்கங்களுக்காக நடத்தப்பட்டது.

மலைச்சாமியின் தந்தை அழகப்பன் ஒரு அரசு எழுத்தராகவும் பணியாற்றினார். மலைச்சாமி தொடக்கக்கல்வியை அவனியாபுரம் தொடக்கப் பள்ளியிலும் உயர்நிலைக் கல்வியை மதுரை தெற்கு வாசலில் உள்ள நகராட்சி உயர்நிலைப் பள்ளியிலும் நிறைவு செய்தார்.

மதுரையிலுள்ள முகையத்ஷா சிர்குரோ வக்பு வாரியக் கல்லூரியில் இளங்கலை பொருளியல் பட்டப்படிப்பை முடித்தார். இதனால் தான் குடும்பத்தில் முதல் கல்லூரிப் பட்டதாரியானார்.

1981ல் மதுரை அரசு சட்டக் கல்லூரியில் சேர்ந்து இளங்கலைச் சட்டம் பயின்று பிப்ரவரி 1984ல் மதுரை வழக்கறிஞர் சங்கத்தில் வழக்கறிஞராகப் பதிவு செய்து கொண்டார்.

திராவிடர் கழகத் தலைவர் கி. வீரமணி தலைமையில் 1983 ஜூலை 1ல் சீர்திருத்தத் திருமணம் செய்து கொண்ட மலைச்சாமிக்கு 1986ல் வினோத் அம்பேத்கர் என்ற மகன் பிறந்தார்.

தமது இளமைப் பருவத்தில் பெரியார் ஈ.வெ. இராமசாமியின் கொள்கையில் ஈடுபாடு கொண்டிருந்த மலைச்சாமி, பள்ளிப் பருவத்தில் பிற மாணவர்களுடன் இணைந்து தான் சார்ந்த வடக்குப் பச்சேரி, பெரிய பச்சேரி ஆகிய பகுதிகளை தந்தை பெரியார் நகர் என மாற்ற பாடுபட்டார். திகவின் இளைஞரணி ஒருங்கிணைப் பாளராகவும் செயலாற்றினார்.

புகழ் பெற்ற அவனியாபுரம் ஜல்லிக்கட்டில் பட்டியலினத்தைச் சேர்ந்த வீரர்கள் காளைகளைப் பிடிப்பதை எதிர்த்து 1980ல் ஒரு சாதிய மோதல் திட்டமிடப்பட்டது. பெரியார் நகர் மக்களைத் திரட்டி அதை முறியடித்த மலைச்சாமி கைது செய்யப்பட்டார்.

சிறையிலிருந்து விடுதலையான பிறகு அம்பேத்கரின் சிந்தனை களைப் பின்பற்றி தலித் மக்களின் விடுதலையில் கூடுதல் கவனம் செலுத்தத் தொடங்கினார்.

சுயமரியாதைத் திருமணங்கள், சாதி மறுப்புத் திருமணங்கள் போன்றவற்றின் தேவையை மக்களிடம் எடுத்துரைத்தார்.

சாதிய வன்முறைக்கு எதிராகத் தேசிய அளவில் பரவிய மகர் சமூகத்தின் எழுச்சியின் அடையாளமாக 1972ல் மகாராட்டிர மாநிலத்தில் 'தலித் பேந்தர்ஸ்' (ஒடுக்கப்பட்ட சிறுத்தைகள் / கருஞ் சிறுத்தைகள்) இயக்கம் உருவாகியிருந்தது.

அமெரிக்கக் கறுப்பின மக்கள் நடத்தி வந்த கருஞ்சிறுத்தைக் கட்சி யின் கருத்தியல் தாக்கம் கொண்ட தலித் பேந்தர்ஸ் ஆட்சி அதிகாரத்தின் வழியாகத் தலித் விடுதலை அடையும் பாதையில் செயல்பட்டது.

அதன் ஒருங்கிணைந்த தலைவராக, அம்பேத்கரின் துணைவியாரான சவிதா அம்பேத்கர் இருந்தார். அவ்வமைப்பின் நிறுவனர்களில் ஒருவரான அருண் காம்ப்ளே, மலைச்சாமியை நேரில் சந்தித்துப் பேசினார்.

இதையடுத்து மலைச்சாமி 19 செப்டம்பர், 1983 அன்று தலைமை யில் மதுரை தமுக்கம் மைதானத்தில் சுமார் 10,000 பேர் முன்னிலை யில் பாரதிய தலித் பேந்தர்ஸ் அமைப்பில் தன்னை இணைத்துக் கொண்டு அதன் தமிழ்நாட்டு அமைப்பாளராகப் பொறுப்பேற்றார்.

அவ்வமைப்பின் சார்பாக 'தலித் விடுதலை' எனும் இதழும் வெளி வந்தது. இதையடுத்து 'பேந்தர் மலைச்சாமி' என்று அறியப்பட்டார்.

மதுரை மாவட்டம் மாணிக்கம்பட்டி ஊராட்சியில் சாதி இந்துக்கள் வாழும் பகுதியில் பட்டியலின வகுப்பைச் சார்ந்தவர்கள் 17 சனவரி 1983 அன்று தண்ணீர் எடுத்தார்கள் என்ற காரணத்தை சொல்லி காட்டுராசா என்னும் பட்டியலின இளைஞர் கொலை செய்யப் பட்டார்.

இதைக் கண்டித்தும், காட்டு ராசாவுக்கு நீதி கோரியும் மலைச்சாமி 14 பிப்ரவரி 1983 அன்று மதுரையில் தலித் பேந்தர்ஸ் சார்பாக இவர் நடத்திய பேரணியில் சுமார் 10000 மாணவர்கள் கலந்து கொண் டனர்.

கட்டபொம்மன் சிலை முதல் மாவட்ட ஆட்சியர் அலுவலகம் வரையில் நடந்த இந்தப் பேரணி, பட்டியலின மக்களின் விடுதலைப்

போராட்ட வரலாற்றில் முக்கியமான மைல் கல்லாக அமைந்தது. இதன்பின் 'மாவீரன் மலைச்சாமி' என அவர் அழைக்கப்பட்டார்.

அதே ஆண்டில் மதுரை தெற்கு வட்டம் பெருங்குடி ஊராட்சியைச் சேர்ந்த ஏழை பட்டியலின மக்களுக்கு அளிக்கப் பட்ட பட்டா நிலத்தை ஆக்கிரமித்தவர்களை எதிர்த்து 23 ஜூலை அன்று நடத்திய போராட்டத்தில், சிறு விவசாயிகள் நல சங்கம், பாரதி தேசிய பேரவை, அம்பேத்கர் மக்கள் இயக்கம், மக்கள் சிவில் உரிமைக் கழகம், தமிழக மக்கள் முன்னணி, கிராமிய இறையியல் நிறுவனம் ஆகிய இயக்கங்களோடு தன்னை இணைத்துக் கொண்டு போராடி பெருங்குடி மக்களுக்கு அந்த நிலத்தை பெற்றுத் தந்தார். இதனால் இன்றும் பெருங்குடி மக்கள் அவரை நினைவு கூறுகின்றனர்.

நவீனமடைதல் வழியாக சாதிய இறுக்கத்தை உடைக்க முடியும் என்றும், 'நாம் பிறப்பதற்கு முன் இருந்த சாதியை இறப்பதற்குமுன் அழித்தே தீர வேண்டும்' என்றும் பேசினார் மலைச்சாமி.

கல்வியே சமூக விடுதலைக்கு அடிப்படை என்பதை உணர்ந்து டாக்டர் அம்பேத்கர் கல்வி கழகத்தை 6 டிசம்பர் 1985 முதல் தொடங்கி நடத்தினார்.

1987 இடஒதுக்கீட்டுப் போராட்டத்தின்போது தென்ஆற்காடு மாவட்டத்தில் பாதிக்கப்பட்ட பட்டியலின மக்களின் சார்பாக போராடினார் மலைச்சாமி.

வஞ்சி நகரம் ஊராட்சியைச் சேர்ந்த ஆதி திராவிட இளைஞர் கந்தன் அக்டோபர் 8, 1987 அன்று படுகொலை செய்யப்பட்டதைக் கண்டித்து மேலூரில் 28, அக்டோபர் அன்று போராட்டம் நடத்தி னார் மலைச்சாமி.

1988ல் தன் தம்பியான மதராசு உயர் நீதிமன்ற வழக்கறிஞர் விஜயன் வழியே அன்றைய தலித் மீனவ இளைஞர் நல இயக்கத்தின் பொதுச் செயலாளரும் மதுரை தடய அறிவியல் துறையில் இரண்டாம் நிலை உதவியாளராகவும் இருந்த தொல். திருமாவளவனின் பேச் சாற்றலை அறிந்த மலைச்சாமி அவரை பொதுக் கூட்டங்களில் பங்கேற்க அழைப்பு விடுத்தார்.

1989 ஆ00கஸ்ட் 3 அன்று மதுரை உசிலம்பட்டி வட்டம் உத்தப்புரத்தில் நடந்த சாதிக் கலவரத்தில் பாதிக்கப்பட்ட தலித் மக்களுக்கு சார்பாக அனைத்து தலித் இயக்கங்களோடும் இணைந்து போராடினார்.

இந்திய அளவில் பட்டியலின மக்கள் ஒருங்கிணைக்கப்பட வேண்டும், அரசியல் அதிகாரத்தை கைப்பற்ற வேண்டும் என்பதில் நம்பிக்கை கொண்டு அதற்கான முயற்சிகளில் மலைச்சாமி தொடர்ந்து ஈடுபட்டார்.

முதல் முறையாக அம்பேத்கருக்கு மதுரை பன்னாட்டு வானூர்தி நிலையத்தில் சிலை அமைத்தார்.

1989 செப்டம்பர் 14 அன்று காலையில் உடல்நலக் குறைவால் மதுரை அரசு ராஜாஜி மருத்துவமனையில் சேர்க்கப்பட்ட மலைச்சாமி அன்று மாலையில் காலமானார்.

அவரது உடல் திருமாவளவன் உள்ளிட்டோர் முன்னிலையில் மறு நாள் மாலை 5.30 மணியளவில் எரியூட்டப்பட்டது. பின்னர் டிசம்பர் 31 அன்று திருமாவளவன் தலைமையில் ஒரு இரங்கல் கூட்டம் நடத்தப்பட்டது.

மலைச்சாமி வகித்த தலித் பேந்தர்ஸ் மாநில அமைப்பாளர் பொறுப்பை ஏற்கும்படி திருமாவளவனை அவ்வமைப்பினர் பலமுறை வற்புறுத்தினார்.

இறுதியாக 1990 ஜனவரி 21ல் திருமாவளவன் அவ்வமைப்பின் பெயரை 'இந்திய ஒடுக்கப்பட்ட சிறுத்தைகள்' என மாற்றி அதன் தலைமைப் பொறுப்பை ஏற்றுக் கொண்டார்.

பின்னர் அப்பெயரில் ஒடுக்கப்பட்ட என்ற சொல்லை நீக்கி, 'விடுதலைச் சிறுத்தைகள்' என மாற்றினார். 14, ஏப்ரல் 1990 அன்று மதுரை கோ.புதூர் பகுதியில் விடுதலைச் சிறுத்தைகள் இயக்கத்தின் முதல் கொடியை அவர் ஏற்றினார்.

❖

குடிசையில் முளைத்த ரெட்டைமலை நீ!

இனநலப் போராளி இரட்டைமலை சீனிவாசனாரின் ஆத்மார்த்த இதய ஒலியலைகள் எழுச்சித் தமிழர் திருமாவின் நெஞ்சில் எப்போதும் ஒலித்துக் கொண்டிருப்பதை தமிழ்ச் சமூகம் நன்கறியும்.

இரட்டைமலை சீனிவாசனின் வாழ்வியல் கோட்பாடுகளை அனுதினமும் தனது நெஞ்சில் பதுக்கிக் கொண்டிருப்பது மட்டு மல்லாது அவரது வழிகாட்டல்களை ஒரு குருஸ்தானத்தில் இருந்து தமது விடுதலைச் சிறுத்தைகள் கட்சி மூலம் இந்த சமூகத்திற்கு மடைமாற்றம் செய்து வருபவர்.

'தாத்தா ரெட்டைமலை' என்ற திருமாவின் கவிதைத் துடிப்பில் அதன் அர்த்த பாவத்தை நம்மால் உணர முடிகிறது.

உன் மீசை விறைப்பில்
ஏறிய துடிப்பு
எம் நரம்புகளை
முறுக்கேற்றி

தலைநிமிர்த்தும்
உம் விழிகளில்
தெறிக்கும்
ஒளிவீச்சு
எம் விடியலைக்
குறிக்கும்
வெளிச்சம்
உன் உடுப்பினில்
வெளிப்படும்
மிடுக்கு
எம் வீறுநடையில்
வீரத்தைப் பெருக்கும்
ஆழமாய்
உன்
அடிச்சுவடுகளில்
எம் வரலாற்றின்
வேர்கள்
தலை நீட்டும்
ஆதவனாய்ச் சிவந்த
உன்
அறிவுச் சுடரொளியில்
எம் வாழ்வின்
சிதைவுகள்
முகம் காட்டும்
உன் பெருமூச்சில்
பற்றிய
விடுதலைத்தீ
எம் வரலாற்றைப்
புதைத்த
சாதிக்குப்பைகளைப்
பொசுக்கும்
நீதொடுத்த

உரிமைப் போர்
எம் வாழ்வை மீட்கும்
விடுதலைப் போராய்
வெடிக்கும்
குடிசையில் முளைத்த
ரெட்டைமலை
நீ
கொடுமைக்கெதிராய்
குமுறி வெடித்த
எரிமலை
உள் உயரத்தைக்
காண மறுக்கும்
கும்பலுக்கு
உலகில் உயர்ந்தது
இமய
மலைதான்

செங்கல்பட்டு மாவட்டம், அச்சிறுபாக்க ஒன்றியம் கோழியானம் கிராமத்தில் பிறந்த இரட்டைமலை சீனிவாசன் இந்திய அரசியல் வாதி, சமுக சீர்திருத்த செயல்பாட்டாளர், வழக்குரைஞர், ஆதி தமிழர் மக்களுக்காக குரல் கொடுத்தவர். பறையர் மகாசன சபையைத் தோற்றுவித்து பறையன் என்ற திங்கள் இதழையும் நடத்தியவர்.

சென்னை மாகாண சட்டசபை உறுப்பினராக 1923 முதல் 1939 வரை இருந்தவர், இவருக்கு மணிமண்டபம் அமைக்க வேண்டும் என விடுதலை சிறுத்தைகளின் கட்சித் தலைவர் தொல். திருமா வளவன் தமிழ்நாடு அரசுக்கு தொடர்ந்து கோரிக்கை வைத்து வந்தார்.

இதனையடுத்து அச்சிறுபாக்கம் அடுத்த அண்ணாநகர் பகுதி தேசிய நெடுஞ்சாலையையொட்டி 1 ஏக்கர் பரப்பளவில் ரெட்டைமலை சீனிவாசன் நினைவு மண்டபம், திருவுருவ சிலை ஆகியவற்றை செய்தி மக்கள் தொடர்பு துறை சார்பில் கட்டுவதற்கு முடிவு செய்யப்பட்டு இடம் தேர்வு செய்யப்பட்டது.

இதனையடுத்து கட்டுமான பணிகள் நடைபெற்று வந்தது. அந்த கட்டுமான பணிகள் வி.சி.க கட்சித் தலைவர், தொல்.திருமா வளவன், எம்.பி. ரவிக்குமார், எம்.எல்.ஏ.க்கள் பனையூர் பாபு, பாலாஜி ஆகியோர் கடந்த சில மாதங்களுக்கு முன்பு ஆய்வு செய்தனர்.

இதனிடையே பணி முடிவடைந்த இரட்டைமலை சீனிவாசன் மணிமண்டபத்தை திறக்க வேண்டும் என விசிக கட்சி மாவட்டச் செயலாளர் பொன்னிவளவன், மாவட்ட கலெக்டரை நேரில் சந்தித்து மனு அளித்திருந்தார்.

இந்நிலையில் அண்ணாநகர் பகுதியில் கட்டப்பட்ட மணிமண்டபத் தில் இரட்டைமலை சீனிவாசன் வெண்கலச் சிலை, கோபுர வடிவிலான அழகிய மண்டபம், நடைபாதை, சுற்றுச்சுவர், கழிவறை உள்ளிட்ட வசதிகளுடன் ரூ.2.18 கோடி மதிப்பில் கட்டி முடிக்கப் பட்டுள்ளது.

சென்னையில் இருந்தபடியே காணொளிக் காட்சி மூலமாக தமிழக முதல்வர் மு.க.ஸ்டாலின் இந்த மண்டபத்தை திறந்து வைத்தார்.

●

பட்டியலின மக்களின் உரிமை விவகாரத்தில் வட இந்தியாவைக் காட்டிலும் தமிழ்நாடு சமூக நீதி விவகாரத்தில் எவ்வளவு முன்னோக்கி தீவிரநிலை அடைந்திருந்தது என்பதற்கான ஆதாரம் தான் இரட்டைமலை சீனிவாசனின் வரலாறு.

தென்னிந்திய நல உரிமைச்சங்கம் (நீதிக்கட்சி) தமிழகத்தில் 1916ம் ஆண்டு தான் உருவாக்கப்பட்டது. நீதிக்கட்சி வந்த பிறகுதான் பட்டியலின மக்கள் கல்வி கற்க முடிந்தது. உரிமைகளைப் பெற முடிந்தது என்று அரசியல் விமர்சகர்கள் சிலர் கூறுவதுண்டு.

ஆனால் நீதிக் கட்சி தோன்றுவதற்கு முன்பே, பட்டியலின மக்களின் உரிமைகளுக்கு குரல் கொடுத்தது மட்டுமின்றி பட்டியலின மக்களுக்கு கல்வி உரிமையைப் பெற்றுத்தந்திருக்கின்றோம் என்று கூற தமிழக வரலாற்றின் ஆவணச்சாட்சியாக விளங்குபவர் இரட்டைமலை சீனிவாசன்.

பழைய செங்கல்பட்டு மாவட்டம் கோழியானத்தில் 1859ம் ஆண்டு ஜூலை 7ம் தேதி அவ்வூரில் பெரும் செல்வந்தராக விளங்கிய இரட்டை மலை - ஆதியம்மை தம்பதிகளுக்கு மகனாகப் பிறந்தார் இரட்டை மலை சீனிவாசன்.

கல்வியிலும் பொருளாதார முன்னேற்றத்திலும் உயர்ந்திருந்தாலும் எங்களை விட நீ கீழானவர்தான் என்று ஒடுக்குமுறைக்கு ஆளான போது தஞ்சைக்கு குடிபெயர்ந்தது இவரது குடும்பம்.

ஆனால் அங்கும் நில உரிமையாளர்களால் ஒடுங்கப்பட்டதால் கோவைக்கு குடிபெயர்ந்தனர். எங்கு குடிபெயர்ந்தாலும் தனது கல்வி கற்கும் ஆர்வத்தை யாராலும் ஒடுக்கிவிட முடியாது என்பதில் தீவிரமாக இருந்த இரட்டைமலை சீனிவாசன் தஞ்சை மற்றும் கோவையில் பள்ளிப்படிப்பை முடித்து கோவை அரசினர் கல்லூரி படிப்பைத் தொடர்ந்தார்.

கல்லூரியில் பயின்ற 400 பேரில் கிட்டத்தட்ட 390 பேர் பிராமணர்களாக இருக்க பத்து பேர் மட்டுமே வேற்று சாதியினர். அதில் இரட்டை மலை சீனிவாசனும் ஒருவர் என்பது குறிப்பிடத்தக்கது.

கல்லூரியில் அனுபவித்த சாதியக் கொடுமைகள், தனித்து செயல்பட்ட வலிகள் ஏராளம். அந்த இளம் வயதில் அவர் மனதில் ஏறியது பாடங்கள் மட்டு மல்ல. பிறப்பால் அனைவரும் சமம் என்று சமூகத்திற்கு கற்பிக்க வேண்டிய சிந்தனையும்தான்.

கல்வியே ஒடுக்கப்பட்டவர்களின் பேரா யுதம் என்பதை உணர்ந்து, தீண்டாமைச் சூழலிலும் வைராக்கியத்துடன் கல்லூரிப் படிப்பை முடித்தவர், நீலகிரியில் பிரிட்டிஷ் நிறுவனத்தில் கணக்கராக பணி புரிந்து கொண்டே பட்டியலின மக்களின் உரிமைகளுக்காக போராடும் கலகக்காரராகவும் தான் கற்ற கல்வியை பயன்படுத்தத் துவங்கினார்.

இந்தியாவில் நடக்கும் சாதிக் கொடுமைகள் குறித்து பிரிட்டிஷ் அரசிடம் எடுத்துக்கூற 1900ம் ஆண்டு லண்டன் செல்ல மும்பைக்கு சென்றார் இரட்டைமலை சீனிவாசன்.

ஆனால் மும்பையில் அவருக்கு லண்டன் செல்லும் கப்பல் கிடைக்காததால் தென்னாப்பிரிக்கா செல்லும் நிலை ஏற்பட்டது.

தென்னாப்பிரிக்காவில் இருபது ஆண்டு காலம் அரசுப்பணியில் இருந்து ஓய்வுபெறும் போது நடந்த உபசரிப்பில் சந்தோஷமாக இருக்க நான் ஊருக்குச் செல்லவில்லை.

என் மக்களுக்காக நான் பாடுபட்டேன். 20 ஆண்டுகாலம் இங்கு வந்து தங்கிவிட்டேன் மீண்டும். அந்தப் போராட்டத்தை தொடங்கு வதற்காகத்தான் நான் இந்தியா செல்கிறேன் என்று கூறியவர் தனது சொல்லை சாகும்வரை செயலாக்கி, பட்டியலின மக்களின் உரிமை களிலும் வளர்ச்சியிலும் பங்கெடுத்துக் காட்டினார்.

1883ம் ஆண்டு ஏழு மாணவர்களுக்கு மேல் படிக்கும் பள்ளிகளுக்கு அரசு நிதியுதவி அளிக்கும் என்று பிரிட்டிஷ் அரசு இயற்றிய சட்டம் அந்தச் சட்டம் குறித்து விழிப்புணர்வூட்டி பட்டியலின மக்களையே பள்ளிகளைத் துவக்க வைத்தார் இரட்டைமலை சீனிவாசன்.

பட்டியலின மக்கள் அதிகமாக வசிக்கும் பகுதிகளில் சிறப்பு பள்ளி களை உருவாக்க வேண்டும் என்ற இவரது வேண்டுகோளை ஏற்று பிரிட்டிஷ் அரசும் சிறப்புப் பள்ளிகளை உருவாக்கியது.

ஆனால் அப்படி பள்ளி துவங்க எதிர்ப்புகள், நிலம் கொடுக்க முன்வராமை, பட்டியலின மக்கள் பள்ளிக்கு மாற்று சாதி ஆசிரியர்கள் வராதது போன்ற பிரச்சனைகள் வந்தன.

ஆனால் கல்வி கற்க வெறும் கோரிக்கை மட்டும் வைக்காமல், அந்தக் கோரிக்கை செயல்படுத்தப்படும்போது ஏற்பட்ட இடர்பாடுகளுக் காகவும் களத்தில் நின்றவர் இரட்டைமலை சீனிவாசன்.

அவரால் உருவான சிறப்பு பள்ளிகள் தான் பின்னாட்களில் உருமாறி ஆதிதிராவிடர் நலப்பள்ளிகள் ஆனது என்பது வரலாறு.

பட்டியலின மக்களின் உரிமைகள் குறித்து பேசாத எந்த அரசியல் இயக்கமும் தேவையில்லை என்ற கொள்கையில் உறுதியாக இருந்தார் இரட்டைமலை சீனிவாசன். 1891ம் ஆண்டு பட்டியலின மக்கள் உரிமைகளை பெறவும், கல்வி உரிமைக்காகவும் 'பறையார்

மகாஜன சபை' யை ஏற்படுத்தினார். அதோடு நிறுத்தவில்லை.

பறையர் என்ற சொல்லில் என்ன இழிவு இருக்கிறது. ஒரு சொல்லுக்கு இழிவு என்றால் அதை கற்பித்துத்தான் போக்க வேண்டும். ஆகவே அதை நெஞ்சுரத்தோடு பயன்படுத்துவதுதான் இழிவைப் போக்கும் என்று கூறி எந்த சொல்லால் ஒடுக்கிறார்களே அதே சொல்லால் 1893 ஆம் ஆண்டு 'பறையன்' இதழை ஆரம்பித்து சாதிக் கொடுமைகளை வெளிச்சம் போட்டுக் காட்டினார்.

இந்தச் செயல்பாடுகளில் சமூக இதழியலின் முதல் முன்னோடி என்ற பெருமையும் இரட்டைமலை சீனிவாசனுக்கு உரியது.

சுதந்திரத்துக்கு முன்பான காலத்தில் இந்தியாவின் பேரியக்கம் என்று சொல்லப்பட்ட காங்கிரஸ் கட்சியையே ஒரு விசயத்தில் தோற் கடித்த பெருமை இரட்டைமலை சீனிவாசனை சேரும்.

'இந்தியன் சிவில் சர்வீஸ்' பணிக்கு இந்தியர்கள் தேர்வு எழுத வேண்டும் என்றால் லண்டன் சென்றுதான் எழுத வேண்டும் அங்கு தேர்ச்சி பெற்றவர்களே இந்தியாவில் அதிகாரிகளாக வர முடியும்.

பிரிட்டிஷ் நாடாளுமன்றத்தில் முதல் இந்திய உறுப்பினரான தாதாபாய் நௌரோஜி இந்தியன் சிவில் சர்வீஸ் தேர்வை இந்தியா விலும் நடத்த வேண்டும். அப்போதுதான் இந்தியர்களும் பங்கெடுக்க முடியும் என்று பிரிட்டிஷ் நாடாளுமன்றத்தில் கோரிக்கை வைத்தார்.

அவரின் கோரிக்கையை ஆராய்ந்து செயல்படுத்துவதற்கு இந்திய செயலாளருக்கு உத்தரவிட்டது பிரிட்டிஷ் நாடாளுமன்றம்.

அப்படி இந்தியாவில் ஆராயும்போது, அதற்கு எதிர்ப்பாக 3000க்கும் மேற்பட்டவர்களின கையெழுத்தை வாங்கி அரை அடிக்கு கடிதம் எழுதி, 'இந்தியாவில் இந்தியன் சிவில் சர்வீஸ்' தேர்வு நடத்தக் கூடாது, அப்படி நடத்தினால் ஆதிக்க சாதியினர் மட்டுமே வெற்றி பெறுவார்கள்.

ஏற்கனவே தங்கள் சாதி பலத்தால் தான் ஒடுக்கப்பட்ட மக்களை இன்னும் ஒடுக்குகிறார்கள். இவர்களுக்கு அரசு அதிகாரமும்

கிடைத்து விட்டால் இன்னும் மக்களை ஒடுக்குவார்கள்! ஆகவே இந்தியன் சிவில் சர்வீஸ் தேர்வை நீங்கள் இந்தியாவில் நடத்தக் கூடாது. லண்டனில் மட்டுமே நடத்த வேண்டும். இந்தத் தேர்வை இங்கிலாந்தினர் மட்டுமே எழுதினால் நல்லது. ஏனென்றால் அவர்கள் சாதிய பாகுபாட்டை பார்க்க மாட்டார்கள். அவர்கள் சமூகத்தில் சாதி கிடையாது. ஆகவே அவர்கள் தான் இந்தியாவை ஆளத் தகுதியானவர்கள்.

என்றைக்கு இந்தியர்கள் சாதியை விட்டொழிகிறார்களோ அன்றைக்குத்தான் இவர்கள் ஆளத் தகுதியானவர்கள் என்று அழுத்தமாக மனு அளித்ததோடு 1893 ஆம் ஆண்டு இதற்கு எதிராக கூட்டமும் நடத்தினர் இரட்டைமலை சீனிவாசன்.

அவருடைய மனுவின் காரணமாக ‘இந்தியாவில் இப்போது இந்தியன் சிவில் சர்வீஸ் தேர்வு நடத்த சாதகமான சூழல் இல்லை’ என்று பிரிட்டிஷ் நாடாளுமன்றத்தை அறிவிக்க வைத்தது.

இந்தியாவின் பேரியக்கமான காங்கிரசுக்கே சிம்ம சொப்பனமாய் விளங்கி இந்திய அளவில் செல்வாக்கு மிகுந்த தலைவரான தாதா பாய் நௌரோஜியை மெட்ராஸ் மாகாணத்தில் இருந்து தோற் கடித்தார் இரட்டைமலை சீனிவாசன்.

‘இந்தியாவில் முதலில் சமூக சீர்திருத்தம்தான் தேவை. அதற்குப் பின் தான் அரசியல் சீர்திருத்தம்’ என்ற தெளிவான புரிதல் கொண்டிருந் தார்.

இரண்டு வட்ட மேஜை மாநாட்டில் இந்தியா சார்பாக கலந்து கொண்டது, புனே ஒப்பந்தத்தில் கையெழுத்திட்டது என்று அம்பேத்கருடன் நட்பு பாராட்டிய இரட்டைமலை சீனிவாசன், அம்பேத்கர் தன்னைவிட வயதில் குறைந்தவர் என்றாலும் அம்பேத் கரின் அறிவைப் போற்றியவர்.

1935 ஆம் ஆண்டு அம்பேத்கர் இந்து மதத்தை விட்டு வெளி யேறி புத்த மதத்தை தழுவுவதே சிறந்த வழி என்ற போது, நீங்கள் ஏன் இந்து மதத்தை விட்டு வெளியேற்ற வேண்டும் என்கிறீர்கள்? நாம்தான் இந்துவே கிடையாதே? பிறகு எப்படி நாம் அதிலிருந்து வெளியேற

முடியும்? என்றார்.

சாதீயக் கொடுமைக்கு மதமாற்றம் தீர்வாகாது என்பதை வலியுறுத்திய இரட்டைமலை சீனிவாசன், தியாஸபிக்கல் சொசைட்டியை நிறுவிய கர்னல் ஆல்காட் புத்த மதத்தை ஆதரித்ததையும், அயோத்திதாசர் புத்த மதத்தை ஏற்றதையும் ஏற்க மறுத்தார் என்பது குறிப்பிடத்தக்கது.

தமிழக சட்டமன்றத்தில் 10 ஆண்டுகளுக்கு மேலாக நியமன சட்ட மன்ற உறுப்பினராக இருந்தபோது, பட்டியலின மக்களை ஏமாற்றி வாங்கும் கைநாட்டுப் பத்திரங்களை ரத்து செய்தல், பொதுப் பயன்பாட்டு உரிமைகளை பட்டியலின மக்களுக்கும் வழங்குதல், விடுமுறை நாட்களில் மதுக்கடைகளை மூடுதல் போன்ற பல்வேறு தீர்மானங்களைக் கொண்டு வந்தார்.

இந்திய ஒடுக்கப்பட்டோர் அரசியல் வரலாற்றில் பாபா சாகேப் அம்பேத்கருக்கு (1891 - 1956) முன்னோடியாகவும், சக பயணாளி களாகவும் இருந்தவர் இரட்டைமலை சீனிவாசன் (1860 - 1945).

அம்பேத்கர் பிறந்த ஆண்டில் 'பறையர் மகாஜன சபையை' உருவாக்கி, ஒடுக்கப்பட்டோரின் உரிமைக்காக இரட்டைமலை சீனிவாசன் போராடினார்.

1900ல் தென்னாப்பிரிக்கா சென்ற சீனிவாசன், அம்பேத்கர் அரசியலில் நுழைந்த 1920ல் தாயகம் திரும்பி தீவிர அரசியலை முன்னெடுத்தார்.

இரட்டைமலை சீனிவாசனுக்கும், அம்பேத்கருக்கும் நெருக்கமான சில ஒற்றுமைகள் இருக்கின்றன. இருவரும் கல்வியால் மேலெழுந்து வந்தவர்கள். கம்பீரமான கோட் சூட்டே இவர்களின் அடையாளம்.

இருவரும் பத்திரிகையைப் பயன்படுத்தி, ஒடுக்கப்பட்டோரின் பிரச்சனையை வெளியுலகுக்கு தெரியப்படுத்தினார்கள்.

இரட்டைமலை சீனிவாசன் 'பறையன்' இதழை நடத்தியதைப் போலவே அம்பேத்கரும் 'மூக் நாயக்', 'பகிஷ்கருக் பாரத்' ஆகிய இதழ்களை நடத்தினார்.

ஒடுக்கப்பட்டவர்களின் பேராயுதமாக விளங்கிய இரட்டை மலை சீனிவாசனாரின் புகழை இந்திய மண்ணில் பெரிதும் விளங்கச் செய்யும் வகையில் விடுதலை சிறுத்தைகளின் கட்சித் தலைவர் தொல்.திருமாவளவனின் செயல்பாடுகள் அந்த இனமானத் தலைவருக்கு மென்மேலும் பெருமை சேர்த்து வருகிறது.

அதுமட்டுமின்றி தமிழக மண்ணில் அவரது வாழ்வியல் தத்துவம் மக்களின் மனதில் என்றென்றும் குடியிருப்பதை நினைவூட்டும் வண்ணம் திருமாவின் தொடர்ந்த முயற்சியால் கட்டப்பட்டுள்ள மணிமண்டபம் அமைந்துள்ளது.

தமிழீழமும் திருமாவும்

ஈழத்தில் வாழும் தமிழ்ச் சமூகம் குறித்த அக்கறையும் பார்வையும் துவக்க காலத்திலிருந்தே திருமாவளவனிடம் தெளிவாக இருந்து வந்ததை அனைவரும் அறிவர்.

1983 இல் மிகப் பெரிய இனக் கலவரம் இலங்கையில் நடைபெற்ற போது லட்சக்கணக்கான தமிழர்கள் தாய்த் தமிழகத்தில் தஞ்சம் புகுந்தனர். அச்சமயம் மாநிலக் கல்லூரி மாணவராயிருந்த திருமாவளவன் மாணவர்களை ஒருங்கிணைத்து பல்வேறு போராட்டங்களில் பங்கேற்றார்.

புலம்பெயர்ந்த தமிழர்கள் நடத்திய போராட்டங்களிலும் கலந்து கொண்டார் திருமா. தமிழர்கள் மீதான சிங்கள இனவெறித் தாக்குதல் அவரை வெகுவாக பாதித்தது.

பல்கலைக்கழகத்தில் எம்.ஏ. குற்றவியல் படித்துக் கொண்டிருந்த போது, 'விடுதலைப் புலி' எனும் பெயரில் கையெழுத்து ஏட்டினையும் நடத்தினார் திருமா. 1984இல் பெரியார் திடலில் ஈழ ஆதரவு மாணவர் மாநாட்டினை நடத்தினார். சைக்கிள் பேரணியும் நடத்தினார்.

சட்டக் கல்லூரியில் படித்துக் கொண்டிருந்தபோது ஈழ ஆதரவுப் போராட்டத்தில் மேலும் ஈடுபட வாய்ப்பு கிடைத்தது. அரசியல் தலைவர்களையும் அழைத்து வந்து நிகழ்ச்சிகள் நடத்தினார்.

கவிஞர் காசி ஆனந்தன், பேராசிரியர் அன்பழகன், வைகோ போன்றவர்கள் வந்திருக்கிறார்கள்.

தமிழீழம் உருவாகும் கனவு திருமாவை தொடர்ந்து பற்றிக் கொண்டிருந்தது.

தமிழீழம் உருவாகும் காலம் பற்றி திருமா உரையாடும்போது, 'நாம் எதிர்பாராத வகையில் ஈழத் தமிழ் சமூகம் மற்றும் தமிழீழ விடுதலைப் புலிகள் மிகப்பெரும் சேதத்தை அல்லது தடையை சந்திக்க வேண்டிய நெருக்கடி ஏற்பட்டு விட்டது. இலட்சக்கணக்கான மக்கள் கொல்லப்பட்டு முற்றிலுமாக தமிழ் மக்களின் வாழ்நிலை சிதைக்கப்பட்டிருக்கிறது.'

பத்து லட்சத்துக்கும் மேற்பட்ட தமிழர்கள் உலகெங்கும் சிதறிக் கிடக்கிறார்கள். மூன்று லட்சத்திற்கும் மேற்பட்டவர்கள் சிங்கள ராணுவ வதை முகாம்களில் சிக்கித் தவிக்கிறார்கள். எஞ்சியுள்ள தமிழர்கள் அடக்குமுறைகளுக்கு ஆளாகி வருகிறார்கள்.

அந்த மக்களின் ஒற்றை பாதுகாவலராக இருந்த விடுதலைப் புலிகளும் ஒரு கட்டுக்கோப்பான நிலையிலிருந்து சிதறடிக்கப்படுகிற நிலைக்கு ஆளாக்கப்பட்டுள்ளனர்.

களப் பலியானவர்களைத் தவிர எஞ்சியுள்ளவர்கள் அந்தப் போராட்டத்தை முன்னெடுக்க பெரிதும் வாய்ப்பிருக்கிறது. தமிழீழத் தேசியத் தலைவர் மேதகு பிரபாகரன் அவர்கள் 5ம் கட்ட போரை விரைவில் அறிவிப்பார் என்ற நம்பிக்கை இருக்கிறது.

ஆனாலும் சர்வதேச சமூகத்தின் ஆதரவை தமிழ் சமூகம் இன்னும் பெறவில்லை. அதற்கான முயற்சியில் நாம் வெற்றி பெறவில்லை என்பதை நாம் எதார்த்தமாக ஒப்புக் கொள்ள வேண்டும்.

இவ்வளவு பெரிய நெருக்கடியில் இந்தியா மட்டுமல்ல உலகத்தின் எந்த நாடும் தமிழர்களை பாதுகாக்க முன்வரவில்லை. போரை

நிறுத்த வேண்டும் என்று ஒட்டுமொத்த தமிழர்களும் குரல் கொடுத்தும்கூட புலிகளுடன் பேச்சு வார்த்தை நடத்த வேண்டும் என முனைப்பு காட்டவில்லை.

எனவே தமிழீழ விடுதலைப் போராட்டம் வெற்றி பெற வேண்டுமானால் சர்வதேச சமூகத்தின் ஆதரவு கட்டாயம் தேவை. எனவே அங்கு நடைபெறுவது தேசிய இன விடுதலைப் போராட்டம்தான் என்பதை நம்மைப் போன்றவர்கள் சர்வதேச சமூகத்திற்கு உணர்த்தப் பாடுபட வேண்டும் என்று வலியுறுத்தினார் திருமா.

•

இந்திய உளவு அமைப்பானரா, தனது உளவு விமானத்தை விடுதலைப் புலிகள் இயக்கத் தலைவர் பிரபாகரனைக் கண் காணிக்கவே பயன்படுத்தி வருவதாக விடுதலைச் சிறுத்தைகள் தலைவர் தொல். திருமாவளவன் கூறியுள்ளார்.

இது தொடர்பாக 2009இல் அவர் வெளியிட்ட அறிக்கையில், ‘அண்மைக் காலமாக சிங்கள இனவெறி அரசு, ஈழத் தமிழர்களைக் கொன்று குவிக்க இந்திய அரசு ராணுவ உதவிகளும் பண உதவி களும் பெருமளவில் செய்து வருவது உறுதிப்பட்டு வருகிறது.’

கிளிநொச்சியை விட்டு விடுதலைப் புலிகளும் பொது மக்களும் இடம் பெயர்ந்துள்ள ஓரிரு நாட்களுக்குள் இந்திய அரசின் உளவு நிறுவனமான ரா அமைப்பின் நவீன விமானம் ஒன்று தமிழீழத்தின் கடலோரப் பகுதிகளையும் காடுகளையும் கண்காணிப்பு ஆய்வு செய்வதற்கு 3ம் தேதி அதிகாலை சென்னை மீனம்பாக்கம் விமான நிலையத்திலிருந்து சில ‘ரா’ அதிகாரிகளுடன் புறப்பட்டு சென்றுள்ளது.

உயர்ந்த தொழில்நுட்ப வேவு கருவிகளைக் கொண்ட இந்த வானூர்தி இரவு நேரத்திலும் தரையில் நடந்து செல்லும் ஒருவரை மிகத் துல்லியமாக புகைப்படம் எடுக்குமளவிற்கு ஆற்றலுடையது என்று தெரிய வருகிறது.

முதல் அமைச்சர் கருணாநிதியின் முயற்சியில் இந்திய பிரதமரை சந்தித்து அனைத்துக் கட்சித் தலைவர்களின் கோரிக்கையையும், தமிழ்நாடு சட்டப் பேரவையில் நிறைவேற்றப்பட்ட போர் நிறுத்தத்தை வலியுறுத்திய தீர்மானத்தையும் புறந்தள்ளியது மட்டு மில்லாமல் முல்லைத் தீவு பகுதிகளை கண்காணிக்க ரா அமைப்பின் அதிகாரிகளை உயர் தொழில்நுட்ப உளவு, விமானத்தில் அனுப்பி யிருப்பது அதிர்ச்சியையும் வேதனையையும் அளிக்கிறது.

பிரபாகரனைக் காட்டிக் கொடுக்கும் நடவடிக்கையை இந்திய அரசு ஈடுபட்டுள்ளது என்பதையே இது உறுதிப்படுத்துகிறது.

தமிழீழ விடுதலைப் போரை நசுக்கவும் அதன் தலைவரை அழித் தொழிக்கவும் இந்திய அரசு வெளிப்படையாக ஈடுபட்டிருப்பது தமிழ்ச் சமூகத்தால் மன்னிக்கவே முடியாத செயலாகும்.

இந்திய அரசு இந்தக் காட்டிக் கொடுக்கும் கேவலத்தை உடனடியாக கைவிடவில்லையெனில் பொங்கியெழும் தமிழக மக்களுக்கு பதில் சொல்லியே தீர வேண்டும் என்று கூறியுள்ளார் திருமாவளவன்.

❖

14
வி.பி. சிங்குக்கு பாரத ரத்னா வழங்க வேண்டும்

ஆட்சி என்ற காலை உடைத்துக் கொண்டாலும் சமூகநீதி என்ற கோலை அடித்து விட்டேன் என்று முழங்கிய சமூக நீதிக் காவலர் வி.பி.சிங்.

இடஒதுக்கீட்டின் காவலரான வி.பி.சிங் மீது உயர்ந்தபட்ச மரியாதையையும் இதயத்தில் அவர் மீதான பேரன்பை மட்டு மல்லாது அவரை தமது வழிகாட்டியாகவும் இருத்திக் கொண்டவர் தொல். திருமாவளவன்.

மண்டல் பரிந்துரையை நடைமுறைப்படுத்துவதற்காகவே தனது ஆட்சியதிகாரத்தை ஃபாசிச பாஜகவினரின் இந்து விரோதப் போக்கால் பறிகொடுத்தவர் என்று சமூகநீதிக் காவலர் மேனாள் இந்திய தலைமை அமைச்சர் வி.பி.சிங் அவர்களின் பிறந்த நாளில் நன்றிப் பெருக்குடன் வீரவணக்கத்தை பதிவு செய்து வருபவர் அவரது வழித்தோன்றலான பெருமைக்குரிய திருமா அவர்கள்.

கல்வி வேலை வாய்ப்பில் நமக்கு மறுக்கப்பட்ட இடத்தில் நம்மை உட்கார வைக்க மண்டல் கமிஷன் பரிந்துரைகளை செயல்படுத்தி

இடஒதுக்கீட்டை உயர்த்திப் பிடித்த சமூகநீதிக் காவலரை தம் வாழ்நாளின் ஒவ்வொரு நொடிப்பொழுதும் நினைத்து பெருமிதம் கொள்வதுடன் அவரது நினைவுகளை பகிர்ந்து வருபவர் திருமா.

நாடாளுமன்றத்தில் சமூகநீதி காவலராக தமது வாழ்வை ஒப்படைத்துக் கொண்ட வி.பி. சிங் அவர்களுக்கும் தந்தை பெரியார் அவர்களுக்கும் கான்சிராம் அவர்களுக்கும் பாரத ரத்னா விருது அளிக்க வேண்டும் என்று தொல். திருமாவளவன் குரல் எழுப்பி யுள்ளார்.

தன்னுடைய சித்தாந்தப் போர்க்களத்தில் அம்பேத்கரைப் போலவே சமரசக் கொள்கைக்கு ஒரு போதும் சம்மதிக்காது எப்பேர்ப்பட்ட பதவிகளையும் துச்சமாக தூக்கியெறிந்தவர் வி.பி.சிங் என்பதை வரலாறு அறியும்.

வாழ்நாள் முழுக்க அநீதியை அம்பலப்படுத்துவதை அம்பேத்கரைப் போலவே அயராது செய்தவர் வி.பி. சிங்.

அம்பேத்கர் இவ்விதமான தன்னுடைய உறுதிப்பாடான கொள்கை களின் முடிவு காரணமாகவே காந்தி, நேரு போன்ற பெருந்தலைவர் களின் பகைமையை சம்பாதித்துக் கொண்டார். அது குறித்து அம்பேத்கர் கவலைப்படவும் இல்லை.

அம்பேத்கரின் கருத்தியலில் ஆழ்ந்த பற்றுக் கொண்ட வி.பி. சிங்கும் பாரபட்சமின்றி தன் முனைப்போடு நேர்மைமிக்க தான் வகுத்துக் கொண்ட ராஜபாட்டையில் பிரதமர் ராஜீவ் காந்தி முதலான பெருந்தலைவர்களுடன் முரண் கொண்டதும் வரலாறு.

ஒரு செயல் நோக்கமோ, தேசமோ, அதிகாரமோ, கலாச்சாரமோ, செல்வமோ அநீதியை சற்று மூடி மறைக்க முயன்றாலும் அவற்றை ஏற்றுக் கொண்டு அவற்றுக்கு அர்ப்பணிப்போடு இருக்கவே முடியாது என்பதில் அம்பேத்கர் தெளிவாக இருந்தார். அருண் ஷோரி முதலான விமர்சகர்கள் அம்பேத்கர் தேசியவாதி இல்லை என்கிறார்கள். நீதியின் அடித்தளத்தின் மீது எழுப்பப்படாத ஒரு தேசம் தேசமே அல்ல என்பதில் அம்பேத்கரின் ஆளுமை பிரமிக்க வைக்கிறது.

அடிப்படையில் வி.பி.சிங் ஒரு மானுடக் கருணைமிக்க கவிஞ ராக அண்ணல் காந்தியடிகளின் கொள்கைகளால் ஈர்க்கப்பட்டுத் தான் தன் அரசியல் பார்வையை பொதுவெளிக்கு கொண்டு வந்தார்.

அதே சமயம் பல்வேறு வகைகளில் காந்தியை விட இந்தியாவை அதிகமாக அஹிம்சையோடு பிணைத்த அண்ணல் அம்பேத்கரின் தாக்கமும் வி.பி.சிங் எனும் எளிமையான மனிதனுக்குள் என்றும் குடி கொண்டிருந்தது.

தலித்துகளை அரசமைப்புச் சட்டமுறைகளின்படி இயங்க வேண்டும் என்று ஒப்புவித்ததன் மூலம் அம்பேத்கர் காந்தியின் அஹிம்சா வெற்றிக்கு சாட்சியமாக வாழ்ந்தார்.

சாதி என்கிற கொடூரமான ஒடுக்குமுறை அமைப்பை எது உற்பத்தி செய்தது என்பதைப் புரிந்து கொள்ளும் அம்பேத்கரின் ஓயாத முயற்சி வி.பி.சிங்கை அந்தக் கருத்தியலில் ஆழ்ந்து பயணிக்கச் செய்தது.

அம்பேத்கரின் பெரும்பாலான ஆய்வுக் கட்டுரைகள் அவற்றின் சமூகவியல் ஆழம் வரலாற்றுக் கூர்மையால் வி.பி.சிங்கின் சிந்தனை வட்டத்தை பரவலாக்கியது.

சாதி என்பது தொழில்கள் சார்ந்து எழுந்தது என்பது போன்ற விளக்கங்களை அம்பேத்கர் கடுமையாக சாடினார். சாதி என்பது தொழில்கள் அடிப்படையிலான அமைப்பு முறை அல்ல. அது தொழிலாளர்களை அடுக்கு முறையில் வைத்து அடிமைப்படுத்தும் முறையாக இயங்கியது என்பதில் வி.பி.சிங் உறுதிப்பட இருந்தார்.

அம்பேத்கரை கொண்டாடிய காரணத்தினால் வி.பி.சிங் எனும் மாமனிதர் அரசியலில் இருந்தே விரட்டப்பட்டு அனாதையாய் மரித்தார் என்பது தான் வரலாற்று நிஜம்.

இதுதான் இந்தியாவின் மறைமுக ஆட்சி. சாதி இல்லாமல் அரசியல் இல்லை.

இந்துக்களுக்கு அம்பேத்கர் ஒரு நச்சுப்பாம்பு. மேல் சாதியினருக்கு தன் இருப்பினை ஆட்டி வைத்த ஒரு சாமானியன். அவன் பெருமை

ஓங்கக் கூடாது. அவன் புகழ் வளர்ந்தால் அது பெரும் ஆபத்து என்று எண்ணினார்கள்.

ஓரங்கட்டப்பட்டார். கொஞ்சம் கொஞ்சமாக மறக்கடிக்கப் பட்டார். காந்தி, நேரு புகழ் பாடும் பாடத்திட்டங்களில் ஓர் ஓரமாக இந்திய சட்டத்தை உருவாக்கியவர் அம்பேத்கர் என்று ஒற்றை வரியோடு நிறுத்தப்பட்டார்.

உலகின் மிகச்சிறந்த ஜனநாயக சட்டமுள்ள நாடு என இந்தியா உலக அரங்கில் தலைநிமிர்ந்து நிற்குமாறு அச்சட்டம் அம்பேத்கரால்தான் எழுதப்பட்டது.

இந்தியாவின் முதல் சட்ட அமைச்சராக இருந்தபோதும் சாதி ஒழிய இந்துமத சீர்தருத்தச் சட்டம் ஒன்று கொண்டு வந்தார். சமத்துவம் பேசிய நேருவால்கூட அதனை சட்டமாக்க முடியவில்லை. காரணம் நேருவினையே அசைத்துப் பார்க்கும் சாதி பாகுபாடு அன்று இருந்தது.

அம்பேத்கரின் சட்ட வழிகாட்டலுடன் வி.பி.சிங் மண்டல் கமிசனை அமல்படுத்த உத்தரவிட்டதன் மூலம் அவரை அரசியல் அனாதையாக்க இந்தியாவின் சாதிய முரண்தான் காரணமாக இருந்தது.

சமூகநீதி அரசியலில் வெளிச்சம் பாய்ச்சிய அண்ணல் அம்பேத்கரின் சித்தாந்த ராஜபாட்டையில் தனது அரசியல் படிக்கட்டுகளை தீர்மானமாக அடி எடுத்து வைத்து சாதனை படைத்தவர் வி.பி. சிங்.

இந்தியாவின் ஒன்றிய அரசில் முதன் முதல் கூட்டணி ஆட்சியைக் கொடுத்த பெருமைக்குரியவர் வி.பி.சிங்.

அரசியல் நாகரீகத்திற்கும் பண்பாட்டுக்கும் உயர்ந்த லட்சியங் களுக்கும் அடையாளச் சின்னமாக விளங்கிய வி.பி.சிங் தன் ஆதர்ச வழிகாட்டியாக அம்பேத்கரை எப்போதும் இதயத்தில் நிறுத்தியதன் காரணமாகவே இட ஒதுக்கீட்டு நாயகனாக அவரால் இந்தியாவில் வலம் வர முடிகிறது.

அரச பரம்பரையில் வந்தவராக இருந்தபோதிலும் அன்றாடங்

காய்ச்சி மக்களின் நலன்களுக்காக தன்னை அர்ப்பணித்துக் கொண்ட வி.பி.சிங், அண்ணல் அம்பேத்கர் வழியில் நின்று இந்திய அரசியலில் புதிய சகஸ்தம் படைத்தவர் இடஒதுக்கீட்டில் தன் பதவியை தியாகம் செய்தாலும் திருப்புமுனையை ஏற்படுத்தியவர்.

அண்ணல் அம்பேத்கரின் நூற்றாண்டு நிறைவையொட்டி அவரது படைப்புகளை இந்தியிலும் பிற மாநில மொழிகளிலும் மொழிபெயர்க்கச் செய்து சாமானிய மனிதருக்கும்கூட கிடைக்க ஏற்பாடு செய்தார் வி.பி.சிங்.

அம்பேத்கருக்கு பாரத ரத்னா விருது வழங்கப்பட்டது. அவரது உருவப்படம் நாடாளுமன்றக் கூட்டத்திற்குள் திறந்து வைக்கப் பட்டதும் வி.பி.சிங் ஆட்சிக் காலத்தில்தான்.

மதவெறி குண்டுகள் காந்தியார் மீது நேரடியாக பாய்ந்தது என்றால், அதே இந்துத்துவா மதவெறி வேறு வகையில் வி.பி.சிங் உயிரைப் பறித்தது.

அவர் வாழ்க்கை முழுவதும் லட்சிய உறுதி கொண்டவராகவே திகழ்ந்தார். பதவி அதிகாரங்களை கொள்கைக்காக உதறி எறிவதே அவரது வாழ்க்கையாக இருந்திருக்கிறது.

பதவிக்காக எல்லாவற்றையும் துறக்கக்கூடிய இன்றைய அரசியல் பொது வாழ்க்கையில் வி.பி.சிங் ஒரு மாறுபட்ட அதிசயமாகவே விளங்கினார். அரசியலில் எல்லாம் கெட்டு விட்டது. நேர்மை யில்லை. லஞ்சம் தலை விரித்தாடுகிறது. ஒழுக்கம் போய் விட்டது என்றெல்லாம் கூக்குரல் போடும் பார்ப்பனர்களும், பார்ப்பன தலைவர்களும் இந்த நேர்மையான மனிதர் வி.பி.சிங்கை பாராட்டி இருக்கிறார்களா? இல்லை. இழிவு செய்தார்கள். ஏளனம் செய்தார் கள். உயிரைக் குடிக்க எண்ணினார்கள் என்பதுதான் உண்மை.

வி.பி.சிங்கின் சிறுநீரகம் பாதிக்கப்பட்டது மதவெறிக்கு எதிராக பம்பாயில் அவர் உண்ணாவிரதம் இருந்ததால்தான். மதவெறிக்கு பலியானது தான் வி.பி.சிங்கின் உயிர்.

அயோத்தியில் பாபர் மசூதி இடிக்கப்பட்டு இரண்டு வாரங் களுக்குப் பிறகு முஸ்லீம்களுக்கு எதிரான கலவரத்தை இந்துத்துவா

சக்திகள் திட்டமிட்டுத் தொடங்கின. அப்போது மகாராஷ்டிராவில் பாஜக, சிவசேனா கூட்டணி ஆட்சி நடந்து கொண்டிருந்தது. ஆட்சியின் ஆதரவோடு இந்தக் கலவரங்கள் நடந்தன.

சிவசேனா தலைவர் பால்தாக்கரே தனது வீட்டிலிருந்து கலவரங்களுக்கான உத்தரவுகளை பிறப்பித்ததையும், சாட்சி சொல்வதற்கு ஒரு முஸ்லீம்கூட உயிருடன் இருக்கக் கூடாது என்று உத்தரவு போட்டதையும் கலவரங்கள் பற்றி விசாரித்த ஸ்ரீகிருஷ்ணா விசாரணை ஆணையத்தின் பரிந்துரை கூறியுள்ளது. அந்தக் காலகட்டத்தில் தமிழகத்தில் சுற்றுப் பயணம் செய்து கொண்டிருந் தார் வி.பி.சிங்.

1993 ஜனவரி முதல் வாரத்தில் கலவரம் தீவிரமானவுடன் சென்னை யிலிருந்து பெங்களூர் போய் அங்கே தமது கட்சித் தலைவர்களுடன் கலந்து பேசி விட்டு கலவரத்தை எப்படியாவது நிறுத்த வேண்டும் என்ற பதைப்பில் பம்பாய் போனார்.

கலவரத்தை ஆட்சியாளர்களும் மதவெறி வன்முறையாளர்களும் நிறுத்த வேண்டும் என்று உண்ணாவிரதப் போராட்டத்தை அறிவித்தார்.

பாஜக சிவசேனா ஆட்சி வி.பி.சிங் போராட்டத்தை அலட்சியப் படுத்தியது. வி.பி.சிங் உண்ணாவிரதமும் தொடர்ந்தது.

வி.பி.சிங் உடல்நிலையும் மிகவும் பாதிக்கப்பட்டு வந்தது. இந்த நிலையில் இந்துத்துவா சக்திகள் வி.பி.சிங் உண்ணாவிரதத்தைக் கேலி செய்யும் நோக்கத்தோடு, அவரது போராட்ட இடத்துக்கு அருகே ஒரு பந்தலைப் போட்டுக் கொண்டு உண்ணும் விரதம் என்று கூறி சாப்பிடும் போராட்டத்தை தொடங்கினர். இதற்கு அரசும் அனுமதி அளித்தது.

இந்த நிலையில்தான் வி.பி.சிங் இதற்கு என்னுடைய பதில் இனி தண்ணீரும் நான் குடிக்கப் போவதில்லை என்று அறிவித்து தண்ணீரும் குடிக்காமலே வி.பி.சிங் உண்ணாவிரதம் தொடர்ந்தார். இதனால் அவரது உடல்நிலை மிகவும் மோசமாகி விட்டதாக மருத்துவர்கள் அறிக்கை தந்த நிலையிலும் பாஜக ஆட்சி வி.பி.சிங்

அப்படியே மரணத்தை சந்திக்கட்டும் என்று முடிவு செய்து விட்டது.

அப்போதுதான் வி.பி.சிங்கின் நம்பிக்கைக்குரிய நண்பராக எப்போதும் அவருடன் இருக்கும் சுதர்சன் லோயல்கா என்பவர் பதைபதைத்து, மகாராஷ்டிரா அரசு வி.பி.சிங்கை கைது செய்து மருத்துவமனையில் உடனே அனுமதிக்காவிட்டால் ஆட்சியின் மீது கொலை முயற்சி வழக்கு தொடருவேன் என்று அறிக்கை விடுத்தார்.

அதைக் கண்டு பயந்த நிலையில்தான் ஆட்சியாளர்கள் வி.பி.சிங்கை கைது செய்தனர். அவரது சிறுநீரகம் அப்போதிருந்து செயலிழக்கத் தொடங்கியதுதான். அவர் வாழ்நாள் முழுவதும் சிறுநீரகத்துடன் போராட வேண்டியிருந்தது.

●

தேசிய கல்விக் கொள்கை குறித்து 31 ஜூலை 2020 அன்று திருமா வளவன் எம்.பி.யின் நாடாளுமன்ற உரை மிகக் கூர்மையாக கவனிக்கப்பட்டது. இதில் இடஒதுக்கீடு தொடர்பான வரலாற்றுப் பார்வை விவாதிக்கப்பட்டது.

அவரது உரையில், 'தோழர்களே இன்று தேசிய கல்விக் கொள்கை பற்றி நாடு முழுவதும் விவாதம் நடந்து வருகிறது' இந்தியாவில் வேறெந்த மாநிலத்திலும் இப்படி ஒரு சீற்றம் இல்லை. தமிழகம் மட்டும் ஏன் இப்படி நடந்து கொள்கிறது? என்று மக்களைக் கேட்க வைக்கும் இந்தப் புதிய கல்விக் கொள்கைக்கு எதிராக தமிழகத்தில் மட்டும் போர் முழக்கம் எழுந்துள்ளது. இது ஒரு நியாய மற்ற கேள்வி.

இந்தித் திணிப்பை வேறு எந்த மாநிலமும் எதிர்க்கவில்லை. வேறு எந்த மாநிலமும் மாநில சுயாட்சி பற்றி பேசவில்லை, தமிழகம் மட்டுமே கோரியது.

தென்னிந்திய மாநிலங்களில் கூட கூட்டாட்சி அமைப்புகளுக்குள் உள்ள மாநிலங்களின் உரிமைகள் குறித்து வேறு எந்த மாநிலமும் கடுமையான கேள்விகளை கேட்பதில்லை. இது முடிவற்ற பட்டியல்.

இந்திய அரசியலமைப்புச் சட்டத்தின் முதல் திருத்தம் சமூகநீதி

தொடர்பானது. இது தமிழ்நாட்டில் பெரியார் மேற்கொண்ட போராட்டத்தின் விளைவாகும். இந்தியாவில் வேறு எந்த மாநிலத்திலும் சமூகநீதி குறித்த விழிப்புணர்வு இல்லை. அப்படி செய்தாலும் மத்திய அரசுக்கு எதிராக குரல் எழுப்பும் சூழ்நிலையில் இல்லை.

சமூக நீதிக்கான கூக்குரல் இங்குதான் முதலில் எழுந்தது. ஒரு சக்திவாய்ந்த போராட்டம் வெடித்தது. இது அரசியலமைப்பு சட்டத்தையே திருத்துவதற்கு வழிவகுத்தது. ஆக பல வழிகளில் தமிழ்நாடு முன்னோடியாகத் திகழ்கிறது.

சமூக நீதியின் அடிப்படையில் ஓ.பி.சி.களுக்கு (பிற பிற்படுத்தப் பட்ட வகுப்பினருக்கு) இடஒதுக்கீடு வழங்கப்பட வேண்டும் என்ற பரிந்துரையை முன் வைத்த மண்டல் கமிஷனின் பரிந்துரைகளைத் தொடர்ந்து மிக முக்கியமான அரசியல் திருப்பங்கள் ஏற்பட்டன.

பிராமணரல்லாத தலித் அல்லாத ஆதிவாசி அல்லாத, சிறுபான்மை அல்லாத (முஸ்லீம், கிறிஸ்துவன், ஜைன, பார்சி அல்லாத) சமூகம் இந்த நாட்டில் மிகப் பெரும்பான்மையாக உள்ளனர்.

சீக்கியர்களும் பௌத்தர்களும் இந்து மதத்தின் ஒரு பகுதியாக கருதப்படுகிறார்கள். எனவே இந்த வரையறை கிறிஸ்தவர் அல்லது முஸ்லீம் அல்லாத அனைத்து சிறுபான்மையினருக்கும் பொருந்தும். பொருளாதாரத்தில் பின்தங்கியிருப்பது மட்டுமின்றி வேலை வாய்ப்பிலும் கல்வியிலும் கூட பின்தங்கியுள்ளனர்.

அவர்கள் போதிய கல்வியறிவு பெறவில்லை. வேலை வாய்ப்பில் பிரதிநிதித்துவம் பெறவில்லை. அரசு வேலைகளைப் பெற முடிய வில்லை. எனவே இவர்களுக்கு இடஒதுக்கீடு வழங்குவது தவிர்க்க முடியாத தேவை என்று மண்டல் கமிஷன் பரிந்துரைத்தது.

இந்தியப் பிரதமராக இருந்த காலத்தில் வி.பி.சிங் இந்தப் பரிந்துரையை அமல்படுத்தினார். ஆனால் சங்கிகளால் பொறுத்துக் கொள்ள முடியவில்லை. ஓபிசிகளுக்கு எப்படி இடஒதுக்கீடு கொடுக்க முடியும்?

இந்த தோழர்களுக்கு கவனம் செலுத்துங்கள். அவர்களின் போராட்டங்கள் பட்டியல் சாதியினருக்கான (எஸ்சி) இடஒதுக்கீடு

அல்லது பட்டியல் பழங்குடியினருக்கான (எஸ்.டி) இடஒதுக் கீட்டிற்கு எதிரானது அல்ல.

அத்வானியின் கீழ் இருந்த பாஜக ஒட்டுமொத்த தேசத்தையும் கொதிநிலைக்குத் தள்ளியது. தீவிர வன்முறையும் கலவரமும் கட்டவிழ்த்து விடப்பட்டன. ஓபிசி சமூகத்தின் பாதுகாவலர்கள் என்று தங்களை அழைத்துக் கொள்ளும் இன்றைய தலைவர்கள். ஆனால் உண்மையில் பா.ஜ.க.வுடன் கைகோர்த்து தங்கள் சொந்த மக்களுக்கு துரோகம் செய்கிறார்கள். ரதயாத்திரை என்ற பெயரில் ரதயாத்திரை நடத்திய அதே நபர்களுடன் கைகோர்த்து வருகின்றனர்.

பாபர் மசூதியை இடித்தவர்களுடன் மத அடையாளத்தின் கீழ் மக்களைத் திரட்டி ஆட்சியைப் பிடித்தவர்களுடன் கைகோர்த்துக் கொண்டிருக்கிறார்கள்.

அரசியல் சாசனத்தில் பட்டியல் சாதிகள் மற்றும் பழங்குடியினருக்கு பல நூற்றாண்டுகளாக கல்வி மற்றும் வேலை வாய்ப்பு மறுக்கப் பட்டு சமூக ஒடுக்கப்பட்டவர்கள் என்ற வரலாற்றுப் புரிதலின் அடிப்படையில் தேசிய அளவில் இடஒதுக்கீடு உறுதி செய்யப் பட்டுள்ளது.

பிற பிராமணர் அல்லாதவர்களையும் பிற்படுத்தப்பட்ட வகுப்பின ராகக் கருத வேண்டும் என்று நாடாளுமன்றம் உட்பட பரவலான கோரிக்கை எழுந்தது. அத்தகைய கோரிக்கையின் அடிப்படையில் நீதிபதி மண்டல் தலைமையில் ஒரு ஆணையம் நியமிக்கப்பட்டது. இந்த ஆணைக்குழு நீண்ட நேரம் இந்து மக்களின் நிலையை ஆராய்ந்து அதன் கண்டுபிடிப்புகளையும், பரிந்துரைகளையும் சமர்ப்பித்தது. இந்த மண்டல் கமிஷன் ஓ.பி.சி.களுக்கு 27% இட ஒதுக்கீட்டை அமல்படுத்த வழிவகுத்தது.

வி.பி.சிங் தைரியமாக அறிவித்தார் : 'நான் இறப்பதற்கு முன் ஓ.பி.சி. இடஒதுக்கீட்டை அமல்படுத்தினால் நான் மகிழ்ச்சியடைவேன்' பா.ஜ.க ஆதரவுடன் அவர் வகித்து வந்த பிரதமர் பதவியை இழக்க அவர் தயாராக இருந்தார்.

ஒபிசிகளுக்கான இடஒதுக்கீட்டை அமல்படுத்துவதை பா.ஜ.க எதிர்க்கும். அவர்கள் ஆதரவை திரும்பப் பெறுவார்கள். இது அவரது அரசாங்கத்தின் வீழ்ச்சிக்கு வழிவகுக்கும் என்பதை அவர் நன்கு அறிந்திருந்தார்.

பதவியைப் பாதுகாப்பதை விட சமூக நீதியை பாதுகாப்பதில் அதிக அக்கறை காட்டினார். இந்த விசயத்தில் ராம்விலாஸ் பாஸ்வான் ஆற்றிய வரலாற்றுப் பங்கையும் யாரும் மறுக்க முடியாது. இருப்பினும் பாஜகவுடன் தற்போது அவர் கூட்டணியில் கருத்து வேறுபாடு உள்ளது.

ஒபிசிகளுக்கு இடஒதுக்கீடு அளிக்கப்பட்டபோது தலித் மக்களே ஆதிவாசி மக்களே அதற்கு எதிராக ஒரு சிறு முணுமுணுப்புகூட எழுப்பவில்லை. அதை வரவேற்றார்கள். ஆதரித்தார்கள். அங்கீகரித் தார்கள். அதை உண்மையாக்குவதில் உறுதியாக ஈடுபட்டார்கள். அதை எதிர்த்தது யார்?

பா.ஜ.க, ஆர்.எஸ்.எஸ். மற்றும் சங்பரிவார் அமைப்புகள் இந்திய அரசியலில் முதன்முறையாக பிராமண மாணவர்கள் தெருக்களில் இறங்கி பொதுச் சொத்துக்களை சேதப்படுத்தினர். தீ வைப்பு மற்றும் வன்முறைக் கலவரங்களில் ஈடுபட்டனர்.

❖

அயோத்திதாசரின் காந்தக் கவர்ச்சி

தமிழ் சிந்தனை மரபை வளர்த்தெடுத்த மாபெரும் ஆளுமையான அயோத்திதாச பண்டிதரின் வாழ்வியல் கூறுகளை நன்கு ஆய்ந்து அவர் மீது ஒரு பிரமிக்கத்தக்க காந்தக் கவர்ச்சி கொண்டவர் விடுதலைச் சிறுத்தைகளின் கட்சித் தலைவர் தொல்.திருமாவளவன். திராவிடத் தந்தை பண்டிதமணி அயோத்திதாசர் புரட்சியாளர் அம்பேத்கருக்கும், தந்தை பெரியாருக்கும் முன்னோடி. தமிழ்த் தேசியத்தின் தொடக்கமாகவே அயோத்திதாசர் விளங்குகிறார். தமிழ் பௌத்தத்தின் தந்தையாக அதன் வாழ்வியல் கூறுகளை தனது ஆய்வின் வழியே எடுத்து இயம்புகிறார்.

பிராமணர் வேதம் தொடர்பான புத்தகங்களை அச்சிட்டார்கள். பிள்ளைமார்கள் சைவ சித்தாந்தம் தொடர்பான நூல்களை அச்சடிக்கத் தொடங்கினார்கள். ஆனால் முதன் முதலில் ஆரியத்திற்கு நேர் எதிரான திராவிட கொள்கை கோட்பாடுகளை உள்ளடக்கி ஆதி குடிகளின் விடுதலை கருத்துக்களையும் உள்ளடக்கி பொது செய்தவர் தாங்கி ஒரு பைசா தமிழன் பத்திரிகையை கொண்டு வந்தவர் பண்டிதர் அயோத்திதாசர் என்பது பெருமைக் குரிய ஒன்று.

தொல்.திருமாவளவன் ஆண்டுதோறும் அயோத்திதாசரின் பிறந்த நாளைக் கொண்டாடுவதுடன் விடுதலைச் சிறுத்தை கட்சியின் கொள்கைகளுக்கான மூல வீரிய வித்துக்களை அயோத்திதாசரின் வாழ்வியல் கூறுகளிலிருந்தே எடுத்து இச்சமூகத்திற்கு விதையூட்டி பரப்பும் விவசாயியாக செயல்பட்டு வருகிறார்.

தமிழகத்தில் சாதி ஒழிப்பு, தமிழ் தேசியம் உள்ளிட்டவற்றிற்காக போராடிய ஒருவரான அயோத்திதாச பண்டிதர், பத்திரிகை கல்வியாளர், சமூக சிந்தனையாளர், மதச்சீர்திருத்தவாதி, அரசியல் சிந்தனையாளர், பத்திரிகை ஆசிரியர், மருத்துவர் என இப்படி பன்முகம் கொண்டவர்.

இத்தகைய அயோத்திதாசருக்கு மணிமண்டபம் கட்ட வேண்டும் என்று தொல். திருமாவளவன் நீண்ட நாள் கோரிக்கையாக வைத்து வந்தார்.

இந்நிலையில் தி.மு.க அரசின் சட்டமன்ற கூட்டத்தில் 110 விதியின் கீழ் அயோத்திதாசப் பண்டிதரின் அறிவை வணங்கும் விதமாக வடசென்னை பகுதியில் அயோத்திதாசப் பண்டிதருக்கு மணிமண்டபம் அமைக்கப்படும் என்று முதலமைச்சர் ஸ்டாலின் அறிவித்தார்.

இதனை விடுதலை சிறுத்தை கட்சியினர் சட்டமன்றத்தில் வரவேற்றனர். கண்ணீரோடு நன்றி தெரிவித்த விடுதலை சிறுத்தைகள் கட்சி சட்டமன்றக் குழுத் தலைவர் சிந்தனைச் செல்வன், "கலைஞரின் மறைவின்போது அவரது உடல் எடுத்துச் செல்லும்போது என்னையறியாமல் நான் அழுதேன். திருமா என்னை ஆற்றுப்படுத்தினார்.

தமிழ் சமூகத்திற்கு கலைஞர் ஆற்றிய பணி அவ்வளவு. அயோத்திதாசப் பண்டிதரின் ஒரு பைசா தமிழன் நாளிதழின் நூற்றாண்டு விழாவையும், கலைஞர் தான் கொண்டாடினார். அயோத்திதாசர் என்ற பேராளுமைக்கு நீங்கள் உருவாக்க இருக்கும் மணிமண்டபத்திற்காக இந்த தமிழ்ச் சமூகம் இருக்கும் வரை உங்களுக்கு நன்றி சொல்ல கடமைப்பட்டிருக்கிறோம்" என்றார்.

தமிழக தலித் அரசியல் இயக்கத்தின் முகமாக இருப்பவர் அயோத்திதாசர். தமிழ்ச் சிந்தனை வரலாற்றில் அயோத்தி தாசர் மாற்று வரலாற்றுக்கான பாதை ஒன்றை உருவாக்கி முதல் சிந்தனை யாளராக இவர் பார்க்கப்படுகிறார்.

அயோத்திதாசர் முன் வைத்த மாற்று வரலாற்றுப் பார்வை ஐரோப்பிய நவீன வரலாற்றாய்வின் முறைமை கொண்டது அல்ல. அவரது பார்வை இந்திய வரலாற்று நோக்கு கொண்டது.

ஆணுக்கும் பெண்ணுக்கும் சட்டபூர்வமான சம உரிமை தேவை என்பதை அயோத்திதாசர் வலியுறுத்தி வந்தார். கைம்பெண் மறுமணம், பெண்களுக்கு தொழிற்கல்வி ஆகியவற்றை கோரினார்.

அயோத்திதாசர் தமிழர்களை சாதி, பேதமற்ற திராவிடர்கள், சாதி பேதமுள்ளவர்கள் என இருவகையாகப் பிரிக்கிறார். சாதி பேதமற்ற ஆதி திராவிடர்கள் பழங்காலத்தில் பௌத்தர்களாக இருந்து பின்னர் ஒடுக்கப்பட்டவர்கள் என்று கூறினார்.

அயோத்திதாசர் இளமையிலேயே தலித் அரசியலில் ஈடுபாடு கொண்டிருந்தார். 1859 தலித் மக்களின் முதல் இதழான 'சூன்யோதயம்' தொடங்கப்பட்டது. வெங்கடாசலம் பண்டிதர் இவ்விதழை நடத்தி வந்தார். 1871ல் பஞ்சமன் என்ற இதழ் வெளி வந்தது. இவ்விதழ்களை அயோத்திதாசர் பயின்று வந்தார்.

அயோத்திதாசப் பண்டிதரின் இயற்பெயர் காத்தவராயன். இவர் 1845 மே 20 ஆம் தேதி சென்னை ஆயிரம் விளக்குப் பகுதியில் மக்கிமா நகரில் கந்தசாமி என்பவருக்கு மகனாகப் பிறந்தார்.

தமிழ்நாட்டுக்கென பொது அடையாளம் ஏதும் முன் வைக்கப்படாத சூழலில்தான் திராவிடர் என்கின்ற அடையாளத்தை அயோத்திதாச பண்டிதர் முன் வைத்தார்.

அதுமட்டுமின்றி பூர்வதமிழ்க்குடி என்றும் 'ஆதித்தமிழர்கள்' என்கிற அடையாளத்தையும் முன் வைத்து அவற்றை மக்கள்தொகை கணக்கெடுப்பில் சேர்க்க வேண்டும் என்ற கோரிக்கையை அப்போதே முன்வைத்தவர் அயோத்திதாசர்.

அதற்குப் பிறகு இடையில் பல்வேறு விதமான அரசியல் சமூக மத நடவடிக்கைகளில் பண்டிதர் அயோத்திதாசர் ஈடுபட்டிருந்தாலும் தமது திராவிடன் பூர்வ தமிழன் - ஆதி தமிழன் என்கிற அடையாள முன்னெடுப்பை அவர் கைவிடவே இல்லை.

பௌத்த மறுமலர்ச்சியை இயக்கமாக கட்டமைத்து அதைத் சாதித்து காட்டியவர் அயோத்திதாசர். எனவே சுமார் 800 ஆண்டுகள் தமிழகத்தில் மறைந்து போயிருந்த பௌத்த மதத்தை மீட்டெடுத்த பெருமை பண்டிதர் அயோத்திதாசரையே சாரும்.

இவர் தமது இயக்கத்துக்கென தென்னிந்தியாவின் பல்வேறு இடங்களில் பௌத்த கோயில்கள் எனப்படும் விகாரங்களை உருவாக்கினார். சென்னை பெரம்பூரில் அதற்கென தலைமை பௌத்த விகாரத்தை உருவாக்கினார்.

தலித் மக்களுக்கு மட்டுமல்லாமல் சாதிய ஒடுக்கு முறைக்கு எதிரான தலைவர்கள் என்று பலருக்கு ஆதர்சமாக இருப்பவர் அயோத்திதாசப் பண்டிதர்.

புத்த மதத்தைச் சேர்ந்தவர்கள்தான் காலப் போக்கில் தலித்தாக்கப் பட்டார்கள் எனும் கருத்து கொண்டவர் அவர். ஆரியர்களுக்கு எதிராக திராவிடர்கள் எனும் மதத்தை பயன்படுத்தியதுடன் திராவிட இயக்கம் தோன்றுவதற்கு முன்னோடியாகவும் இருந்தவர் இவர்.

அயோத்திதாசரைப் பற்றிய குறிப்புகள் திரு.வி.க.வின் நாட்குறிப்புகளில் காணக் கிடைக்கின்றன. அதில் அயோத்திதாசர் எங்கள் குடும்ப மருத்துவர் எனக்கூறும் திரு.வி.க. இளம் பருவத்தில் நான் முடக்குவாத நோயால் பாதிக்கப்பட்டிருந்தபோது அயோத்திதாசர் தான் சித்த மருத்துவத்தின் மூலம் எழுந்து நடக்க வைத்ததாக கூறியுள்ளார்.

மேலும் பாம்பு போன்ற விஷக்கடிகளுக்கு அவர் மருந்து தர மாட்டார் என்றும் பார்வையாலே விஷத்தை இறக்கி விடும் கலைகளைக் கற்றுத் தேர்ந்திருந்தார் என்றும் இவரைப் பற்றி கூறியுள்ளார்.

தென்னிந்தியாவின் முதல் சாதி ஒழிப்பு போராளியான அயோத்திதாசப் பண்டிதர் 1914ஆம் ஆண்டு மே 5ஆம் தேதி காலமானார்.

இன்னுமொரு இருபது ஆண்டுகள் அவர் உயிருடன் இருந்திருந்தால் எண்ணற்ற மாற்றங்களை தமிழ்ச் சமூகம் சந்தித்திருக்கக் கூடும்.

பெரியார், அம்பேத்கர் போன்ற சாதியொழிப்பு போராளிகளுக்கு மூத்த முன்னோடியாக விளங்கியவர் பண்டிதர் அயோத்திதாசர். அதனால்தான் தங்கவேல் அப்பாதுரை பண்டிதமணியும், அயோத்திதாசப் பண்டிதரும் தன்னுடைய பகுத்தறிவுப் பிரச்சாரத்துக்கும் சீர்திருத்தக் கருத்துகளுக்கும் முன்னோடிகள் எனப் பெரியார் போற்றினார்.

அதுபோன்று பலமுறை சென்னை வந்து அயோத்திதாசர் குறித்த தகவல்களை அம்பேத்கர் சேகரித்துச் சென்றார் எனக் கூறப்படுகிறது.

1956 ஆம் ஆண்டு அம்பேத்கர் புத்த மதத்தை தழுவியதும் அயோத்தி தாசரின் அடியொற்றித்தான் எனக் கூறுவோரும் உண்டு.

திராவிடச் சிந்தனைகளின் முன்னோடி என பல பெருமைகளுக்கு சொந்தக்காரரான அயோத்தி தாசரை திராவிடக் கட்சிகள் உரிய முறையில் நினைவு கூர்ந்துள்ளன என்பது வரலாறு.

அயோத்திதாசரைப் பற்றிய திட்டங்களுக்கு தி.மு.க. உரிய அங்கீகாரம் அளித்துள்ளது. அயோத்திதாசர் ஆராய்ச்சி மையம் கலைஞரின் முன் முயற்சியால் கொண்டு வரப்பட்டு அன்று அயோத்திதாசருக்கு அஞ்சல் தலை வெளியிடப்பட்டது.

அயோத்திதாசர் நடத்திய 'ஒரு பைசா தமிழன்' இதழின் நூற்றாண்டு விழாவை 2008ம் ஆண்டு சர்.பிடி. தியாகராயர் அரங்கில் அப்போதைய முதல்வர் கலைஞர் மிகப்பெரிய அளவில் அரசு விழாவாக கொண்டாடிச் சிறப்பு சேர்த்தார். அது மட்டுமின்றி அயோத்திதாசப் பண்டிதரின் நூல்கள் நாட்டுடமை ஆக்கப்பட்டு அவரின் வாரிசுகளுக்கு பத்து லட்சம் ரூபாய் நிதியும் வழங்கப் பட்டது.

மு.க.ஸ்டாலின் தலைமையிலான தி.மு.க. அரசு அயோத்திதாசருக்கு மணிமண்டபம் அமைக்கப்படும் என்று அறிவித்துள்ளது.

❖

திருமாவின் தொழிலாளர் வர்க்க நேசிப்பு

இந்திய தொழிலாளர் வர்க்கம் இன்று நுகரும் உரிமைகள் யாவும் அம்பேத்கரின் கடின உழைப்பால் விளைந்தவையே என்பதை திருமா திரும்பத் திரும்ப வலியுறுத்தி வருகிறார்.

அம்பேத்கரது இந்தப் பங்களிப்பை என்றென்றும் நினைவுகூர்ந்து அவருக்கு நன்றிக்கடன் செலுத்த வேண்டியது நமது இன்றியமை யாத கடமையாகும். அவரைச் சாதிய அடையாளத்துக்குள் சுருக்கிடும் அறியாமையிலிருந்து இந்திய மக்கள் விடுபடுவதும் உடனடியான தேவை என்கிறார் திருமா.

புரட்சியாளர் அம்பேத்கர் வெள்ளையராட்சிக் காலத்தில் வைஸ் ராய் கவுன்சிலில் அமைச்சராகப் பணியாற்றியபோது தொழிலாளர் நலம் உள்ளிட்ட பல்வேறு துறைகளைப் பொறுப்பேற்றிருந்தார். அக்காலத்தில் தான் கடும் எதிர்ப்புகளுக்கிடையில் இந்த அரும் பெரும் சாதனைகளைப் படைத்தார்.

அப்போது சுதந்திர தொழிலாளர் கட்சியையும் உருவாக்கி தேர்த லிலும் பங்கேற்று சட்டப்பேரவையில் அங்கம் வகித்து தொழி

லாளர்களுக்காகப் போராடி வாதாடி உரிமைகளை வென்றெடுக்க வழிவகுத்தார் அம்பேத்கர்.

அம்பேத்கரை நன்றியுணர்வுடன் நினைவு கூறும் வேளையில் இந்தியத் தொழிலாளர்களின் பாதுகாவலர் அம்பேத்கரின் வழியில் தொழிலாளர் நலன் காக்க உறுதி ஏற்போம்.

இன்றைய மோடி தலைமையிலான சங்பரிவார் அரசு தொழிலாளர்களின் அனைத்து உரிமைகளையும் பறிக்கும் வகையில் ஏற்கனவே நடைமுறையிலிருந்த 44 தொழிலாளர் சட்டங்களையும் மாற்றி 4 சட்டங்களாக தொகுத்துள்ளது. இது எட்டு மணி நேர வேலை என்னும் உரிமையைப் பறிக்கிறது.

தொழிற்சங்கத்தில் இணைந்து செயல்படும் உரிமையைப் பறிக்கிறது. இன்றும் பிற பாதுகாப்பு உரிமைகளையும் பறிக்கிறது. ஒட்டு மொத்தமாக கார்ப்பரேட் நிறுவனங்களின் நலன்களை முன்னிறுத்துகிறது.

புரட்சியாளர் அம்பேத்கரின் சிந்தனைகளுக்கு எதிராக மோடி அரசு ஃபாசிசப் போக்கில் இச்சட்டத் தொகுப்புகளை கொண்டு வந்துள்ளது. இதனை வெகுவாக மக்களைத் திரட்டி எதிர்த்திட போரிட உறுதியேற்போம். புரட்சியாளர் அம்பேத்கர் வகுத்தளித்த தொழிலாளர் உரிமைகளை மீட்டெடுக்க ஃபாசிச மோடி அரசை எதிர்த்துக் களமாடுவோம்.

இந்திய அரசியலமைப்புச் சட்டம் பாதுகாக்கப்பட வேண்டும்

இந்திய அரசியலமைப்புச் சட்டத்தின்பால் என்றென்றும் மாறாத பற்றும் அதனைப் பாதுகாக்கும் தலையாய தீவிரப் பொறுப்பும் கொண்டவர் தொல். திருமாவளவன்.

மத்தியில் எந்தக் கட்சி ஆண்டாலும் இந்திய அரசியலமைப்புச் சட்டத்துக்கு குந்தகம் விளைவிக்கும் வகையில் எந்த ஒரு சட்டத் திருத்தத்துக்கும், செயல்பாட்டிற்கும் எதிர்க்குரல் எழுப்ப திருமா ஒருபோதும் தயங்கியதில்லை. விடுதலைச் சிறுத்தைகள் கட்சி எப்போதும் இவ்விசயத்தில் விழிப்புணர்வுடன் இருக்கும் வகையில் தொல். திருமாவளவன் செயல்பட்டு வருகிறார்.

மதுரை உலகத் தமிழ்ச் சங்கத்தில் நம்பிக்கை அறக்கட்டளை சார்பில் இந்திய அரசியலமைப்பு தின விழிப்புணர்வு கருத்தரங்கம் நடை பெற்றபோது அதில் சிறப்பு விருந்தினராக பங்கேற்றுப் பேசிய திருமா, "நம்பிக்கை அறக்கட்டளை போதைக்கு அடிமையான வர்கள், மனநலம் பாதிக்கப்பட்டவர்களை மீட்டு மறுவாழ்வு கொடுக்கும் அறக்கட்டளையாக செயல்பட்டு வருகிறது.

இதில் இந்திய அரசியலமைப்புச் சட்ட விழிப்புணர்வு ஏற்படுத்தி யிருப்பது பெருமையாக உள்ளது. விடுதலைச் சிறுத்தைகள் கட்சி இந்திய அரசியலமைப்பு பற்றி தொடர்ந்து விழிப்புணர்வு ஏற்படுத்தி வருகிறது.

புதிய இந்தியாவை உருவாக்க முடிவு செய்திருக்கும் மத்திய அரசு, சமூகம், கல்வி, பொருளாதாரம், அரசியல் ரீதியாக பிளவுபடுத்து கிறது. தனிநபருக்கு அவர்கள் நினைத்த மதம் ஜாதியை பின்பற்ற லாம். ஆனால் அரசுக்கு சாதி மதம் இருக்கக் கூடாது. ஒரே மதம்தான் இந்தியாவை ஆள வேண்டும். மற்ற மதங்கள் இந்தியாவில் இருக்கக் கூடாது என்பது தான் மத்தியில் ஆள்பவர்களின் நோக்கமாக உள்ளது.

மாநில உரிமைகளை பறிக்கக் கூடாது. நீட் தேர்வு கொண்டுவரக் கூடாது என பல மாநிலங்கள் மசோதாக்கள் முன் வைப்பதை ஏற்று மத்திய அரசு செயல்பட வேண்டும்.

ஆனால் மத்திய அரசு இந்திய அரசியலமைப்புச் சட்டத்துக்கு எதிராக செயல்படுகிறது. இன்று இந்திய அரசியலமைப்புச் சட்டத்தை காப்பாற்ற வேண்டிய சூழலில் உள்ளோம். அதற்கு இந்திய அரசியலமைப்புச் சட்டத்தை இல்லம்தோறும் கொண்டு சேர்க்க வேண்டிய கடமை நமக்கு உள்ளது" எனக் குறிப்பிட்டார் திருமா.

"பட்டியலின, பழங்குடி மக்கள் மதமும் சாதியுமல்லாத மண்ணின் மைந்தர்கள். ஆனால் இந்து பெரும்பான்மை என்று காட்டுவதற்காக அவர்களை இந்து பட்டியலில் இணைத்து சான்றிதழ் வழங்கி வருகிறோம். இதுவே அவர்களுக்கு செய்யப்படும் மிகப் பெரிய துரோகம். எனவே இவர்கள் அனைவரையும் பூர்வ பௌத்தர்கள் என அறிவிக்க அரசியலமைப்புச் சட்டத்தில் திருத்தம் கொண்டு வர வேண்டும்" என்று நாடாளுமன்றத்தில் கோரிக்கை விடுத்தார் தொல். திருமாவளவன்.

உத்தரப்பிரதேசத்தில் புதிதாக உருவாக்கப்பட்ட நான்கு மாவட்டங் களைச் சேர்ந்த பழங்குடியின மக்களை எஸ்.டி. பட்டியலில்

சேர்ப்பது தொடர்பான மசோதா நாடாளுமன்றத்தில் தாக்கல் செய்யப்பட்டபோது திருமாவளவன் இந்தக் கருத்தை பதிவு செய்தார்.

மேலும் அம்பேத்கர் அயோத்திதாசர் பண்டிதர் விரும்பியபடி இவர்கள் இந்துக்கள் இல்லை என்பதை பிரகடனப்படுத்த வேண்டும் அல்லது இவர்கள் அனைவரையும் பூர்வ பௌத்தர்கள் என அறிவிக்க அரசியலமைப்புச் சட்டத்தில் திருத்தம் கொண்டு வர வேண்டும் எனவும் கோரிக்கை வைத்தார் திருமா.

●

சாமானியனுக்கு அதிகாரம், அனைவருக்கும் சமமான நீதி என்ற உன்னதக் கொள்கை வழி உழைத்த அறிவு பேராசான் சட்டத்தின் கலங்கரை விளக்கம் டாக்டர் பாபா சாகேப் அம்பேத்கரின் உழைப்பால் கிடைத்தது தான் இந்திய அரசியலமைப்புச் சட்டம்.

சுதந்திர இந்தியாவில் அண்ணல் அம்பேத்கர் இந்திய தேசத்தின் மீது ஒரு அழியாத தோற்றத்தை ஏற்படுத்தியுள்ளார்.

அவர் உயர் கல்வி கற்றவர். தேர்ந்த அரசியல்வாதி. நீதித்துறை நிபுணர். சிறந்த பொருளாதார நிபுணர். கோடிக்கணக்கான நலிந்த மற்றும் தாழ்த்தப்பட்ட வர்க்கங்களுக்கு அதிகாரமளிப்பதற்காக போராடினார்.

நாட்டின் இறையாண்மை, ஒருமைப்பாடு மற்றும் அனைவருக்கு மான சமவாய்ப்புகளை உருவாக்குவது குறித்து அவர் எப்போதும் நினைத்தார்.

அண்ணல் அம்பேத்கரது தலைமையின் கீழ் உருவாக்கப்பட்ட உயர்ந்த அரசியலமைப்பு ஏழு தசஸ்தங்களுக்கும் மேலாக நம்மை வழி நடத்துகிறது.

தீண்டாமைக்கு எதிரான ஒரு சிறந்த போராளியான அவர் நாட்டின் மூலைமுடுக்குகளில் உள்ள அனைவருக்கும் பிரகாசமான வெளிச்ச மாக இருந்து வருகிறார்.

மண்ணை விட்டு அவர் உயிரும் உடலும் மறைந்தாலும் இப்போதும் ஒரு கையில் புத்தகமும் முன்னோக்கி சுட்டிக்காட்டும் ஆள் காட்டி விரலும் கொண்ட ஒரு உயர்ந்த சிலையாக நிற்கிறார்.

இந்திய அரசியலமைப்பின் எழுத்துக்கு தேர்ந்தெடுக்கப்பட்ட அரசியலமைப்பு சபை பல்வேறு சிக்கல்களை கருத்தில் கொண்டு 22 குழுக்களையும், 7 துணைக் குழுக்களையும் அமைத்திருந்த கால கட்டம் அது.

இவற்றில் மிக முக்கியமானது ஆகஸ்ட் 29, 1947ல் அமைக்கப்பட்ட வரைவுக்குழு. வெவ்வேறு புவியியல் நிலைமைகள், இனங்கள் மற்றும் மதங்களுடன் மாறுபடும் ஒரு நாட்டிற்கு சிறந்த திசையை அமைப்பது குறித்து அம்பேத்கருக்கு தெளிவு இருப்பதாக காந்தியே நம்பினார்.

அரசியலமைப்பு சபையில் காங்கிரசுக்கு பெரும்பான்மை இருந்த போதிலும் அனைத்து உறுப்பினர்களும் ஏகமனதாக அவரது பெயரை முன்மொழிந்தனர். அவர் ஏற்கனவே சட்ட அமைச்சராக இருந்தார்.

அரசியலமைப்பு சபை 11 முறை கூடியது. ஒவ்வொரு வரைவையும் தயாரிப்பதன் ஒரு பகுதியாக அம்பேத்கர் 60க்கும் மேற்பட்ட நாடுகளின் அரசியலமைப்புகளைப் படித்தார்.

இரண்டு ஆண்டுகள் மற்றும் 11 மாதங்கள் மற்றும் 18 நாட்கள் நீண்ட மற்றும் அறிவார்ந்த தேடலுக்குப் பின்னர் வரைவுக்குழு இந்தி மற்றும் ஆங்கிலத்தில் இரண்டு பிரதிகள் தயாரித்தது.

இதற்குப் பின்னால் அம்பேத்கரின் அயராத உழைப்பு இருந்தது.

இந்தியாவிற்கு இறையாண்மையைக் கொண்டு வருவதற்கான அவரது முயற்சி மறக்க முடியாதது. எந்த ஒரு சிறப்பு சலுகைகளும் இல்லாமல் அனைவருக்கும் ஒற்றை குடியுரிமை மற்றும் அனை வருக்கும் சமமான நீதியுடன் ஒரு நீதி அமைப்பு அமைக்கப்பட்டது.

அரசியலமைப்பின் பார்வையில் அனைவரும் சமம் என்று அவர் வலியுறுத்தினார்.

மேலும் ஒரு மனிதனுக்கு ஒரு வாக்கு கொள்கையை வலியுறுத்தினார். கீழே விழுந்து கிடந்த எஸ்சி மற்றும் எஸ்டிக்களை மேம்படுத்துவதற்கும் அவர்களுக்கு சமமான வாய்ப்புகளை வழங்க போராடி சாதித்தார்.

பழங்குடியினர் பட்டியலின மக்கள் மற்றும் இதர பிற்படுத்தப் பட்டோர் ஆகியோருக்கு 10 ஆண்டுகள் இடஒதுக்கீடு வழங்க அவர் முன்மொழிந்தார்.

அனைவருக்கும் அடிப்படை உரிமை நீதிமன்றங்கள் வாயிலாக சாமானியனுக்கும் அரசியலமைப்பில் அதிகாரம் என 32வது சட்டப் பிரிவை இணைத்தார்.

அண்ணல் காந்தியடிகளின் பரிந்துரைகளையும் அவர் ஏற்றுக் கொண்டார். தீண்டாமையை கடுமையாக எதிர்த்தார். அதனைத் தடுக்க சட்டங்களைக் கொண்டு வந்தார்.

தந்தை பெரியார் குறித்து திருமா

எந்தக் காலத்திற்கும் பொருந்தி வருகிற கருத்தியல்தான் தந்தை பெரியார் அவர்களின் கருத்தியல் ஆகும். எந்தப் பொருளையும் பகுத்துப் பார்க்கிற ஆற்றலைக் கொடுப்பது தந்தை பெரியாருடைய கருத்தியல். ஆகவே அனைத்துக் காலங்களிலும் சூழல்களிலும் தேவைப்படுகின்றன என்பதை இன்றைக்கும் நடைமுறையிலே நாம் காணலாம்.

தந்தை பெரியாரையே நாம் வழிகாட்டியாக ஏற்றுக் கொண்டால் யார் நம் எதிரிகள் என்பதையும், யார் நம்முடைய நண்பர்கள் என்பதையும் எளிதாக அடையாளம் காணலாம். அதைப் போல சகிப்புத் தன்மையோடு மனம் தளரா உறுதியோடு போராட வேண்டும் என்பதற்கு மிகச்சிறந்த முன்மாதிரியாக விளங்குபவர், முழுமையான அர்ப்பணிப்போடு களம் கண்ட ஆற்றலைப் பெற்றவர் தந்தை பெரியார் அவர்கள்.

ஆகவே எக்காலத்திற்கும் ஏற்ற இயல்பான கருத்தியலைக் கொண்டதுதான் தந்தை பெரியாரின் கருத்தியல் என்பதை நான் உறுதியோடு பதிவு செய்கிறேன் என்று கூறுகிறார் திருமா.

பெரியார் ஒரு பன்முகப் பரிமாணம் உள்ளவர். அவரை முழு பரிமாணத்தோடு பார்க்கிற வலிமை இல்லாதவர்கள் அவரவர்கள் நிற்கிற வளையத்துக்குள் நின்று கொண்டு விமர்சித்திருக்கலாம். அந்த விமர்சனங்களை பெரியார் வாழ்ந்த காலத்திலும் சரி, மறைந்த காலத்திலும் சரி இத்தகைய விமர்சனக் கணைகள் எழுந்திருக் கின்றன.

விடுதலைச் சிறுத்தைகளைப் பொறுத்தவரை தாழ்த்தப்பட்ட மற்றும் பிற்படுத்தப்பட்ட மக்களின் தலை நிமிர்வுக்கு தந்தை பெரியார் அவர்களின் ஈடு இணையற்ற அர்ப்பணிப்பும் உழைப்பும்தான் அடிப்படை.

புரட்சியாளர் அம்பேத்கருடைய பங்களிப்பு எத்தகைய போற்று தலுக்குரியதோ அதைப் போலவே பெரியாரின் பங்களிப்பும் போற்றுதலுக்குரியதுதான். பெரியாரையும் அம்பேத்கரையும் தனது அரசியல் வழிகாட்டிகளைக் கொண்டு விடுதலைச் சிறுத்தைகள் செயல்படுகிறது என்று திருமாவளவன் தனது கருத்தியலை தெரி வித்துள்ளார்.

விடுதலைச் சிறுத்தைகள் தொடங்கிய காலத்தில் தேர்தலைப் புறக்கணித்த திருமா பின்னர் தேர்தல் பாதைக்கு வரவேண்டிய அவசியமென்ன என்ற கேள்விக்கு பின்வருமாறு பதிலளிக்கிறார்.

திராவிடர் கழகத்தைப் போலவே தேர்தலில் ஈடுபடாத அமைப் பாகவே நடத்திட விடுதலைச் சிறுத்தைகள் இயக்கத்தைத் தொடங்கி னேன்.

1991ல் தொடங்கி 1999 வரை அப்படிப்பட்ட வகையில்தான் பணியாற்றினோம். மதுரையில் தொடங்கிய எங்கள் இயக்கத்தின் பணிகள் வட மாவட்டத்திலும் வளர்ச்சி பெற்றது.

கடலூர் மாவட்டத்தில் 1995, 96 வாக்கில் எங்கள் இளைஞர்கள் மீது தேசியப் பாதுகாப்புச் சட்டம் உள்பட கடுமையான சட்டங்கள் ஏவப்பட்டன. அந்நிலையில் முன்னணித் தலைவர்கள் ஒன்றுகூடி நாம் தேர்தலைப் புறக்கணிப்பதால் தீவிரவாதிகளாக அரசு நம்மைக் கருதுகிறது.

விடுதலைச் சிறுத்தைகள் என்ற பெயரில் இயங்குவதால் விடுதலைப்

புலிகளின் பின்னணியில் இயங்குபவர்கள் என அரசு அச்சப்படுகிறது. இந்நிலையில் இயக்கத்தின் பெயரை மாற்ற வேண்டும். அல்லது தேர்தல் பாதையில் ஈடுபட வேண்டும். இல்லையேல் பொது வாழ்க்கைக்கு வர விரும்பும் இளைஞர்கள் வருவதற்குரிய வாய்ப்புகள் இல்லாமல் போய் விடும். இயக்கம் முடங்கி விடும் என்று கூறினார்கள்.

இயக்கத்தின் பெயரை மாற்றுவதற்கு நான் உடன்படவில்லை. தேர்தல் பாதைக்கு சென்றால் அரசு நம்மை எப்படிக் கருதினாலும் மக்கள் நம்மை ஏற்றுக் கொள்வார்கள் என்கிற கருத்து பரவலாக இருந்தது.

எனவே தேர்தலில் நாம் வேட்பாளரை நிறுத்தாவிடினும் நாம் யாருக்கு வாக்களிக்க வேண்டுமோ அவர்களை அடையாளம் காட்டிட வேண்டும். நம் பின்னே வருகிற மக்களின் வாக்குகளை அளித்திட வேண்டும் என்று கருதினோம். எனவேதான் 1999ல் விழுப்புரத்தில் கூடிய மாநில செயற்குழுவில் தேர்தல் புறக் கணிப்பை கை விடுவது என்கிற முடிவை இயக்கம் எடுத்தது. ஆக இந்த இயக்கத்தின் மீது வன்முறையாளர்கள் என்ற முத்திரை குத்தி ஓரங்கட்டி விடக்கூடாது என்று முடிவெடுத்தோம்.

புரட்சியாளர் அம்பேத்கர் கூட தேர்தல் புறக்கணிப்பை வலியுறுத்த வில்லை. ஆகவே தேர்தலில் நிற்க முடிவெடுத்தோம் என்று கூறி யுள்ளார் திருமா.

தாழ்த்தப்பட்டவர்களுக்காக எவ்வளவோ பேர் எவ்வளவோ அமைப்புகளை, கட்சிகளை கண்டிருக்கிறார்கள். ஆனால் கரை யேறாமல் போனவர்களை கணக்கில் வைக்க இயலாது.

இப்படிப்பட்ட சூழலில் தமிழ்நாட்டில் தாழ்த்தப்பட்ட மக்களுக் காக அவர்களின் வாழ்வாதார அடிப்படை உரிமைகளை பெற்றுத் தர அமைப்பினை உருவாக்கி அதனை இயக்கமாகத் தொடங்கி இன்று விடுதலைச் சிறுத்தைகள் கட்சி எனும் குறிப்பிடத்தக்க அரசியல் கட்சியாக தமிழகத்தில் மாற்றியிருக்கும் ஆற்றலாளராய் மிளிர்கிறார் தொல். திருமாவளவன்.

❖

தாய் மதமான பௌத்தத்துக்கு திரும்புங்கள்!

பெரும்பாலும் அம்பேத்கரை முன்னிறுத்தியே தன்னுடைய கருத்துக்களை வலிய முன்னுரைப்பவர் தொல். திருமாவளவன்.

இந்த தேசத்தில் அன்று வாழ்ந்தவர்கள் நாகர்கள், தமிழர்களே என்பதை அம்பேத்கர் ஆய்வு செய்ததை தற்போது உலக தமிழர் களுக்கு தெரிவிக்க திருமா முற்பட்டுள்ளார்.

நூற்றாண்டு காலமாக பெரும்பாலானோர் ஏற்றுக் கொண்ட ஒரு விசயத்தை மாற்றி, நிஜ வரலாற்றை எடுத்தியம்புவதற்கு தனி துணிச்சல் வேண்டும். விமர்சனங்களை எதிர்கொள்ளும் மனப் பக்குவம் வேண்டும். அரசியல் பாகுபாடற்ற நிலைப்பாடு வேண்டும்.

இன்றைய சூழலில் முழு தரவுகளுடன் பேசும் தமிழக தலைவர்கள் வெகு சிலரில் திருமா முக்கியத்துவம் பெறுகிறார். அந்த வகையில் தான் ஒரு புத்த மதத்தை சேர்ந்தவன் என்பதை வெளிப்படையாக சொல்லியும் வருகிறவர். முஸ்லீம்களை கிறிஸ்தவர்களை தாய் மதத்திற்கு திரும்ப வேண்டும் என்று சொன்னால் இந்துக்களின் தாய்

மதமான புத்த மதத்திற்குத்தான் திரும்ப வேண்டும் என்று அதிரடி யாகத் தெரிவித்திருந்தார்.

திருமாவளவனைப் பொறுத்தவரை இந்து மதத்துக்கு எதிரானவர், இந்து கொள்கைகளை அழிப்பவர், இந்துப் பெண்களை அவதூறாகப் பேசுபவர் என்ற கருத்துக்களை திணிக்கும் சனாதன வாதிகள் சிலர் உள்ளனர்.

ஆனால் திருமாவின் நோக்கமோ சமத்துவத்தை நோக்கி நகர்வதாகவே உள்ளது.

பெரும்பான்மையினர் சிறுபான்மையினராக இருப்பவர்களின் உரிமைகளைப் பாதுகாக்க வேண்டும். இதுவே ஜனநாயகத்தின் சிறப்பம்சம் என்பதே திருமாவின் தீர்மானமாக உள்ளது.

நாகர்கள் என்ற அடையாளம் தொடர்பான பரப்புரையை அம்பேத்கரின் வழியில் நின்றே தொல்.திருமாவளவன் ஆய்வு செய்து பரப்பி வருகிறார் என்பது உண்மை.

உலக செம்மொழி மாநாட்டில் அம்பேத்கரின் ஆய்வை முன் வைத்தே திருமாவளவன் பேசியிருந்தார்.

அம்பேத்கரின் புகழை பரப்பி வருவதுடன் தமிழனின் பொதிந்து போன வரலாற்றையும் தோண்டி எடுத்து வந்து தமிழனின் கைகளில் ஒப்படைக்கும் நோக்கத்திலும் களமிறங்கி உள்ளார் என்பது தெரிகிறது.

இந்த முயற்சி எந்த அளவுக்கு தற்போது தாக்கத்தை தந்துள்ளது என்றால் நாகம் என்பது இந்துத்துவத்தின் அடையாளம் கிடையாது. அது பௌத்தத்தின் அடையாளம் என்பதை விடுதலை சிறுத்தை கட்சியினரே முழுமையாக ஏற்றுக் கொள்ளும் அளவுக்கு வெற்றி கிடைத்துள்ளது தான்.

திருமா தமது ட்டுவிட்டர் பதிவில் கூட, "பௌத்தம் நாகர்களின் வாழ்வியல் நெறி. நாகம் பௌத்தத்தின் குறியீடு. புத்தர் நாக வம்சத்தின் ஞான முதல்வன். கழுத்தில் நாகத்துடன் சிவன். ஆதிசேஷன் படுக்கையில் அரங்கன். இவை பௌத்தத்தின்

திரிபுகளாக பரிணமித்த குறியீடுகளோ புத்தரும் நாகமும் வைதீகப் பகையே. நாக வம்சம் உலகை உய்விக்கும் ஞான வம்சம்'' என்று தெரிவித்திருந் தார்.

இதில் புரிந்து கொள்ள வேண்டிய தகவல் என்னவென்றால் பவுத்தம் என்பது நாகர்களுடையது. நாகம் என்பது பௌத்த மதத்தின் குறியீடு. ஆனால் நாகத்தையோ சிவன் கழுத்தில் சுமந் துள்ளார். எனவே பௌத்த மதத்தை திரித்து அவற்றை இந்து கடவுளாகிய சிவனுக்கு உரியதாக மாற்றி விட்டார்கள் என்பதுதான்.

நாகர்கள் வைதீகத்தின் பகை. நாகவம்சம் உலகை உய்விக்கும் ஞான வம்சம்தான். இந்திய துணைக் கண்டம் முழுவதும் பரவி வாழ்ந்தவர்கள் தமிழை தாய் மொழியாக கொண்ட நாகர்கள் என்று அண்ணல் அம்பேத்கர் தெரிவித்து உள்ளார்.

திருமாவளவன் எது செய்தாலும் என்ன பேசினாலும் அவரது ஒவ்வொரு அசைவிலும் பண்டைய தமிழனின் வரலாறும் மாண்பும் பொதிந்திருக்கும் என்பதை எவரும் மறுக்க முடியாது.

பவுத்தம் தொடர்பான அம்பேத்கரின் கருத்தியலில் அடிப்படை ரீதியாக தொல். திருமாவளவன் ஒரு முழுமையான சமரசம் இருப்பதை மிக எளிதாக அனைவரும் புரிந்து கொள்ள முடியும்.

தமது தாய் மதமான பௌத்த மதத்திற்கு மாறுவதற்கான அம்பேத்கரின் பிரகடனமும் செயல்பாட்டையும் தொல். திருமா விடம் ஒரு வரலாற்று பார்வை தெளிவுபட இருந்துள்ளது.

•

1956 செப்டம்பர் 23 இல் ஒரு அறிக்கை மூலம் புத்த மதத்திற்கு தாம் மாறுவதை புது தில்லியிலிருந்து அம்பேத்கர் பிரகடனம் செய்தார்.

அந்த அறிக்கையில் புத்த மதத்தில் நான் சேருவதற்கான தேதியும் இடமும் இப்போது இறுதியாக முடிவு செய்யப்பட்டு விட்டன.

நாகபுரியில் துஷ்ஷெரா நாளன்று (அசோ விஜயதசமி) அதாவது 1956 அக்டோபர் 14 ஆம் தேதி அது நடை பெறும். மதமாற்ற வைபவம் காலை 9 மணிக்கும் 11 மணிக்கும் இடையே நடைபெறும்.

அன்றைய தினம் மாலையில் நான் உரை நிகழ்த்துவேன் என்று குறிப்பிட்டிருந்தார்.

இது சம்பந்தமான நிகழ்ச்சி நிரலின் முழு விபரம் பிரபுத்த பாரத் வார இதழில் பிரசுரிக்கப்பட்டது. புத்த மதத்திற்கு மாறுபவர்கள் 19 வயதுக்கு மேற்பட்டவர்களாக இருக்க வேண்டும் என்று அறிவிக்கப்பட்டது.

1956 செப்டம்பர் 24 இல் அம்பேத்கர் வணக்கத்திற்குரிய பிக்கு சந்திரமணிக்கு எழுதிய கடிதத்தில் இந்த மதமாற்ற நிகழ்ச்சியை நடத்தித் தரம்படி கேட்டுக் கொண்டார்.

அதன்படி 14.10.1950 ஆம் நாளன்று காலை 9.30 மணிக்கு அம்பேத்கருக்கும் அவரது மனைவிக்கும் மகாஸ்தவீர் சந்திரமணி திரிசரணத்தையும், பஞ்ச சீலத்தையும் பாலி மொழியில் பாராயணம் செய்து தீட்சை அளித்து புத்த மதத்தில் இணைத்தார்.

இதனைத் தொடர்ந்து அம்பேத்கர் புத்தர் சிலைக்கு மாலை அணிவித்து அதன் முன்னால் மூன்று முறை தலை வணங்கினார்.

இந்த நிகழ்ச்சியில் சுமார் ஐந்து லட்சம் முதல் ஆறு லட்சம் மக்கள் கலந்து கொண்டனர்.

அம்பேத்கர் புத்த மதத்தில் இணைந்த பின் இந்து மதத்தைத் துறந்து புத்த மதத்தைத் தழுவ விருப்பமுள்ளவர்கள் எழுந்து நின்று கைகளைக் கட்டிக் கொண்டு தன்னைத் தொடர்ந்து திரிசரணையும் பஞ்சீலத்தையும் ஒப்புவிக்க வேண்டும் என்று பிரகடனம் செய்தார்.

இந்தப் பிரகடனத்தைத் தொடர்ந்து கூட்டம் முழுவதும் எழுந்து நின்றது. அம்பேத்கர் அவர்களுக்குத் தீட்சை அளித்து அவர்களைப் புத்த மதத்தில் இணைத்துக் கொண்டார். இந்தச் சடங்கின் ஒரு பகுதியாக கூட்டத்தினரை 22 சூளுரைகளை எடுத்துக் கொள்ளச் செய்தார்.

❖

CAA க்கு எதிரான திருமாவின் அரசியல்

தொல். திருமா வலுவான கருத்தியல் நிலைப்பாட்டின் தலைவர் என்பதில் எவருக்கும் எவ்வித ஐயமும் இல்லை.

மதம், மத மாற்றங்கள் குறித்த விழிப்புணர்வில் எப்போதும் சர்ச்சைக்கு கலங்காத சக்திமிக்க தலைவராகவே அவரது பயணம் இதுநாள் வரை இருந்து வந்திருக்கிறது.

திருநெல்வேலிக்கு அருகிலுள்ள மீனாட்சிபுரத்தில் நடந்த வெகுஜன மதமாற்றங்கள் குறித்து திருமா ஆய்வு செய்து பெற்ற முனைவர் பட்டம் கூட மிகுந்த சர்ச்சையை ஏற்படுத்தியது யாவரும் அறிந்ததே.

இந்துத்துவா அரசியலை கடுமையாக விமர்சித்து வரும் திருமா CAA, NPR மற்றும் NRC ஆகிய சட்டங்களை எதிர்ப்பதில் எந்தக் கல்லையும் விட்டு வைக்கவில்லை.

CAAக்கு எதிரான கோலம் போட்டதற்காக ஒரு சில ஆர்வலர்கள் கைது செய்யப்பட்ட பிறகு திருமாவே களத்தில் இறங்கி கோலம் போராட்டத்தில் கலந்து கொண்டார்.

கோலம் போடுவது என்பதை பெண்மையாகப் பார்க்கும் கலாச்சாரத்தில், திருமாவளவனின் கோலம் சி.ஏ.வுக்கு எதிரான போராட்டமாக மட்டும் பார்க்கப்படாமல் ஒரே மாதிரியான கொள்கையை உடைக்கும் முயற்சியாக பார்க்கப்பட்டது.

திருமாவின் விடுதலை சிறுத்தைகள் கட்சி தமிழ்நாட்டில் உள்ள ஒரு அம்பேத்கரிய கட்சி பிப்ரவரி 22 இல் திருச்சியில் ஒரு மாபெரும் பேரணியை நடத்தியது.

ஒரு வாரத்திற்குப் பிறகு டெல்லி கலவரத்திற்கு எதிர்ப்பு தெரிவிக்கும் வகையில் கட்சி அதைத் தொடர்ந்து ஒரு ஆர்ப்பாட்டத்தை நடத்தியது.

ஒரு அம்பேத்கரிய கட்சி என்ற முறையில் CAAக்கு எதிராக வலுவான முறையில் எதிர்ப்பு தெரிவிப்பது தனது மற்றும் தனது கட்சி உறுப்பினர்களின் பொறுப்பு என்று திருமா தெரிவித்தார்.

தி வயர் உடனான நேர்காணலின்போது திருமா CAA உட்பட பல்வேறு பொருள் தொடர்பான கேள்விகளுக்கு அளித்துள்ள கருத்துகள் மிகுந்த அதிர்வலைகளை ஏற்படுத்தியது.

திருச்சியில் நடந்த பேரணி குறித்த திருமா அளித்த கருத்து :

நாங்கள் பெரிய அளவில் திட்டமிட்டுள்ளோம். பத்து நாட்களுக்கும் மேலாக தமிழகம் முழுவதும் சுற்றுப்பயணம் செய்து மக்களை சந்தித்து இந்தப் பேரணியை ஏன் நடத்துகிறோம் என்று கூறினேன். இதனை வழமையான அரசியல் நடவடிக்கையாக பார்க்கக் கூடாது என எமது தொண்டர்களிடம் கூறினேன்.

நாம் ஆபத்தான காலங்களில் வாழ்கிறோம். எங்களுடைய எதிர்ப்பை முடிந்தவரை வலுவாக பதிவு செய்ய வேண்டும். மண்டல வாரியாக செயற்குழு கூட்டங்களை நடத்தி தவறு செய்தவர்கள் மீது கடும் நடவடிக்கை எடுக்கப்பட்டது.

இதற்கு முன்பு நான் இதைச் செய்யவில்லை. ஆனால் அவர்கள் இல்லாத காரணத்திற்காக ஆறு மாவட்ட செயலாளர்கள் மற்றும் இரண்டு சட்டமன்ற செயலாளர்களை அவர்களின் பதவிகளில்

இருந்து நீக்கி விட்டேன்.

ஒவ்வொரு சட்டமன்றத் தொகுதிக்கும் குறைந்தது 150 வாகனங்களை அணி திரட்ட முடிந்தது. பேரணியில் பங்கேற்பாளர்கள் அனைவரும் CAA வேண்டாம். NPR வேண்டாம். NRC வேண்டாம் என்ற வாசகங்கள் அடங்கிய டி.ஷர்ட்டுகளை அணிந்திருந்தனர். பெண்களும் அதிகளவில் கலந்து கொண்டனர்.

என்னைப் பொறுத்தவரை இது தேர்தலுக்காக அல்ல. அல்லது பலத்தை காட்டுவதற்காக அல்ல. இந்தச் செயல் அரசியல் சாசனத்துக்கு எதிரானது; அகற்றப்பட வேண்டும்.

இச்செயல் உடனடியாக முஸ்லீம்களை குறி வைக்கிறது என்று தோன்றலாம். அது உண்மைதான். ஆனால் அதன் இறுதி இலக்கு அரசியல் என்பது அனைவரும் அறிந்ததே என்று கூறிய திருமா ஆட்சியில் தற்போது இருக்கும் பாஜக குறித்து பின்வருமாறு கூறியுள்ளார் :

பிஜேபி என்பது ஆர்.எஸ்.எஸ்ஸின் அரசியல் பிரிவு. பாஜகவைப் புரிந்து கொள்ள முதலில் ஆர்.எஸ்.எஸ்ஸைப் புரிந்து கொள்ள வேண்டும். அவர்களின் நிகழ்ச்சி நிரல்களும் ஒன்றே!

நமது மூவர்ணக் கொடி மற்றும் அரசியல் அமைப்புச் சட்டத்தின் மீது அவர்களுக்கு அக்கறை இல்லை. சமூக நீதி, மதச்சார்பின்மை போன்ற கருத்துக்கள் ஏற்றுக் கொள்ள முடியாதவை.

அம்பேத்கர் உருவாக்கிய அரசியலமைப்பு சட்டத்தால் மட்டுமே இவை நடைமுறையில் உள்ளன.

நிச்சயமாக பிஜேபி அரசியலமைப்பை வெளிப்படையாக எடுத்துக் கொள்ள முடியாது. ஆனால் அவர்கள் ஒரு இந்து தேசியவாத அரசாங்கத்தை ஒரு இந்து தேசத்தை உருவாக்க முயற்சிக்கின்றனர். இது அரசியலமைப்புக்கு எதிரானது.

இந்த தேசத்தைக் காப்பாற்ற அரசியலமைப்பை நாம் கடுமையாக நிலைநாட்ட வேண்டும். ஒரு அம்பேத்கரிய கட்சியாக CAA, NPR மற்றும் NRCயை எதிர்க்கும் தார்மீக பொறுப்பு எங்களுக்கு உள்ளது.

இந்தச் செயல் முஸ்லீம்களுக்கு எதிரானது மட்டுமல்ல, அரசியலமைப்புச் சட்டத்துக்கும் எதிரானது என்பதை அவர்கள் புரிந்து கொண்டவுடன் எங்கள் பணியாளர்கள் கடுமையாக உழைத்தனர் என்றார் திருமா.

மேலும் பேரணி குறித்து தொடர்ந்து பதிலளித்த திருமா, "பணி யாளர்கள் நம்பிய பிறகு விஷயங்கள் மிகவும் எளிமையாக இருந்தன. வெளிப்படையாகச் சொன்னால் இவ்வளவு பேர் வருவார்கள் என்று நான் எதிர்பார்க்கவில்லை.

இரண்டு லட்சம் பேர் வாக்களிப்பார்கள் என்று நான் மதிப்பிட்டிருந் தேன். ஆனால் அது நிச்சயமாக பெரியதாக இருந்தது. பல பெண்கள் இருந்தனர். அவர்களில் பெரும்பாலோர் இளைஞர்கள். பின்னர் குடும்பங்கள் இருந்தன.

ஆனால் அதை ஒருங்கமைப்பது உண்மையில் கடினமாக இருந்தது. நாங்கள் அனைத்து ஏற்பாடுகளையும் செய்த பிறகு நகர ஆணையர் அனுமதியை நிராகரிக்க உயர்நீதிமன்றத்தை அணுகுவது குறித்து ஆலோசிப்பதாக கூறினார்."

ஏனெனில் நகரத்தார் இவ்வளவு பெரிய எண்ணிக்கையை கையாள முடியாது. பிப்ரவரி 21 முழுவதும், பேரணிக்கு ஒரு நாள் முன்ன தாகவே நாங்கள் அவருடன் பேச்சு வார்த்தை நடத்தி பேரணி புள்ளியை தொலைதூர இடத்திற்கு மாற்றினோம். மேலும் பேரணியை பிற்பகல் 3.30 மணிக்கு தொடங்கி மாலை 6.15 மணிக்கு முடிப்பது உள்ளிட்ட பிற நிபந்தனைகளுக்கு இணங்கி னோம்.

நாங்கள் ஒரு சிறிய கட்சி. கர்நாடகா, ஆந்திரப்பிரதேசம் மற்றும் கேரளா போன்ற சில மாநிலங்களில் எங்களிடம் சில இருப்பு இருந்தாலும், நாங்கள் ஒரு தேசிய அளவிலான அமைப்பு என்று கூற முடியாது.

அங்கு நாங்கள் பிராந்திய பிரச்சனைகளிலும் வேலை செய்கிறோம். எங்கள் முக்கிய கவனம் தமிழ்நாடு. ஆனால் இந்தியாவில் உள்ள பாசிச எதிர்ப்பு சக்திகளை எதிர்த்துப் போரிடுவதில் நாங்கள் ஒரு போதும் சமரசம் செய்து கொள்ளவில்லை.

இது எங்கள் பணி என்று நான் நம்புகிறேன். நான் சொன்னது போல் அம்பேத்கரிய கட்சிகளுக்கு CAAஐ எதிர்ப்பது, பாசிச சக்தி களை எதிர்ப்பது ஆகிய தார்மீக பொறுப்பு உள்ளது. மேலும் இது முதல் முறை அல்ல.

லோக் சபா தேர்தலுக்கு முன் ஜனவரி 23, 2019 அன்று திருச்சியில் 'தேசம் காப்போம்' மாநாட்டை விசிக நடத்தியது. பல்வேறு அரசியல் தலைவர்கள் கலந்து கொண்டனர்.

தி.மு.க தலைவர் மு.க.ஸ்டாலின், காங்கிரஸ் தலைவர்கள், மார்க்சிஸ்ட் கம்யூனிஸ்ட் கட்சியின் சீதாராம் யெச்சூரி, சி.பி.ஐ.யின் சுதாகர் ரெட்டி, புதுச்சேரி முதல்வர் நாராயணசாமி முதலானோர் கலந்து கொண்டனர்.

பா.ஜ.க.வை தோற்கடிக்க எதிர்க்கட்சிகளிடையே அதிக ஒருங் கிணைப்பு தேவை என்று இந்தியா முழுவதும் எங்கும் முதன் முதலில் முறையிட்ட கட்சி வி.சி.க. இத்தகைய ஒருங்கிணைப்பு தமிழகத்தில் பாஜகவை அதன் பாதையில் நிறுத்தினாலும், துரதிருஷ்டவசமாக தேசிய அளவில் அது செயல்படவில்லை.

நல்ல ஒருங்கிணைப்பு இருந்தால் மட்டுமே பாஜகவை அதிக வாக்கு வித்தியாசத்தில் வெற்றி பெற செய்திருக்க முடியும்.

ஜாதி, மொழி, இனம் தொடர்பான பிரச்சனைகளுக்காக நடத்தப் படும் போராட்டம் இவ்வளவு காலம் நீடிக்காது. இந்தச் சட்டம் என்ன என்பதை மக்கள் உண்மையில் புரிந்து கொண்டால்தான், இது தங்களுக்கு நல்லதல்ல என்று அவர்கள் உறுதியாக நம்புவதால் தான் அவர்கள் தெருக்களில் இருக்கிறார்கள்.

இந்திய வரலாற்றில் மக்கள் நீண்ட காலமாக போராடிய எந்த நிகழ்வையும் என்னால் நினைவில் கொள்ள முடியவில்லை.

நிச்சயமாக பெரியார், காந்தி போன்ற தலைவர்கள் அதைச் செய் திருக்கிறார்கள். ஆனால் தலைவர்கள் தங்கள் சொந்த கவர்ச்சியைக் கொண்டிருப்பதால் அதை இழுக்க முடியும். ஆனால் இன்று ஷாஹீன்பாக் நடத்துவது போலவோ அல்லது இந்தியா முழுவதும்

இதுபோன்ற போராட்டங்களைப் போலவோ, இதுபோன்ற எதிர்ப்புகள் 90 நாட்கள் வரை நீடித்ததாக நான் நினைக்கவில்லை.

இது முஸ்லீம்களின் போராட்டம் அல்ல என்பதையும் வலி யுறுத்த விரும்புகிறேன். அவர்கள் இந்தியர்கள் என எதிர்ப்பு தெரிவித்து வருகின்றனர்.

பா.ஜ.க இந்து தேசியவாதத்தை கட்டியெழுப்ப விரும்புகிறது. தேசியவாதத்தின் மொழியியல் மற்றும் பிற வடிவங்களை மறுக்க முயற்சிக்கிறது.

தமிழர்களாகவோ, கன்னடர்களாகவோ மக்கள் திரளாமல் இந்துக் களாக அணி திரள வேண்டும் என வலியுறுத்துகிறது. இது மொழி வழி தேசியம் என்ற கருத்தை தோற்கடிக்கிறது.

இப்போதைக்கு அவர்கள் சாதி வேறுபாடுகளை ஒரு பின் இருக்கை எடுக்க அனுமதிக்கிறார்கள் மற்றும் தலித்துகள் மற்றும் பழங்குடி யினர் உட்பட அனைத்து சாதியினரையும் இந்துக்களாக அணி திரளுமாறு அழைப்பு விடுக்கின்றனர்.

சாதிய ஒடுக்குமுறைக்கு எதிர்ப்பு தெரிவித்த சில இயக்கங்கள் இதை ஆர்.எஸ்.எஸ்ஸின் அங்கீகாரமாகப் பார்த்து அவர்களுடன் கை கோர்த்துள்ளன. இவ்வாறான மாற்றமும் இடம் பெற்று வருகின்றது. ஆர்.எஸ்.எஸ். ஒரே கல்லில் பல பறவைகளைக் கொன்று வருகிறது.

இப்போதைக்கு ஆர்.எஸ்.எஸ்ஸின் முதல் முன்னுரிமை இந்து தேசியம் பற்றிய ஒரு வலிமையான கருத்தை உருவாக்குவதுதான்.

இந்துக்கள் பெரும்பான்மையினர் அதன் விளைவாக இந்த தேசம் அவர்களுக்கே சொந்தம். அரசுக்கு ஒரு மதம் தேவை. அது இந்து மதமாக இருக்க வேண்டும். இதைத்தான் ஆர்.எஸ்.எஸ். நிறுவ விரும்புகிறது.

இந்த செயல்பாட்டில் அவர்கள் எதிர்கொள்ளும் ஒரே தடை அரசிய லமைப்பு. வெளிப்படையாக அவர்களால் அரசியலமைப்பை ஒரே நாளில் தூக்கி எறிய முடியாது. அதை முறையாக நீர்த்துப் போகச் செய்து பயனற்றதாக மாற்ற வேண்டும்.

CAA நிறைவேற்றப்பட்டது என்பதை அவர்கள் உலகுக்கு காட்ட விரும்புகிறார்கள். மேலும் அரசியலமைப்புச் சட்டம் அதைப் பற்றி எதுவும் செய்ய முடியாது. இதன் மூலம் மக்கள் அரசியலமைப்பை நிராகரித்தார்கள் என்பதை நிறுவ விரும்பு கிறார்கள்.

அடுத்த இரண்டு வருடங்களில் இதைப் பார்க்க விரும்புகிறார்கள். அவர்கள் சாதிக்க இன்னும் இரண்டு விஷயங்கள் இருக்கலாம். பொது சிவில் கோட் மற்றும் புதிய அரசியலமைப்பு. இப்போது நேரம் சரியில்லை என்பதற்காக சமூகத்தை வகுப்பு வாதமாக பிளவு படுத்துகிறார்கள்.

அவர்கள் கட்டியெழுப்ப விரும்பும் இந்திய தேசியம் இதுவல்ல, சுதந்திரப் போராட்ட காலத்தில் நாம் கொண்டிருந்தது. இந்துக்கள் இந்தியர்கள் என்பதை நிறுவ விரும்புகிறார்கள்.

இதனால்தான் CAA, NPR மற்றும் NRC ஆகியவற்றை வி.சி.க எதிர்க்கிறது. நாம் சிறுபான்மையினர் அல்லது முஸ்லீம்களுக்கு ஆதரவாக இருப்பதால் மட்டுமல்ல நாங்கள் தேசத்திற்கும், அரசியலமைப்பிற்கும் ஆதரவாளர்கள் என்பதால்தான்.

❖

மணிப்பூர் கலவரம் குறித்து திருமா

'இந்தியா' கூட்டணி எம்.பி.க்கள் இருபது பேர் கொண்ட குழு, மணிப்பூரில் பாதிக்கப்பட்ட மக்களை சந்தித்து விட்டு டில்லி வந்தடைந்தனர். அப்போது மணிப்பூரில் நடப்பது என்பது குறித்து குழுவில் இடம் பெற்றிருந்த தி.மு.க எம்.பி. கனிமொழியும், வி.சி.க தலைவர் திருமாவளவனும் நிருபர்களை சந்தித்து கூறினர்.

தி.மு.க எம்.பி. கனிமொழி கூறுகையில் குக்கி பழங்குடியினருக்கு அரசு மீது நம்பிக்கை இல்லை, மணிப்பூரில் பாதிக்கப்பட்ட மக்களை முதல்வர் மற்றும் அமைச்சர்கள் சந்திக்கவில்லை. பாலியல் வன்கொடுமைக்கு ஆளான பெண்கள் இருவரை பெண் எம்.பி.க்கள் மட்டும் சந்தித்தோம்.

பாதிக்கப்பட்ட பெண்கள் நியாயம் கிடைக்க வேண்டும் என திரும்ப திரும்ப சொல்கிறார்கள். பாதிக்கப்பட்ட பெண்கள் எங்களைக் காப்பாற்றக் கூடிய போலீசாரே வன்முறை கும்பலிடம் ஒப்படைத்தார்கள் என வருத்தம் தெரிவித்தார்கள்.

பாலியல் வன்கொடுமையால் பாதிக்கப்பட்டவர்களை என்ன கூறி தேற்றுவது என்றே தெரியவில்லை. மணிப்பூரில் தொடர்ந்து ஆங்காங்கே வன்முறை வெடித்துக் கொண்டே தான் இருக்கிறது.

நிச்சயமாக மணிப்பூரில் அமைதி திரும்பி விட்டது என்பது பொய். தங்களுக்கு நீதி கிடைக்க வேண்டும் என மணிப்பூர் மக்கள் கோரிக்கை விடுத்தனர்.

பார்லிமென்டில் விவாதம் நடத்த கோரிக்கை விடுத்தும், அதை ஏற்றுக் கொள்ள அரசு தயாராக இல்லை என்று கூறினார்.

விடுதலை சிறுத்தை கட்சி தலைவர் திருமாவளவன் கூறும்போது, தங்களுக்கு பாதுகாப்பு இல்லை என மணிப்பூர் மக்கள் தெரிவித்தனர். மணிப்பூர் விவகாரத்தில் மத்திய அரசு மற்றும் மாநில அரசு பொறுப்பற்ற முறையில் செயல்படுவது அதிர்ச்சியளிக்கிறது.

இரு சமூகங்களுக்கு இடையே சமூக உறவு உருவாகி இயல்பு வாழ்க்கை திரும்ப மத்திய மாநில அரசுகள் நடவடிக்கை எடுக்க வேண்டும். கல்லூரி மாணவர்கள் படிப்பை தொடர நடவடிக்கை எடுக்க வேண்டும். மணிப்பூர் கவர்னர் உரிய நடவடிக்கை எடுப்பதாகக் கூறி இருக்கிறார்.

இந்தியா கூட்டணி எம்.பி.கள் மணிப்பூர் குறித்து விவாதிக்க பார்லியில் இரு அவைகளிலும் அனுமதிக்க வேண்டும். மணிப்பூரில் அமைதி திரும்ப வேண்டும்.

நிவாரண முகாம்களில் தங்க வைக்கப்பட்டுள்ளோருக்கு அடிப்படை வசதிகளை வழங்க வேண்டும். இரு சமூக மக்களிடையே அமைதியை உருவாக்க சமூக நடவடிக்கைகளை மத்திய, மாநில அரசுகள் நடவடிக்கை எடுக்க வேண்டும் என்று கூறினார்.

விடுதலை சிறுத்தைகள் கட்சித் தலைவர் தொல். திருமா மணிப்பூர் வன்முறைக்கு எதிராக மதுரையில் திங்கள்கிழமை நடைபெற்ற ஆர்ப்பாட்டத்தில் பங்கேற்றவர்களிடம் உரையாற்றினார்.

மணிப்பூரில் நடந்த கலவரத்தை அரசு ஆதரவு பெற்ற பயங்கரவாத செயல் என வர்ணித்த விடுதலை சிறுத்தைகள் கட்சித் தலைவர்

திருமா வன்முறைக்கு ஆதரவளித்த குற்றச்சாட்டின் பேரில் மணிப்பூர் முதல்வர் பிரேன் சிங்கைக் கைது செய்யுமாறு கோரினார்.

இவ்வளவு காலமாக கலவரத்தை புறக்கணித்ததற்காக தார்மீக அடிப்படையில் பிரதமர் நரேந்திர மோடி மற்றும் உள்துறை அமைச்சர் அமித்ஷா ஆகியோர் பதவி விலக வேண்டும் என்றும் அவர் வலியுறுத்தினார்.

பழங்குடியினரான குக்கிகளுக்கு மலைப்பாங்கான நிலப்பரப்பில் விவசாயம் செய்வதற்கும் அனைத்து உரிமைகளும் உள்ளன. மலையகத்தில் உள்ள கனிமங்களை மோசடி செய்ய கார்ப்பரேட் நிறுவனங்களுக்கு உதவும் வகையில், சமவெளியில் வசிக்கும் மெய்தேய் சமூகத்தினருக்கு மலைப்பகுதியில் நிலத்தை சொந்த மாக்கிக் கொள்வதாக பழங்குடியினர் அந்தஸ்தை பா.ஜ.க. வாக்குறுதி அளித்தது என திருமாவளவன் கூறினார்.

இரண்டு குக்கி பெண்களை மெய்தீஸ் மூலம் நிர்வாணமாக அணி வகுத்து நடத்தியது மெய்தீஸ் மத்தியில் பரவிய ஒரு போலி வீடியோ வின் விரைவான வீழ்ச்சி என்று மணிப்பூர் காவல் துறை கூறியது. இருப்பினும் மணிப்பூர் காவல் துறையால் தங்களுக்கு பாதுகாப்பு இல்லை என்று பெண்கள் புகார் அளித்துள்ளனர். இது மணிப்பூர் முதலமைச்சரின் ஆசியுடன் நடந்த அரசால் நடத்தப்பட்ட வன்முறை என்று திருமாவளவன் குற்றம் சாட்டினார்.

மணிப்பூர் விவகாரம் தொடர்பாக இந்தியா கூட்டணி சார்பில் குடியரசுத் தலைவரை சந்தித்தபின் செய்தியாளரை சந்தித்த தொல்.திருமாவளவன், ‘‘மணிப்பூர் விவகாரம் தொடர்பாக எங்களது கருத்துகளை கேட்ட குடியரசுத் தலைவர் எந்த உறுதியை யும் அளிக்கவில்லை. எங்களது கோரிக்கைகள் பரிசீலிக்கபட்டும் என்ற அளவில் அவரது பதில் இருந்தது. குடியரசுத் தலைவருடனான சந்திப்பு மனநிறைவாக இல்லை’’ என கூறினார்.

❖

வி.சி.க. வின் மாநாடுகளில்...

திருச்சியில் 2019ல் நடைபெற்ற விடுதலைச் சிறுத்தைகளின் மாநாட்டிற்கு 'தேசத்தைக் காப்பாற்றுங்கள்' என்று தொல். திருமா வளவன் பெயரிட்டார்.

விடுதலைச் சிறுத்தைகள் கூட்டிய அந்த மாநாட்டில் சனாதன தர்மத்துக்கு எதிராக போரிட அழைப்பு விடுத்து நரேந்திர மோடி தலைமையிலான பாஜக அரசை தோற்கடிக்க எதிர்க்கட்சிகள் தேர்தல் களமிறங்கியுள்ளது.

நாட்டில் சமத்துவம், சுதந்திரம் மற்றும் சகோதரத்துவத்தை நிராகரிக்கும் சனாதன தர்மத்தை பாஜக செயல்படுத்துகிறது என்று குற்றம் சாட்டிய விசிக, ஆர்.எஸ்.எஸ் மற்றும் பாஜகவின் கைகளில் இருந்து 'தேசத்தை காப்பாற்றுங்கள்' என்று அதன் பொருட்டே பெயரிட்டிருந்தனர்.

இந்த சந்திப்பு சனாதனத்தை எதிர்க்கும் நிகழ்வாக மாறிவிட்டதாக தி.மு.க தலைவர் மு.க. ஸ்டாலின் தெரிவித்தார். சனாதன படைகள் ஆட்சிக்கு வந்தன. பாகிஸ்தான் மற்றும் சீனாவில் இருந்து

அச்சுறுத்தல் இல்லை. ஆனால் நாட்டை ஆட்சியாளர்களிடமிருந்து அச்சுறுத்தல் இல்லை. இரண்டாவது சுதந்திரப் போர் இந்த ஆண்டு மே மாதம் தேர்தல் என்று அவர் கூறினார்.

“பா.ஜ.க.வை எதிர்த்ததற்காக எங்களை தேச விரோதிகள் என்று அழைத்தால் நாங்கள் முழு மனதுடன் தலைப்பை ஏற்றுக் கொள்கிறோம்” என்று மு.க ஸ்டாலின் கூறினார்.

மத்தியில் மோடியையும், மாநிலத்தின் முதல்வர் எடப்பாடி கே.பழனிச்சாமியையும் தோற்கடிக்க அழைப்பு விடுத்தார்.

இந்து அமைப்பின் சனாதன் சன்ஸ்தாவை தடை செய்ய வேண்டும். மேகதாது அணை கட்ட கர்நாடக அரசின் அறிக்கையை நிராகரிக்க வேண்டும் என்பது உள்ளிட்ட 14 தீர்மானங்களை விடுதலைச் சிறுத்தைகள் கட்சி மாநாட்டில் நிறைவேற்றியது.

மாநாட்டில் பேசும்போது திருமா, “தி.மு.க.வின் தேர்தல் கூட்டணியின் முதல் கூட்டம் என்று சொல்வதில் மகிழ்ச்சி அடைகிறேன். காங்கிரஸ் ஆட்சியின் சனாதன் சன்ஸ்தா செயல்படாமல் இருந்தது. ஆனால் மோடி ஆட்சியில் அது வளர்ந்துள்ளது. இந்துவை வலியுறுத்தி மகாத்மா காந்தியை கொன்ற ஆர்.எஸ்.எஸ்.ஸின் அரசியல் முகம் பாஜக முஸ்லிம்களின் நல்லிணக்கம் மீண்டும் ஆட்சிக்கு வந்தால் நாட்டை யாராலும் காப்பாற்ற முடியாது.

இந்திய கம்யூனிஸ்ட் கட்சியின் பொதுச் செயலாளர் சுதாகர் ரெட்டி, பொருளாதாரத்தில் எளிமையான உயர் சாதியினருக்கான 10% இட ஒதுக்கீடு தேர்தல் ஆதாயத்துக்கான வித்தை என்று கூறினார்.

கோவிந்த் பன்சாரே, நரேந்திர தபோல்கர், கல்புர்கி மற்றும் குவாரி லங்கேஷ் ஆகியோரின் கொலைக்கு அவர் அமைப்புதான் காரணம். “கௌரக்ஷா என்ற பெயரின் முஸ்லீம் சிறுபான்மையினர் தாக்கப்படுகின்றனர். பல ஆயிரக்கணக்கான தலித்துக்கள், அறிவுஜீவிகள் மற்றும் மதச்சார்பற்ற மக்களுக்கு பாதுகாப்பு இல்லை” என்று அவர் கூறினார்.

வி.சி.க.வுடன் தனது ஒற்றுமையை வெளிப்படுத்திய சி.பி.எம் பொதுச் செயலாளர் சீதாராம் யெச்சூரி, அடல்பிஹாரி வாஜ்பாயை

பிரதமர் வேட்பாளராக முன்னிறுத்தி பா.ஜ.க தோல்வியை சந்தித்த 2004 ஆம் ஆண்டு மீண்டும் நிகழும்.

"மோடி அரசை அகற்ற சிபிஎம் முன்னிலையில் நிற்கும். எதிர்க் கட்சிகளின் பிரதம வேட்பாளர் யார் என்று மோடி கேட்கிறார். 2019ல் மாற்று உருவாகும். நாட்டைக் காப்பாற்ற மதச்சார்பற்ற முன்னணிகளுடன் இணைவோம்" என்று கூறினார்.

மத நல்லிணக்கத்தை பா.ஜ.க சீர்குலைக்கிறது. அ.தி.மு.க அதன் கைப்பொம்மையாக உள்ளது. ஸ்டாலின் தமிழக முதல்வராகவும், ராகுல் காந்தி இந்தியாவின் பிரதமராகவும் வருவதை யாராலும் தடுக்க முடியாது. நாட்டின் தலைப்பாக சனாதனத்தை தேர்வு செய்த வி.சி.க.வை தி.க. தலைவர் கி.வீரமணி பாராட்டினார்.

"இந்த மாநாடு தேர்தலை இலக்காக கொள்ளவில்லை. அடுத்த தலை முறையை மாற்ற வேண்டும். சனாதனம் அனைவருக்கும் எல்லாம் இல்லை என்று சொல்கிறது. ஆனால் எல்லாமே அனைவருக்கும் என்று ஜனநாயகம் கூறுகிறது. நாட்டில் சனாதனத்திற்கு இடமில்லை என்பதை அனைவருக்கும் எடுத்துரைக்க இது ஒரு தெளிவான அழைப்பு" என்றார்.

●

விடுதலை சிறுத்தைகள் கட்சியின் தலைவரும், சிதம்பரம் நாடாளு மன்ற உறுப்பினருமான திருமாவளவன் தலைமையில் 26.1.2024 அன்று திருச்சி சிறுகனூரில் வெல்லும் சனநாயகம் மாநாடு மிகப் பிரம்மாண்டமாக நடைபெற்றது.

திருமா தலைமையில் நடைபெற்ற மாநாட்டில் தமிழ்நாடு முதலமைச்சர் மு.க.ஸ்டாலின் கலந்து கொண்டு சிறப்புரை யாற்றினார்.

அதேபோல மார்க்சிஸ்ட் கம்யூனிஸ்ட் கட்சியின் தேசிய பொதுச் செயலாளர் சீதாராம் யெச்சூரி, இந்திய கம்யூனிஸ்ட் கட்சியின் தேசிய பொதுச் செயலாளர் டி.ராஜா, மார்க்சிஸ்ட் லெனினிஸ்ட் கம்யூனிஸ்ட் கட்சியின் தேசிய பொதுச் செயலாளர் திபங்கர் பட்டாச்சாரியா, திராவிடர் கழகத் தலைவர் ஆசிரியர் கி. வீரமணி

என பலரும் கலந்து கொண்டு உரையாற்றினர். திருச்சியில் வி.சி.க சார்பில் நடைபெற்ற வெல்லும் சனநாயகம் மாநாட்டில் 33 தீர்மானங்கள் நிறைவேற்றப்பட்டன.

ஜாதி, மதம் மற்றும் பாலின மேலாதிகத்தை எதிர்த்து ஜன நாயகத்தைக் காப்பாற்றுவதற்கான போராட்டத்தில் உயிர் நீத்தவர்களுக்கும், சமத்துவத்தை நிலைநாட்ட வாழ்நாள் முழுவதும் பாடுபட்ட தலைவர்களுக்கும் வீரவணக்கம் செலுத்தப்பட்டது.

பாலஸ்தீன மக்கள் வாழும் காசா பகுதியில் இன அழித்தொழிப்பு போர் நடத்தி வரும் இஸ்ரேல் அரசுக்கு கண்டனம் தெரிவிக்கப் பட்டது.

முழுமையாகக் கட்டி முடிக்கப்படாத ராமர் கோயிலைத் திறந்து அரசியல் ஆதாயம் தேடும் பா.ஜ.க அரசின் நடவடிக்கைக்கும் கண்டனம் தெரிவிக்கப்பட்டது.

நாட்டின் தலைநகரான டெல்லியில் அடிக்கடி நிலநடுக்கம் ஏற்படுவ தாலும், மாசுபாடு அதிகரிப்பு போன்ற காரணங்களால் சென்னையை இரண்டாவது தலைநகரமாக அறிவித்து உச்சநீதிமன்ற கிளை மற்றும் நாடாளுமன்ற கட்டடம் நிறுவ வேண்டும்.

2021 இல் மேற்கொள்ளப்பட்ட சாதிவாரி கணக்கெடுப்பை நிறுத்தி வைக்க பா.ஜ.க அரசு மீண்டும் சாதிவாரி கணக்கெடுப்பை மேற் கொள்ள வேண்டும்.

ஒரே நாடு, ஒரே தேர்தல் திட்டத்தை கைவிட வேண்டும். அதற்காக அமைக்கப்பட்ட ராம்நாத் கோவிந்த் தலைமையிலான குழுவைக் கலைக்க வேண்டும்.

உச்ச நீதிமன்றத் தீர்ப்புகளுக்கு எதிராகக் கொண்டு வரப்பட்ட தேர்தல் ஆணையர் நியமனச் சட்டத்தைத் திரும்பப் பெற வேண்டும். உச்சநீதிமன்ற தீர்ப்பின் அடிப்படையில் தேர்தல் ஆணையரை நியமிக்க வேண்டும். ஒட்டுப்பதிவு இயந்திரங்கள், ஒப்புகைச் சீட்டு இயந்திரத்தோடு இணைக்கப்பட வேண்டும்.

நாடு முழுவதுமாக தொகுதி மறுசீரமைப்பில் தென் மாநிலங்களின்

பாதுகாப்பை உறுதி செய்ய வேண்டும். விகிதச்சார அடிப்படையில் பிரதிநிதித்துவ முறையைக் கொண்டு வரவேண்டும். நீதிபதிகள் நியமனத்தில் சமூக நீதியைப் பின்பற்ற வேண்டும். உயர்நீதிமன்ற நீதிபதிகளை, மாநில அரசுகளே நியமனம் செய்ய வேண்டும். அதற்கான சட்டத் திருத்தம் செய்ய வேண்டும்.

சென்னை உயர் நீதிமன்றத்தின் வழக்காடு மொழியாக தமிழை அறிவிக்க வேண்டும்.

ஜி.எஸ்.டி வரிவிதிப்பைத் திரும்பப் பெற வேண்டும். மாநில அரசு நிர்வாகத்தில் தலையிடும் ஆளுநர் பதவியை ஒழிக்க வேண்டும். ஆளுநர் பதவி ஒழிக்கப்படும் வரை ஆளுநரை பல்கலைக்கழக வேந்தராக நியமிப்பதை கைவிட வேண்டும்.

மாநில அரசின் சட்டம் ஒழுங்கு நிர்வாகத்தில் மத்திய அரசு தலையிடுவதை நிறுத்த வேண்டும். தனியார் துறையில் இட ஒதுக்கீடு வழங்கும் வகையில் சட்டம் இயற்ற வேண்டும்.

அமைச்சரவை மற்றும் மேலவையில் எஸ்.சி மற்றும் எஸ்.டி பிரிவினருக்கு இடஒதுக்கீடு வழங்க வேண்டும்.

ஆணவக் கொலைகளைத் தடுக்க சட்டம் இயற்ற வேண்டும் உள்ளிட்ட 33 தீர்மானங்கள் நிறைவேற்றப்பட்டன.

❖

மனுஸ்மிருதியும் திருமாவும்

தற்போது இந்தியாவை ஆட்சி செய்வது புரட்சியாளர் அம்பேத்கர் இயற்றிய அரசியலமைப்புச் சட்டமா? அல்லது மனுஸ்மிருதியா? என்னும் கேள்வி எழுந்துள்ளது.

இந்தியாவில் ஒவ்வொரு ஆண்டும் பெண்களுக்கு எதிரான வன் கொடுமைகள் அதிகரிப்பதற்கு மனுஸ்மிருதியை தர்ம நூலாக ஏற்றுக் கொண்ட சனாதனிகள் ஆட்சி நடத்துவதே காரணம்.

மனுஷ்மிருதி என்ற ஒரு நூல் நாட்டில் இருக்கும் வரை இந்த சனாதனிகளின் மனித குல விரோத வெறுப்புப் பிரச்சாரத்தை நிறுத்தவே முடியாது என்று தொல். திருமாவளவன் தனது அறிக்கை யில் கூறியுள்ளார்.

பெண்களையும், ஆதிகுடிகளையும், பிற்படுத்தப்பட்டோரையும் சிறுமைப்படுத்தும் வகையிலும், இழிவுபடுத்தும் வகையிலும் மனுஸ்மிருதி எனும் சனாதன நூலை மத்திய, மாநில அரசுகள் தடை செய்ய வேண்டும் என வலியுறுத்தி விடுதலை சிறுத்தைகள் கட்சி சார்பாக அக்டோபர் 24, 2020 இல் ஆர்ப்பாட்டம் நடத்தப்பட்டது.

முன்னதாக திருமாவளவன் தனது டுவிட்டர் பக்கத்தில் பகிர்ந்துள்ள அறிக்கையில், மனுஸ்மிருதி நூலைத் தடை செய்ய வலியுறுத்துவதற்கான காரணத்தை வெளியிட்டிருக்கிறார்.

அதில் அவர் சுமார் 2000 ஆண்டுகளுக்கு முன்பு எழுப்பப்பட்டதாக கூறப்படும் மனுஸ்மிருதி அனைத்துத் தரப்பு உழைக்கும் மக்களையும் மிகக் கேவலமாக இழிவுபடுத்துகிறது.

அதுமட்டுமின்றி அவர்களுக்கு எதிராக வன்முறைகளைத் தூண்டுகிறது. அவர்களைக் கொலை செய்வதையும் நியாயப்படுத்துகிறது என்று அதில் தெரிவித்துள்ளார்.

குறிப்பாக பெண்கள் அனைவரையும் மிகக் கேவலமாக சித்தரிக்கிறது. ஒரு குறிப்பிட்ட வர்ணம் அல்லது சாதியை தவிர மற்ற எவரும் இந்த நாட்டில் வாழத் தகுதியற்றவர்கள் என்பதாகப் பேசுகிறது. அதன் காரணமாகவே புரட்சியாளர் அம்பேத்கர் 1927ஆம் ஆண்டிலேயே அதை தீயிட்டு கொளுத்தினார்.

அத்துடன் அவருடைய நூல்கள் பலவற்றிலும் மனுஸ்மிருதியின் மனிதகுல விரோத கருத்துக்களை அம்பலப்படுத்தியுள்ளார். அதுபோலவே தமிழ்நாட்டில் தந்தை பெரியார் அவர்களும் மனுஸ்மிருதியை எரித்துள்ளார் என்று தொல். திருமாவளவன் குறிப்பிட்டுள்ளார்.

பிரிட்டிஷ் ஆட்சி காலத்தில்தான் மனுஸ்மிருதி இந்த நாட்டின் சட்டம் என்ற நிலையை இழந்தது. அதன் பிறகுதான் சட்டத்தின் முன் அனைவரும் சமம் என்ற நிலை ஏற்பட்டது. தற்போது ஆட்சி அதிகாரத்தைக் கைப்பற்றியுள்ள சனாதன சக்திகள் மீண்டும் மனுஸ்மிருதியின் அடிப்படையில் இந்நாட்டின் ஆட்சி முறையை மாற்றி அமைக்க முயற்சிக்கிறார்கள்.

அதன் காரணமாகவே இன்றைய சனாதனிகளின் ஆட்சிக்காலத்தில் பெண்களுக்கு எதிரான வன்முறைகள் பெருகுகின்றன. இதர ஏற்படுத்தப்பட்டோர் மற்றும் பட்டியலினத்தவரின் உரிமைகள் மறுக்கப்படுகின்றன.

எனவே வெறுப்புப் பிரச்சாரத்தின் ஊற்றுக்கண்ணாகவும், பெண்களை மிகக் கேவலமாக இழிவுபடுத்தும் நூலாகவும் விளங்குகின்ற மனுஷ்மிருதி என்னும் சனாதன நூலை தடை செய்ய வேண்டும் என்று மீண்டும் குரலெழுப்ப வேண்டியது அனைத்து ஜனநாயக சக்திகளின் கடமையாகும்.

"புரட்சியாளர் அம்பேத்கர், தந்தை பெரியார் ஆகியோரின் வழியில் விடுதலைச் சிறுத்தைகள் கட்சி முன்னெடுக்கும் மனு நூலைத் தடை செய் என்ற இந்த அறப்போராட்டத்திற்கு சமூக நீதி மற்றும் சமத்துவத்தின் மீது அக்கறையுள்ள அனைவரும் ஒருங்கிணைக்க வேண்டும்" என்றும் தொல். திருமாவளவன் கூறியுள்ளார்.

●

மனுஸ்மிருதி நூலை பொதுமக்களுக்கு வழங்கியது, ஆர்.எஸ்.எஸ்.க்கு எதிரான நடவடிக்கை தவிர, இந்து சமூகத்தினருக்கு எதிரான நடவடிக்கை அல்ல என்று விடுதலைச் சிறுத்தைகள் கட்சியின் தலைவர் தொல். திருமாவளவன் எம்.பி. விளக்கம் அளித்துள்ளார்.

மதுரை விமான நிலையத்தில் தொல். திருமாவளவன் செய்தியாளர்களிடம் கூறியதாவது : இன்றைக்கு நாம் சந்திக்கின்ற அனைத்து சிக்கல்களுக்கும், முரண்பாடுகளுக்கும், சாதியப் பாகுபாடுகளுக்கும், பாலின பாகுபாடுகளுக்கும் அடிப்படை கருத்து மனுஸ்மிருதி தான்.

மனுஸ்மிருதி இன்று புத்தகமாக மக்களிடையே அறிமுகப்படுத்துவதற்கான காரணம் மனுஸ்மிருதி அரசியல் கொள்கையாக கொண்டிருக்கின்ற ஆர்.எஸ்.எஸ். இயக்கம், மக்கள் இயக்கம் போல் காண்பிக்க முயற்சித்து வருகிறது.

ஆர்.எஸ்.எஸ். இயக்கம் பிற கட்சிகளைப் போல சராசரியான மக்கள் இயக்கம் இல்லை. ஜனநாயக இயக்கமும் இல்லை. கலாச்சார இயக்கமும் இல்லை.

மதமாத அரசியலை, வெறுப்பு அரசியலை, பாகுபாடு அரசியலைக் கொண்டு இருக்கிறது. அது ஒரு முறைக்கு இருமுறை தடை செய்யப்பட்ட ஒரு இயக்கம்.

காந்தியடிகளைக் கொன்ற இயக்கம், காமராஜரை கொல்ல முயன்ற இயக்கம், பாபர் மசூதியை இடித்த இயக்கம், குஜராத் படுகொலையை நடத்திய இயக்கம்.

தொடர்ந்து லவ் ஜிகாத் என்னும் கர்வாசி என்றும் பசு புனிதம் என்றும் பல்வேறு பெயர்களில் முஸ்லீம் வெறுப்பையும், கிறிஸ்துவ வெறுப்பையும் இந்த மண்ணில் விதைக்கிற இயக்கம்.

இந்தியர்களை இந்துக்கள் என்றும், இந்துக்கள் அல்லாதவர்கள் என்றும் பிளவுபடுத்துகிற இயக்கம் ஆர்.எஸ்.எஸ் இந்துக்களை மேல் ஜாதி, கீழ் ஜாதி என்று பிளவுபடுத்தி அவர்களை தம் கட்டுப்பாட்டில் வைத்திருக்கிற இயக்கம். சமூக ஒற்றுமைக்கு எதிரான இயக்கம். ஆகையால்தான் இந்த இயக்கம் தமிழ்நாட்டில் வேறு ஒரு ஆபத் தானது என்பதை சுட்டிக்காட்டுகிறோம்.

பாரதிய ஜனதா கட்சி என்றாலும் அது ஒரு அரசியல் இயக்கமாக இருக்கிற காரணத்தினால் வெளிப்படையாக இந்த பாகுபாடுகளை, வெறுப்பு அரசியலை பேசத் தயங்குகிற இயக்கம்.

ஆகவே பா.ஜ.க ஒரு அரசியல் இயக்கம் என்கிற பெயரில் பேரணி களை நடத்துவதில் எனக்கு எந்த மாறுபாடும் இல்லை. ஆர்.எஸ்.எஸ். அரசியல் பிரிவாக இருக்கிற பாஜக இருக்கும்போது பிஜேபி சார்பில் பேரணி நடத்தாமல் ஆர்.எஸ்.எஸ் சார்பாக பேரணி நடத்த வேண்டிய தேவை எங்கிருந்து வந்தது?

ஆர்.எஸ்.எஸ்., பாஜக வேறு வேறு அல்ல, இந்திய மண்ணில் வேறு எந்த மாநிலத்திலும் இல்லாத அளவுக்கு கடந்த முறை இவர்கள் பேரணி நடத்த முயற்சித்தபோது எண்பதுக்கும் மேற்பட்ட அமைப்புகள் ஒன்று கூடி அதற்கு எதிர்ப்பு தெரிவித்தன.

தற்போது உயர்நீதிமன்றம் எழுப்பிய கேள்விகளுக்கு பதில் அளிக்க முடியாமல் திணறிய ஆர்.எஸ்.எஸ். பின் வாங்கிக் கொண்டது. மனுஸ்மிருதி மூலம் இந்து சமூகத்தினர் இடையே விழிப்புணர்வு ஏற்படுத்துவதற்காக இந்த நடவடிக்கையை மேற்கொண்டு இருக்கிறோம்.

இது ஆர்.எஸ்.எஸ்-க்கு எதிரான நடவடிக்கையே தவிர இந்து சமூகத்தினருக்கு எதிரான நடவடிக்கை அல்ல. இந்துக்களின் நலன்களை பாதுகாப்பதற்காகத்தான் இந்துக்களின் பாதுகாப்பை முன்னிறுத்தி முன்னெடுக்கப்பட்ட இந்தப் போராட்டத்திற்கு வெகுமக்கள் மத்தியில் இன்றைக்கு மிகப்பெரிய வரவேற்பு பெற்றது.

மனுஸ்மிருதி படிக்கத் தொடங்கினால் விழிப்புணர்வு பெற்றால் தமிழ்நாட்டில் மட்டுமல்ல இந்தியாவிலேயே ஆர்.எஸ்.எஸ்.க்கு இடம் இருக்காது. காவல்துறைதான் திருநெல்வேலியில் அனுமதி இல்லை. இதை வழங்கக்கூடாது என்று தடுத்து இருக்கிறார்கள். வேறு யாரும் தடுக்கவில்லை.

அதை மீறி தோழர்கள் ஆங்காங்கே அமைதியான முறையில் வழங்கு கிறோம். இது ஆர்ப்பாட்டம் இல்லை. பேரணி இல்லை. நாங்கள் துண்டறிக்கை விநியோகம் செய்வதுபோல இதை விநியோகம் செய்கிறோம். எங்களை நீங்கள் தடுக்கக்கூடாது என்று சொல்லி ஒரு சிலருக்கு அந்தப் புத்தகங்களை வழங்கி இருக்கிறார்கள்.

அதையும் தாண்டி காவல்துறை அவர்களை சில மணி நேரம் பிடித்து மண்டபத்தில் அடைத்து வைத்திருந்து விடுவித்து இருக்கிறார்கள் என்று திருமாவளவன் கூறினார்.

மனுஸ்மிருதியில் பெண்கள் தொடர்பாக இடம் பெற்றதாக கூறப்படும் சில விஷயங்கள் குறித்து டாக்டர் அம்பேத்கர் பேசிய உரைகளை மேற்கோள் காட்டி தொல். திருமாவளவன் காணொளி ஒன்றில் தேசிய கருத்துக்கள் சர்ச்சையான நிலையில் அந்த விவகாரம் தொடர்பான பின்னணியை அறியும் வகையில் பிபிசி தமிழ் நேர்காணலில் தொல். திருமாவின் பதில்.

கேள்வி : நீங்கள் ஒரு கூட்டத்தில் பெண்களை இழிவுபடுத்தியதாகக் கூறப்படும் பேச்சு பெரும் சர்ச்சையை ஏற்படுத்தியுள்ளது. அந்தப் பேச்சின் பின்னணி என்ன?

பதில் : இது பல நாட்களாக பல தலைவர்களால் பேசப்பட்ட ஒன்றுதான். ஐரோப்பிய பெரியார் - அம்பேத்கர் படிப்பு வட்டத்தின் சார்பில் பெரியார் பிறந்த நாளையொட்டி செப்டம்பர்

24ஆம் தேதி இணையவழிக் கருத்தரங்கு ஒன்றை நடத்தினார்கள். அதில் இரண்டாவது அமர்வில் நான் பெரியாரைப் பற்றிப் பேசினேன்.

அப்படிப் பெரியாரைப் பற்றி பேசும்போது மனுஸ்மிருதியையும் பற்றிப் பேசித்தான் ஆகவேண்டும். அவரது முழு பொது வாழ்க்கையும் மனுஸ்மிருதியை அம்பலப்படுத்துவதாக இருந்தது.

ஆகவே நான் மனுதர்மத்தில் பெண்கள் எப்படி ஒடுக்கப்படுகிறார்கள். அப்படி ஒடுக்கப்படுவதால்தான் ஒட்டுமொத்த சமூகமும் பல்வேறு பிரச்சனைகளைச் சந்திக்க வேண்டிய நிலை உருவாக்கி இருக்கிறது.

இன்றைய சமூக கட்டமைப்பே, மனுஸ்மிருதியால் உருவாக்கப்பட்ட கட்டமைப்பு தான் என்று குறிப்பிட்டேன்.

மனுதர்மம் எப்படிப் பெண்களை நடத்துகிறது என்பதை விளக்கிப் பேசினேன். அதை வைத்துக்கொண்டு நான் இந்துப் பெண்களை கொச்சைப்படுத்துகிறேன் என அவர்கள் அவதூறு பரப்புகிறார்கள். முழுப் பேச்சையும் கேட்காமல் ஒரு நிமிடம் பேச்சை எடுத்துக் கொண்டு முன்னும் பின்னும் ஒட்டி திட்டமிட்டு பரப்புகிறார்கள்.

இதற்குக் காரணம் தமிழ்நாட்டில் இன்னும் ஐந்தாறு மாதங்களில் சட்டமன்றத் தேர்தல் வருகிறது. அப்போது தி.மு.க கூட்டணியை பலவீனப்படுத்த வேண்டும் என்பதற்காக இதைச் செய்கிறார்கள்.

கேள்வி : மனுதர்மம் பற்றி இப்போது பேச வேண்டிய தேவை ஏன்? இந்தக் காலகட்டத்திற்கு எந்தப் பொருத்தமும் இல்லாத ஒரு நூலைப் பேசியிருப்பது ஏன் என்ற விமர்சனமும் உங்கள் மீது முன் வைக்கப்படுகிறதே?

பதில் : இந்தியாவில் ஒவ்வொரு நாளும் ஒவ்வொரு மனிதனும் மனுஸ்மிருதியை அறிந்தும், அறியாமலும் கடைப்பிடிக்கக்கூடிய நிலைதான் இருக்கிறது. ஒவ்வொரு உறவுகளும் மனுஸ்மிருதி அடிப்படையில்தான் தீர்மானிக்கப்படுகின்றன.

கலாச்சார நிகழ்வுகள் அனைத்தும் மனுஸ்மிருதி அடிப்படையில்

தான் தீர்மானிக்கப்படுகின்றன. ஒவ்வொரு ஜாதியின் தங்கள் வழக்கம், பரம்பரை வழக்கம் என சொல்வதெல்லாம் மனுதர்மம் போதித்தது தான்.

சாதி மறுப்புத் திருமணம் நடந்தால் அவன் சூத்திரனாக இருந்தால் கொலை செய்யப்பட வேண்டும் என்கிறது மனுதர்மம். அதனால்தான் இங்கே ஆணவக் கொலை நடக்கிறது.

ஐயப்பன் கோயிலுக்குள் பெண்கள் வரலாம் என்பதற்கு கடுமையாக எதிர்ப்பு வருகிறதென்றால் அதற்குக் காரணமும் மனுஸ்மிருதிதான். இத்தனை ஆண்டுகளாக பெண்களுக்கு கல்வி மறுக்கப்பட்டது. சூத்திரர்களுக்கு கல்வி மறுக்கப்பட்டது. பஞ்சமார்களுக்கு கல்வி மறுக்கப்பட்டது. இப்படி கல்வி மறுக்கப்பட்டிருப்பதற்குக் காரணம் மனுஸ்மிருதிதான்.

கோயில்களில் கர்ப்பக்கிரகத்திற்குள் பிராமணர்கள் மட்டும்தான் இருக்க முடிகிறது. கருவறைக்குள் பிராமணர்களைத் தவிர வேறு யாரும் செல்லக்கூடாது என நிலை நிறுத்தியது மனுஸ்மிருதிதான். கிராமங்களிலும், நகரங்களிலும் தனித்தனி வாழ்விடங்கள் என்ற அமைப்பு ஏற்பட்டதற்கு காரணம் மனுஸ்மிருதிதான்.

திருமணங்கள் என எடுத்துக்கொண்டால் எல்லோருக்கும் ஒரே மாதிரியான திருமண முறை கிடையாது. பிராமணர்களுக்கு, சூத்திரர்களுக்கு, தாழ்த்தப்பட்டவர்களுக்கு என வெவ்வேறு திருமண முறைகள் இருக்கின்றன.

இந்துக்கள் எல்லோரும் ஒரே மாதிரியான திருமண முறை கிடையாது. குலத்திற்கு ஒரு நீதி குலத்திற்கு ஒரு வழக்கம் என நடைமுறைக்கு வந்ததே இப்படித்தான். அப்படி இருக்கும்போது மனுதர்மத்திற்கு இப்போது எந்த அர்த்தமோ காலப் பொருத்தமோ இல்லை என எப்படிச் சொல்ல முடியும்?

நம்முடைய சமூகத்தில் கலாச்சாரத்தில் ஆட்சி நடத்துவதே மனுஸ்மிருதிதான். அரசியலில் மட்டும் தான் இந்திய அரசமைப்புச் சட்டம் செயல்படுகிறது. இப்போது மனு தர்மத்திற்கு எவ்விதப் பொருத்தமில்லை என சொல்வது மோசடி. ஒன்று அறியாமையில்

அப்படிச் சொல்ல வேண்டும். அல்லது வேண்டுமென்றே சொல்ல வேண்டும்.

இந்தியா முழுவதும் நாட்டை ஆளுவது, கலாச்சார தளம், சமூக தளம், பொருளாதார தளம் ஆகியவற்றில் மனுஸ்மிருதிதான் உள்ளது. ஆகவே முன்னெப்போதையும் விட இப்போதுதான் அதைப் பற்றி பேசுவது பொருத்தமானது.

கேள்வி : நீங்கள் எடுத்துப் பேசுவது மனுஸ்மிருதியின் எந்தப் பிரதி? ஏனென்றால் 1794 இல் வில்லியம் ஜோன்ஸ் மொழிபெயர்த்த மனுஸ்மிருதி, நிறைய பிற்சேர்க்கைகள் இருப்பதால் நிராகரிக்கப் பட்டு விட்டதாகச் சொல்லப்படுகிறது. நீங்கள் எந்தப் பிரதியை முன்வைத்து உங்கள் விமர்சனங்களை முன் வைக்கிறீர்கள்?

பதில் : இந்திய கலாச்சார அமைச்சகம் அவர்களுடைய இணைய தளத்திலேயே மனுஸ்மிருதியை வெளியிட்டு இருக்கிறது. மனுஸ் மிருதிக்கு எந்தக் காலப் பொருத்தமும் இல்லை என்றால் அதை ஏன் இணையதளத்தில் அரசே வெளியிட்டிருக்கிறது.

பென்குயின் ஒரு மொழிபெயர்ப்பை வெளியிட்டிருக்கிறது. அதில் 9வது அத்தியாத்தில் சொல்லியிருப்பதுதான் இது. தவிர மனுஸ் மிருதியை கிறிஸ்தவர்கள் மொழிபெயர்த்து இருக்கிறார்கள். தவறாக மொழி பெயர்த்திருக்கிறார்கள் என்றால் அதை தடை செய்ய வேண்டியது தானே? எது சரியான பதிப்போ அதை அரசு அறிவிக்கட்டும். இன்று அரசியல் சாசனம் நடைமுறையில் இருக்கும் போது, மனுஸ்மிருதி தேவையில்லை என்றால் அதை அரசு தடை செய்யட்டும்.

கேள்வி : நீங்கள் தொடர்ச்சியாக இந்து மதத்தை மட்டுமே விமர்சிக் கிறீர்கள். மற்ற மதங்கள் மீது இம்மாதிரி விமர்சனங்களை வைப்ப தில்லை என்ற குற்றச்சாட்டு இருக்கிறதே?

பதில் : என்னை இழிவுபடுத்துவது இந்து மதம்தான். நான் கிறிஸ்தவன் அல்ல, நான் ஏன் கிறிஸ்துவ மதத்தை பற்றிப் பேச வேண்டும்? நான் இஸ்லாமியன் அல்ல, எனக்கு அந்த மதத்தைப் பற்றி என்ன தெரியும்? நான் கிறிஸ்துவன் இல்லாதபோது, இஸ்லாமியராக

இல்லாதபோது, சமணராக இல்லாதபோது, சீக்கியராக இல்லாத போது அந்த மதங்களைப் பற்றிப் பேச வேண்டிய தேவை எனக்கு இல்லை. என் வாழ்க்கை முறையில் என்னை இந்து என்கிறார்கள். என் சான்றிதழில் என்னை இந்து என்கிறார்கள்.

இந்த சமூகக் கட்டமைப்பின் மீது எனக்கு ஒரு கேள்வி இருக்கிறது. அதற்குக் காரணம் மனுஸ்மிருதி எனத் தெரிகிறது. அதனால் மனுஸ்மிருதிதான் பெண்களை ஒடுக்குகிறது என்பதை மக்களிடம் சொல்கிறேன்.

கேள்வி : நீங்கள் மனுஸ்மிருதியை மட்டும் குறிப்பிடுகிறீர்கள். ஆனால் அதே காலகட்டத்தில் எல்லா மத இலக்கியங்களும், புராணங்களும் பிற்போக்கான கருத்துக்களைக் கொண்டிருக்கத் தானே செய்தன?

பதில் : எந்த மதத்தோடு எனக்கு நெருக்கமான தொடர்பு இருக்கிறதோ அந்த மதத்தைப் பற்றித்தான் நான் பேச முடியும். உலகில் ஆயிரம் மாதங்கள் இருக்கின்றன. எல்லா மதங்களையும் ஒப்பிட்டுப் பேச நான் ஒன்றும் ஆய்வாளர் அல்ல.

நான் தினமும் சமூகம் சந்திக்கக்கூடிய, மகளிர் சந்திக்கக்கூடிய பிரச்சனைகளை பார்க்கிறேன். இதைத்தான் அம்பேத்கர் பார்த்தார். பெரியார் பார்த்தார்.

அம்பேத்கர் நூல்களில் மூன்றாவது பகுதியில் Women and Counter Revolution என்ற தலைப்பில் மனுஸ்மிருதி பெண்களைப் பற்றிப் பேசுவது குறித்து எழுதியிருக்கிறார். இதை இந்திய அரசுதான் வெளியிட்டு இருக்கிறது.

கேள்வி : இந்த சர்ச்சை தேர்தல் களத்தில் எப்படி எதிரொலிக்கும் என நினைக்கிறீர்கள்?

பதில் : தேர்தல் காலத்தில் ஆதாயம் தேட அவர்கள் நினைக்கிறார்கள். அந்தக் கனவு பலிக்காது. பெண்கள் எல்லாவற்றையும் உணரத் தொடங்கி விட்டார்கள். யார் உண்மை பேசுகிறார்கள் என அவர்களுக்குத் தெரியும்.

ஆனால் பா.ஜ.க.வினர் வெறும் வேல் மற்றும் சூலத்தை கையில் கொடுத்து மதவெறியைத் தூண்டுகிறார்கள். இடஒதுக்கீட்டுக்கு எதிராக நிற்கிறார்கள். பிற்படுத்தப்பட்ட மாணவர்களுக்கு இட ஒதுக்கீடு கிடையாது என நீதிமன்றத்தில் பிராமணப் பத்திரம் தாக்கல் செய்துவிட்டு, கையில் சூலத்தைக் கொடுத்து நீ இந்து உன் மதத்தை இழிவுபடுத்துபவர்களை விடாதே என்கிறார்கள். ஆகவே தேர்தல் களத்தில் இந்தப் பிரச்சனை அவர்களுக்கு சாதகமாக இருக்காது.

கேள்வி : இந்த விவாகரத்தை மிகத் தீவிரமாக எடுத்துச் செல் கிறீர்களே, இந்த விவகாரம் உங்கள் கூட்டணியில் உள்ள கட்சி களுக்கு நெருக்கடியை கொடுக்கக்கூடும் என பேசப்படுவதை அறிவீர்களா?

பதில் : கூட்டணியில் உள்ள கட்சிகள் அனைத்தும் இந்தக் கருத்தில் உடன்பாடு உள்ளவைதான். அவற்றில் உள்ளவர்கள் மனு தர்மத்தால் ஏற்படும் ஆபத்தை உணர்ந்தவர்கள்தான். இந்த விவகாரத்தை நிச்சயமாக நெருக்கடியாக அவர்கள் நினைத்தால் அவர்களுக்கு நெருக்கடி ஏற்படாத வகையில் எப்படி கையாள வேண்டுமோ அப்படி கையாளுவேன்.

❖

24
அருந்ததி ராய்க்கு அம்பேத்கர் விருது

2 மே 2015 அன்று சென்னை பெரியார் திடலில் விடுதலை சிறுத்தைகள் கட்சியின் தலைவர் தொல். திருமாவளவன், அருந்ததி ராய்க்கு 'அம்பேத்கர் சுடர்' விருது வழங்கி கௌரவித்து உரையாற்றினார்.

அந்த விருதுக்கான சான்றிதழில் கூறப்பட்டுள்ளதாவது :

விடுதலை சிறுத்தைகள் கட்சி அருந்ததி ராய்க்கு அம்பேத்கர் விருதை வழங்குவதில் மகத்தான பெருமை கொள்கிறது. திருமதி ராய் இந்தியாவின் மனசாட்சி, இன்னும் உருவாக்கத்தில் இருக்கும் ஒரு தேகம் மற்றும் ஆயுதங்களின் தோழன்.

கேரளாவின் சிரிய கிறிஸ்தவர்களின் ஆணாதிக்க மரபுச் சட்டங்களை எதிர்த்துப் போராடிய மேரி ராயின் மகள், அருந்ததிராய் கிளர்ச்சிக்காக பிறந்தவர்.

'தி காட் ஆஃப் ஸ்மால் திங்ஸ்' நாவலுக்காக 1997-ல் மதிப்புமிக்க புக்கர் பரிசை வென்றிருந்தாலும் அருந்ததி ராய் அநீதியின் சிக்கலான

வலையை வெளிக்கொணர தனது பேனாவை பயன்படுத்த தேர்ந்தெடுத்தார்.

திருமதி அருந்ததிராய், புக்கர் மற்றும் லண்டன் அறக்கட்டளை களிடமிருந்து பெற்ற சுமார் 2 கோடி ரூபாய் விருதுத் தொகையை இந்தியாவின் பல்வேறு மக்கள் இயக்கங்களுக்கு நன்கொடையாக வழங்கியுள்ளார்.

ராய் ஒவ்வொரு வகையான அநீதிக்கும் எதிராக அயராது உழைக் கிறார். பெரிய அணைகள் மற்றும் அணுசக்தியின் கொடூரங்கள் முதல் ஆபரேஷன் கிரீன் ஹண்ட் வரை.

நர்மதா பச்சாவோ அந்தோலனில் தீவிர பிரச்சாரகராக இருந்து ஆதிவாசிகளின் நில உரிமைக்கான போராட்டத்தில் தனது ஒற்றுமையை வெளிப்படுத்த முத்தங்காவுக்கு பயணம் செய்வது வரை அருந்ததி ராய் எப்போதும் மௌனமான ஒடுக்கப்பட்ட மக்களின் பக்கம்தான் இருந்துள்ளார்.

'பார்க்காத திட்டங்களுக்கு' எதிராக இடைவிடாத சிலுவைப் போராக இருந்ததற்காக,

பேரரசின் வடிவமைப்புகளுக்கு எதிராக தனது குரலைப் பயன் படுத்தும்போது அறிவு ஜீவியாக இருந்ததற்காக,

இந்துத்துவாவை ஒரு சமரசமற்ற விமர்சகராக இருப்பதற்காக, அம்பேத்கரின் தத்துவத்தின் வக்கீலாக இருந்ததற்காக,

டாக்டர் அம்பேத்கரின் கனவுகளை நினைவாக்கப் பாடுபடும் விடுதலை சிறுத்தைகள் கட்சி அருந்ததி ராய்க்கு 'அம்பேத்கர் விருது' வழங்குவதை கௌரவமாகக் கருதுகிறது.

இந்த நாளில், 2015 ஆம் ஆண்டு மே மாதம் 2ம் தேதி ...

❖

இந்தியா கூட்டணி வெல்லும்

திருமாவளவன் என்ற உச்சரிப்பு இன்று தமிழகம் தாண்டி இந்திய அளவில் அதிர்வலைகளை ஏற்படுத்தும் சொல்லாக பெயராக ஒலித்துக் கொண்டிருக்கிறது.

தமிழ்ச் சமூகத்தில் நிலவும் ஆழமாக வேரூன்றியிருக்கும் சாதியப் பாகுபாடுகளைப் பற்றிய அவரது பேச்சுகளும், எழுத்துக்களும் சக்தி வாய்ந்த கருவிகளாக உள்ளன.

'அடங்க மறு! அத்துமீறு! திமிறி எழு! திருப்பி அடி!' என்ற வாசகம் தொல். திருமாவளவன் என்ற ஒரு தனிநபரின் பெயரை தமிழக அரசியல் களத்தில் வலுவாக எதிரொலித்து வரும் பெயராக மாற்றியுள்ளது.

பேச்சாளர், எழுத்தாளர், முற்போக்குவாதி, தமிழ்த் தேசியவாதி, விடுதலைப் புலிகளின் ஆதரவாளர், சமூக சீர்திருத்தவாதி என பன்முகத் தன்மை கொண்டுள்ள திருமாவளவன் விளிம்பு நிலை சமூகங்களின் உரிமைகளுக்காக வாதிடுவதற்கும், சமூக நீதிக்காக பாடுபடுவதற்கும் தனது வாழ்க்கையை அர்ப்பணித்தவர்.

கல்லூரி காலத்தில் ஏற்பட்ட அரசியல் ஈடுபாடு இவரை தற்போது பாராளுமன்றம் வரை அழைத்து சென்றுள்ளது.

சாதியப் பாகுபாடுகள் நிறைந்த சூழலில் வளர்ந்தவர் திருமா. தலித்துகள் எதிர்கொள்ளும் அநீதிகளை நேரில் பார்த்த அவர் சமத்துவமின்மை நிலைநிறுத்தும் சமூகப் படிநிலைக்கு சவால் விடுவதில் உறுதியாக இருந்து வருகிறார்.

திருச்சி சிறுகனூரில் விடுதலைச் சிறுத்தைகள் கட்சி மாநாடு ஜனவரி 26, 2024 வெள்ளிக்கிழமை மாலை நடைபெற்றது.

இதில் முதல்வர் மு.க. ஸ்டாலின் உட்பட பல்வேறு அரசியல் கட்சித் தலைவர்கள் பங்கேற்றனர். இந்த மாநாட்டில் முதல்வர் மு.க.ஸ்டாலின் பேசியதாவது :

“திருச்சியில் கடல் போல திரண்டு இருக்கும் திருமாவின் சிறுத்தை களே... இப்படை தோற்கின் எப்படை வெல்லும் என்பதற்கு இலக்கணமாம் தீரர்கள் கோட்டமாம் அருமை சகோதரர் திருமா வளவனின் படைவீரர்கள் ஜனநாயகம் காக்க கூடியிருக்கிறீர்கள்.

திருமா சட்டக்கல்லூரி மாணவராக தி.மு.க மாணவர் அணியில் பணியாற்றிய காலத்திலிருந்து தெரியும். அப்போதே மேடைகளில் அவரது பேச்சு, கொள்கை கர்ஜனையாக இருக்கும். நாள்தோறும் கொள்கை வலுப்பெறும் இளம்காளையாகத்தான் இன்று ஜனநாயகம் காக்கும் இந்த மாநாட்டை கூட்டியுள்ளார்.

எனக்கு தோளோடு தோள் நிற்பவர் திருமாவளவன். தமிழ் இனத் திற்கு வலுசேர்க்கவே நாங்கள் இணைந்து நிற்போம். எங்களுக்கு இடையிலான உறவு தேர்தல் உறவு அல்ல, அரசியல் உறவு அல்ல, கொள்கை உறவு. பெரியாரையும், அம்பேத்கரையும் யாரேனும் பிரிக்க முடியுமா? அதுபோல தான் திராவிட முன்னேற்ற கழகமும் விடுதலைச் சிறுத்தைகளும்.

அம்பேத்கரை உயர்த்திப் பிடிக்கும் இயக்கம் தி.மு.க. பட்டியலின மக்களின் நலனைக் காக்கின்ற அரசுதான் நமது திராவிட மாடல் அரசு.

சமூக நீதி, சமத்துவ சிந்தனை கொண்ட ஆட்சியை இந்தியா முழுமைக்கும் அமைக்க வேண்டும் என்பதற்காக திருமாவளவன் வெல்லும் ஜனநாயக மாநாட்டினைக் கூட்டியுள்ளார். நாம் எல்லோரும் இணைந்து செயல்பட்டாக வேண்டும்.

சர்வாதிகார பாஜக ஆட்சியை தூக்கி எறிவோம். ஜனநாயக அரசை நிறுவுவோம் என சபதம் ஏற்று முக்கியமான 33 தீர்மானங்களை நிறைவேற்றியுள்ளார் திருமாவளவன். இந்த முழக்கம் எதிர்வரும் தேர்தலில் மக்களால் நிறைவேற்றப்படும் என்பது உறுதி.

இந்தியாவை உண்மையான கூட்டாட்சி நாடாக மாற்ற வேண்டிய கடமையும், பொறுப்பும் நமக்கு உள்ளது. ஒன்றியத்தில் கூட்டாட்சி அரசையும் மாநிலத்தில் சுயாட்சி அரசையும் உருவாக்க வேண்டும். அதனால்தான் குடியரசு நாளன்று இந்த மாநாடு கூட்டப்பட்டுள்ளது.

மக்களாட்சி மாண்புகள் காக்கப்பட ஜனநாயகம் வென்றால்தான் கூட்டாட்சி மலரும். அதற்குத் தொடக்கமாக பாஜக ஆட்சி அகற்றப் பட வேண்டும். தமிழகத்தில் பாஜக என்பது பூஜ்ஜியம். அதனால் தமிழகத்தில் பா.ஜ.க குறித்து கவலை கொள்ள வேண்டியதில்லை.

தமிழகத்தில் மட்டுமே பா.ஜ.க.வை வீழ்த்தினால் போதாது. அகில இந்தியா முழுக்க பாஜகவை வீழ்த்த வேண்டும். அதற்கான அடித்தளம்தான் 'இண்டியா' கூட்டணி.

ஒன்றியத்தில் உள்ள பாஜக ஆட்சியை வீழ்த்த வேண்டும் என்ற இலக்கினைக் கொண்டுள்ள கட்சிகள் அனைத்தும் இந்த கூட்டணி யில் இணைந்து உள்ளது. பாஜக எனும் தனிப்பட்ட கட்சிக்கு எதிரான கூட்டணியாக இதை சுருக்கி விட முடியாது.

இந்தியாவின் ஜனநாயகத்தை, மக்களாட்சியை, மதச்சார்பின்மை, பன்முகத்தன்மை, ஒடுக்கப்பட்ட மக்களை காக்க வேண்டும் என்றால் பா.ஜ.க மீண்டும் ஒருமுறை ஆட்சிக்கு வரக்கூடாது. இது தான் நமது இலக்கு.

பா.ஜ.க மீண்டும் ஆட்சிக்கு வந்தால் இந்தியா என்ற கூட்டாட்சி அமைப்பு இருக்காது. ஜனநாயகம் இருக்காது. மாநில உரிமைகள்,

நாடாளுமன்ற நடைமுறையே இருக்காது. இதை எல்லோரும் உணர்ந்து கொள்ள வேண்டும். மாநிலங்கள் கார்ப்பரேஷன் ஆகி விடும்.

நம் கண் முன்பே ஜம்மு காஷ்மீரை பிரித்து யூனியன் பிரதேசங் களாக மாற்றினார்கள். தேர்தல் கிடையாது. அரசியல் கட்சித் தலைவர்களுக்கு வீட்டுச்சிறை. இதுதான் பா.ஜ.க பாணி சர்வாதி காரம். அந்த நிலை அனைத்து மாநிலங்களுக்கும் உருவாகும்.

கேள்விகள் இல்லாத நாடாளுமன்றம், 140 எம்.பி.க்கள் சஸ்பெண்ட் விவகாரம் நாடாளுமன்ற ஜனநாயகத்துக்கு அவமானம் அல்லவா? இது குறித்து உலக நாடுகள் என்ன நினைக்கும். உலக அரங்கில் இந்தியாவுக்கு தலைகுனிவை உண்டாக்கி வரும் பா.ஜ.க ஒன்றியத் தில் மீண்டும் ஆட்சி அமைத்தால் மீள முடியாத படுகுழியில் இந்தியா தள்ளப்படும். இந்தியாவைச் சூழ்ந்துள்ள ஆபத்து என்பது நாம் உணர்ந்துள்ளதை விட மிகவும் மோசமானது.

ஒன்றியத்தில் யார் ஆட்சி நடக்க வேண்டும் என்பதை மனதில் வைத்து அகில இந்திய அளவில் இயங்கும் கட்சிகள் செயல்பட வேண்டும். பா.ஜ.க ஆட்சிக்கு வரக்கூடாது என்ற ஒற்றை லட்சியம் அனைவருக்கும் இருக்க வேண்டும்.

இண்டியா கூட்டணி அமைத்தார்கள். இந்தியாவில் ஆட்சியைக் கைப்பற்றினார்கள் என வரலாறு கூற வேண்டும். இப்போது கிடைத் திருக்கும் வாய்ப்பை இறுகப் பற்றிக் கொள்ள வேண்டும். நாம் ஒற்றுமையாக இருந்தால் பா.ஜ.க வீழ்த்தப்படும். ஜனநாயகம் வெல்லும். அதை காலம் சொல்லும். திருமாவளவன் வெல்வார்" என முதல்வர் ஸ்டாலின் பேசினார்.

❖

திருமாவின் வாக்குறுதிகளும் வாக்களிப்பும்

விடுதலைச் சிறுத்தைகள் கட்சியின் 2024 ஆம் ஆண்டு நாடாளு மன்றத் தேர்தல் அறிக்கையில் இடம் பெற்றுள்ள முக்கிய வாக்குறுதிகள் :

- ஜாதிவாரி மக்கள் தொகை கணக்கெடுப்பு நடத்தப்பட வேண்டும்.
- உயர் சாதி ஏழைகளுக்கான 10% இடஒதுக்கீடு ரத்து செய்யப் பட வேண்டும்.
- ஆளுநர் பதவியை ஒழிக்க வேண்டும்.
- தமிழ்நாட்டின் பல்கலைக்கழகங்களின் வேந்தர்களாக ஆளுநர்கள் பதவி வகிப்பதை மாற்ற வேண்டும்.
- உச்ச நீதிமன்றம், உயர்நீதிமன்றத்தில் தமிழ் வழக்காடு மொழி யாக வேண்டும்.
- தமிழ்நாட்டுக்கென தனிக்கொடியை அனுமதிக்க வேண்டும்.
- ஒரே நாடு, ஒரே தேர்தல் திட்டத்தை ரத்து செய்ய வேண்டும்.

- எஸ்.சி., எஸ்.டி. பிரிவினருக்கு என தனியாக வங்கி உருவாக்க வேண்டும்.
- அம்பேத்கர் பிறந்த நாளை அறிவுத் திருநாளாக அறிவிக்க வேண்டும்.
- தேர்தல் ஆணையர்கள் நியமன திருத்தச் சட்டம் ரத்து செய்யப் பட வேண்டும்.

தமிழ்நாடு மற்றும் புதுச்சேரியில் உள்ள 40 மக்களவைத் தொகுதி களுக்கு 19.04.2004 அன்று வாக்குப்பதிவு நடைபெற்றது.

விடுதலைச் சிறுத்தைகள் கட்சித் தலைவர் திருமாவளவன் அரியலூர் மாவட்டம் செந்துறை அருகே உள்ள சொந்த கிராமமான அங்கனூர் வாக்குச்சாவடியில் தனது தாயார் பெரியம்மாளுடன் வந்து வாக்களித்தார்.

பின்னர் பெரிய செய்தியாளர்களிடம் பேசிய அவர், இந்த மக்களவைத் தேர்தல் இரண்டு கட்சிகளுக்கு இடையே இரண்டு அணிகளுக்கு இடையே நடக்கிற அதிகார போட்டி அல்ல.

இந்திய நாட்டு மக்களும் நாட்டுக்கு எதிரான சங்பரிவார் கும்பல் களுக்கும் இடையே நடக்கும் தர்மயுத்தம் தான் இந்த தேர்தல். நாட்டு மக்கள் வெற்றி பெற வேண்டும் என மக்கள் பக்கம் இந்தியா கூட்டணி நிற்கிறோம்.

அரசியலமைப்புச் சட்டத்தை பாதுகாக்க வாக்களிக்க வேண்டும் என இந்தியா கூட்டணி அறைகூவல் விடுத்துள்ளது. அரசியலமைப்பு சட்டத்தை மதிக்காத, ஜனநாயக விழுமியங்களை அழிக்கத் துடிக்கும் சங்பரிவார் கும்பல் மீண்டும் ஆட்சிக்கு வந்து விடக்கூடாது என்கிற பெரும் கவலையோடு இந்தியா கூட்டணி களத்தில் நிற்கிறது.

நாடு முழுவதும் இந்தியா கூட்டணிக்கு நல்ல வரவேற்பு உள்ளது. தமிழ்நாட்டில் எங்கள் கூட்டணி 40 இடங்களிலும் வெற்றி பெறும்.

தேசத்தை மீட்பதற்கான தீர்ப்பை தமிழகத்திலிருந்து மக்கள் எழுதத் தொடங்குகிறார்கள் என்பதற்கான நாள்தான் இன்று.

தமிழக மக்கள் இந்தியா கூட்டணியின் பக்கம் நிற்பதால் ஜன நாயகம் பாதுகாக்கப்படும். டெல்லியில் பா.ஜ.க அரசு தூக்கி எறியப்படும்.

ஏற்கனவே பா.ஜ.க., அ.தி.மு.க., பா.ம.க., தே.மு.தி.க என அனைத்து கட்சிகளும் ஒரே அணியில் இருந்த போதும் கூட பானை சின்னம் தான் வெற்றி பெற்றது. மக்கள் எனக்குத்தான் வெற்றியைத் தேடித் தந்தனர். நான் கொள்கை, கோட்பாடுகளின் அடிப்படையில் எனது கடமையைச் செய்கிறேன்.

நாடாளுமன்ற உறுப்பினர் என்கிற வகையில் எத்தகைய கடமைகள் ஆற்ற வேண்டுமோ அதையும் செய்கிறேன். எனக்கு நாடும், மக்களும் நான் ஏற்றுக் கொண்டுள்ள ஜனநாயகமும் முக்கியம் வாய்ந்தது. ஆகவே மக்கள் என்னை ஆதரிப்பார்கள். பானை சின்னத் திற்கு வெற்றி வாய்ப்பை வழங்குவார்கள் என நான் பெரிதும் நம்புகிறேன் என்றும் திருமா கூறியுள்ளார்.

❖

27

தனித்தொகுதி பலமா? பலவீனமா?

இப்போது நடைமுறையில் உள்ள தனித்தொகுதி முறை என்பது எந்த வகையிலும் தலித் மக்களுக்கான பாதுகாப்பை வழங்கக் கூடியதாகவோ, அவர்களின் பிரச்சனைகளைச் சட்ட மன்றத்திலோ, நாடாளுமன்றத்திலோ பேசக்கூடியதாக அமைய வில்லை.

தலித்துகளுக்கு இத்தனை இடங்கள் தனித்தொகுதிகளாக அளிக்கப் பட்டிருக்கின்றன என்றாலும் ஒரு கட்சி ஆதிக்க சாதிகளைச் சேர்ந்த தலைவர்களின் கட்டுப்பாட்டில் இருக்கும்போது ஒரு தலித் பிரதிநிதி அங்கு சாதிக்க முடிவது என்ன?

அவர்களால் சுதந்திரமாக தலித் மக்களின் பிரச்சனைகளையே பேச முடியாத நிலை தான் யதார்த்தம்.

இன்றைக்கு இருக்கிற இந்த அரசியலில், இன்றைக்கு இருக்கிற இந்த தேர்தல் முறையில் விளிம்பு நிலைச் சமூகம் எந்தக் காலத்திலும் அதிகார வலிமையைப் பெற முடியாது. அதற்கு வாய்ப்பே இல்லை.

இன்றைய முறையில் தனிப்பட்ட வகையில் ஒரு ஜெகஜீவன்ராம் துணைப் பிரதமர் நாற்காலி வரை உட்கார்ந்து பார்க்கலாம். ஆனால் சேரிகள் சேரிகளாகவே தான் இருக்கும்.

குறைந்தது ஆயிரம் தலைமுறைகளாவது அதிகாரத்தோடு தொடர் பில்லாமல் கிடந்திருக்கிறோம்.

தேர்தலில் அம்பேத்கர் அன்று தலித்துகளுக்கு முன்மொழிந்த தனித் தொகுதி ஒதுக்கீட்டு முறையும் இன்றைக்கு நடைமுறையில் உள்ள தனித்தொகுதி ஒதுக்கீட்டு முறையையும் ஒப்பிட்டுப் பார்க்கும் போது ஏமாற்றமே ஏற்படுகிறது.

அம்பேத்கரும் இரட்டைமலை சீனிவாசனும் அன்றைக்கு வலியுறுத்திய இரட்டை வாக்கு முறை அதாவது ஒடுக்கப்பட்ட மக்களுக்கான பிரதிநிதியை ஒதுக்கப்பட்டவர்கள் மட்டுமே தேர்ந் தெடுக்க ஒரு ஓட்டும் பொதுவான பிரதிநிதியை எல்லோருடனும் சேர்ந்து தேர்ந்தெடுக்க ஒரு ஓட்டும் அளிக்கும் முறை இருந்திருந்தால் இன்றைய நிலை வேறாக இருந்திருக்கும்.

திருமாவளவன் இது பற்றிக் கூறும்போது, ஆரம்ப காலத்தில் இரட்டை வாக்குரிமை உள்ள தனித்தொகுதி வேண்டும் என்று வலியுறுத்தி நாங்களே மதுரையில் இரட்டை வாக்குரிமை மாநாடெல்லாம் நடத்தினோம்.

அது இன்றைய சூழலின் அவலத்தை கொண்டு செல்வதற்காக எடுத்த ஒரு முயற்சி. இன்றைய சூழலில் அதைப் பற்றி பேசுவதில் பலனில்லை. தலித்துகளைப் பெருமளவில் அரசியல் சக்தியாக திரட்ட வேண்டும்.

அதோடு சாதிய விடுதலை இல்லாமல் இங்கு சமூக விடுதலை சாத்தியம் இல்லை என்று நம்பும் தலித் அல்லாத ஜனநாயக சக்தி களையும் ஒரு குடைக்குள் திரட்ட வேண்டும்.

பெரிய கட்சிகளோடு சேர்ந்து நின்று நானும் 2½ ஆண்டுகள் சட்டமன்ற உறுப்பினராக இருந்திருக்கிறேன். ஐந்தாண்டுகள் நாடாளுமன்ற உறுப்பினராக இருந்திருக்கிறேன். என்ன சாதிக்க

முடிந்தது. என் உணர்வுகளை அங்கே வெளிப்படுத்த முடிந்ததா? நான் விரும்பிய திட்டங்கள் எதையேனும் கொண்டு வர முடிந்ததா?

பள்ளிக்கூடப் பிள்ளையைப் போல மேஜையைத் தட்டி விட்டு வர முடிந்ததே தவிர எதையும் அங்கே சாதிக்க முடியவில்லை.

சிதம்பரம் தலித் மக்களுக்காக ஒதுக்கப்பட்டிருக்கும் தனித்தொகுதி. நான் அங்கு மக்களவைத் தேர்தலில் 2.57 லட்சம் ஓட்டுகள் வாங்கினேன். தலித் மக்களுடைய 95% ஓட்டு எனக்கு விழுகிறது. ஆனால் பெரும்பான்மை தலித் மக்களால் புறக்கணிக்கப்பட்ட ஒருவர் ஆதிக்க சக்தி ஓட்டுகளை வாங்கி அங்கு ஜெயிக்கிறார். கோளாறு இங்கே ஆரம்பமாகி விடுகிறது.

இப்படி எல்லாம் ஜெயிப்பவர்கள் நாடாளுமன்றத்துக்குச் சென்றாலும் அவர்களுடைய கட்சிக்கு கட்டுப்பட வேண்டிய நிலையில் எதுவுமே மக்களுக்காக பேச முடிவதில்லை.

இந்த ஆட்சியில் எத்தனை ஆணவக் கொலைகள் நடந்திருக்கின்றன? அ.தி.மு.க.வில் 28 தலித் சட்டமன்ற உறுப்பினர்கள் இருக்கிறார்கள். ஒருவராவது இந்த விஷயத்தை சட்டமன்றத்திலோ, கட்சிக்குள்ளேயோ விவாதிக்க முடிந்திருக்கிறதா? இப்படியான பிரதிநிதித்துவ முறை எந்த வகையில் தலித்துக்கள் வாழ்க்கையை மேம்படுத்தும்?

❖

லண்டன் கூட்டத்தில் திருமா பணம் கேட்டாரா?

திருமாவளவன் எழுதிய 'அமைப்பாய்த் திரள்வோம்' நூலின் புத்தக விமர்சனக் கூட்டத்திற்கு 'விம்பம்' என்ற அமைப்பு லண்டனில் ஏற்பாடு செய்திருந்தது.

இதற்காக 2019 ஆகஸ்ட் 23ஆம் தேதி அன்று திருமாவளவன் லண்டன் சென்றிருந்தார். இந்த புத்தக விமர்சனக் கூட்டம் ஆகஸ்ட் 24ஆம் தேதியன்று லண்டன் ஈஸ்ட் ஹாமில் உள்ள ட்னிட்டி சென்டரில் நடைபெற்றது.

இந்தக் கூட்டம் துவங்கியபோது உள்ளே நுழைந்த சிலர், திருமா வளவனுக்கு எதிராக கோஷங்களை எழுப்பினர். அவர்கள் கூட்ட அமைப்பாளர்களால் வெளியேற்றப்பட்டனர். இதற்குப் பிறகு அந்தக் கூட்டம் நடந்து முடிந்தது. இதற்கு அடுத்த நாள் லண்டனில் உள்ள SOAS பல்கலைக்கழகத்திலும் திருமாவளவன் பேசினார்.

புத்தக விமர்சனக் கூட்டத்தில் நடந்த சலசலப்பு குறித்து சமூக வலை தளங்களில் பலவிதமாக செய்திகள் உலவிய நிலையில் சில வலதுசாரி இணையதளங்களில் இந்த சம்பவம் தொடர்பாக வெளியான செய்தியில் பின்வருமாறு கூறப்பட்டிருந்தது.

கூட்டத்தில் சுமார் 100 தமிழர்கள், இலங்கை தமிழர்கள் உட்பட பங்கேற்றனர். கூட்டத்தில் பேசத் தொடங்கிய திருமா வளவன் இந்தியாவில் மதவாத சக்திகள் அதிகரித்து விட்டார்கள். தொடர்ந்து பல்வேறு இன்னல்களை அவர்களால் அனுபவித்து வருகிறோம். இதற்கு முடிவு கட்டி தமிழர்களின் கலாச்சாரத்தை, பண்பாட்டை காக்க விடுதலைச் சிறுத்தைகள் கட்சிக்கு நிதி உதவி அளியுங்கள் என்று கேட்டுக் கொண்டிருந்தார்.

அப்போது கூட்டத்திற்கு வந்திருந்த இலங்கையைச் சேர்ந்த ஆறுமுகம் என்ற ஈழத்தமிழர், உன்னை போன்ற ஆட்களால்தான் தமிழ் இனமே அழிந்தது. எங்கள் மக்கள் அழிவிற்கு காரணமான தி.மு.க., காங்கிரஸ் கட்சியுடன் கூட்டணி வைத்த துரோகி நீ. நிச்சயம் உன்னைப் போன்ற ஆட்கள் இருப்பதால்தான் இலங்கை யில் நாங்கள் அழிந்தோம்.

இனி இந்தியாவில் உள்ள தமிழர்களையாவது விட்டு வை. பணம் தானே வேண்டும், பொறுக்கிக் கொள் என்று பணத்தை விட்டெறிந் தார். மேலும் தமிழர்களை இனி ஏமாற்றி உங்களால் மதமாற்றம் செய்ய முடியாது. ஓழுங்காக ஓடிவிடு என்று திட்டி தீர்த்து விட்டார்.

இது தொடர்பாக பிபிசியிடம் பேசிய திருமாவளவன், ‘விம்பம் அமைப்பைச் சேர்ந்தவர்கள் நீண்ட காலமாகவே இம்மாதிரி ஒரு கூட்டத்தை நடத்த வேண்டுமெனக் கேட்டுக் கொண்டிருந்தார்கள். ஆகஸ்ட் மாதத் துவக்கம் வரை நாடாளுமன்றக் கூட்டம் இருந்த தால் ஆகஸ்ட் மாதப் பிற்பகுதியில் செல்ல முடிவெடுத்து, ஆகஸ்ட் 24ஆம் தேதி கூட்டம் ஏற்பாடு செய்யப்பட்டது. 25ஆம் தேதி SOAS பல்கலையில் பேசவும் ஏற்பாடு செய்யப்பட்டிருந்தது.

இந்தக் கூட்டத்தில் பங்கேற்பதற்கு முன்பாகவே இந்த அமைப்பு புலிகளுக்கு எதிரானவர்கள், புலிகள் மீது விமர்சனம் கொண்டவர் களால் நடத்தப்படும் அமைப்பு அதில் திருமாவளன் எப்படி பங்கேற்கலாம் என பலரும் சமூக வலைதளங்களில் எழுதியதாகச் சொன்னார்கள்.

இந்த நிலையில் அன்று கூட்டம் துவங்கியதும் ஒருவர் கவிதை படித்தார். பிறகு நூல் திறனாய்வு துவங்கியது.

அந்தத் தருணத்தில் திடீரென கூட்டத்தில் இருந்த ஒருவர் சத்தம் போட்டார். ஆனால் அவர் என்ன பேசினார் எனத் தெரியவில்லை. கையில் மு.க. ஸ்டாலின் படமும், சோனியா காந்தியின் படமும் வைத்திருந்தார்.

பிறகு இன்னொருவர் எழுந்தார். அவர் கலைஞர், அண்ணா படங்களை வைத்திருந்தார். அவர்கள் தொடர்ந்து சத்தமிட்டார்கள். அவர்கள் என்ன சொல்கிறார்கள் என்றே புரியவில்லை. அமைப்பாளர்களில் ஒருவர் அவர்கள் குடித்துவிட்டு இவ்வாறு செய்கிறார்கள் என்று கூறினார்.

பிறகு அவர்கள் விழா அமைப்பாளர்களால் வெளியேற்றப்பட்டனர். பிறகுதான் அவர்கள் விடுதலைச் சிறுத்தைகளின் தேர்தல் கூட்டணி குறித்து கேள்வி எழுப்பியதாகக் கூறினார்கள். நான் அவர்களுக்கு பதில் அளிக்கிறேன் என்று சொன்னேன். ஆனாலும் அவர்கள் வெளியேற்றப்பட்டனர்.

இதற்குப் பிறகு விடுதலைச் சிறுத்தைகள் ஆரம்பிக்கப்பட்டது. அதன் அரசியல் புலிகள் இயக்கத்துடன் எனக்கு இருந்த தொடர்புகள் குறித்தெல்லாம் பேசினேன். பிறகு பலரும் புத்தகங்களை வாங்கிக் கொண்டார்கள்.

சத்தம் போட்டவர்கள் வெளியேறும்போது வாசலில் இருந்த போஸ்டர்களைக் கிழித்து விட்டு சென்றதாக சொன்னார்கள். அடுத்த நாள் SOASல் கூட்டம் சிறப்பாகவே நடந்தது என்றார்.

விடுதலைச் சிறுத்தைகள் கட்சிக்காக கூட்டத்தில் பணம் கேட்டதாகவும், அப்போதுதான் சத்தம் போட்டதாகவும் கூறப்படுகிறதே என்று கேட்டபோது, திருமாவளவன் அதனைக் கடுமையாக மறுத்தார்.

“அந்தக் கூட்டத்தில் மட்டுமல்ல, வேறு எங்கு வெளிநாடுவாழ் ஈழத் தமிழர்களிடமும் பணம் கொடுங்கள் என்று நான் கேட்டதில்லை. தேர்தல் செலவுக்குக் கூட நான் கேட்டதில்லை. இது முழுக்க முழுக்க அவதூறு. நான் உட்பட மூன்று பேர் எங்கள் செலவில்தான் லண்டன் சென்று வந்தோம்” என்றார் திருமாவளவன்.

விம்பம் அமைப்பைச் சேர்ந்தவரும் அந்த விழாவில் கலந்து கொண்டவருமான சின்னய்யா ராஜேஷ்குமாரிடம் என்ன நடந்தது எனக் கேட்டபோது, "திருமாவளவன் பணம் கேட்டதாகச் சொல்வது மிக மிகத் தவறு. கூட்டம் துவங்கும்போது நாலைந்து பேர் கூட்டத்தை குழப்பும் நோக்கில் வந்து கூச்சல் போட்டு, சோனியா, திருமா, கருணாநிதி, ராஜபக்சே படங்களைக் காட்டி அவற்றைக் கிழித்தனர்.

அவர்களை மண்டபத்தில் இருந்து வெளியேற்றிய பின் கூட்டம் ஒழுங்காக நிகழ்ந்தது. திருமா காசு திரட்டும் நோக்கில் வரவில்லை. அவரது புத்தகமான 'அமைப்பாய்த் திரள்வோம்' வெளியீட்டில் கலந்து கொள்ளவும் SOASல் விடுதலைச் சிறுத்தைகள் எதிர் கொள்ளும் சவால்கள் என்ற தலைப்பில் பேசவுமே வந்தார். அவரது தலித்திய சிந்தனைகள் பற்றிய உரையாடல்களுக்காகவே அவர் அழைக்கப்பட்டிருந்தார். இந்த இரு கூட்டங்களும் சிறப்பாக நிகழ்ந்தன என்று குறிப்பிட்டார்.

❖

பா.ம.க. – வி.சி.க. சர்ச்சை

வன்னியர் மக்கள் அதிகம் வசிக்கும் தமிழகத்தின் வட மாவட்டங்களில் தலித் மற்றும் வன்னியர்களுக்கு இடையே அடிக்கடி மோதல்கள் நடந்து வருகின்றன.

1999 பொதுத் தேர்தலின்போது இப்பகுதியில் கடுமையான வன்முறை ஏற்பட்டு இரு தரப்பிலும் உயிரிழப்பு ஏற்பட்டது.

வன்னியர் சாதி அடிப்படையிலான கட்சியான பாட்டாளி மக்கள் கட்சி மற்றும் அதன் நிறுவனர் மருத்துவர் ராமதாஸ் ஆகியோர் வன்னியர்களிடையே வன்முறையைத் தூண்டி தலித்துகள் தாக்கப் படுவதாக திருமாவளவன் குற்றம் சாட்டி வந்தார்.

திருமாவளவன் தனது கட்சியினரை சாதி கலப்புக் காதல் திருமணம் செய்து கொள்ள ஊக்குவிப்பதாக இராமதாஸ் குற்றம் சாட்டினார்.

திருமாவளவன் மற்றும் இராமதாஸ் இருவரும் ஒரே தேர்தல் கூட்டணியில் இருந்த 2004 முதல் 2009 வரையிலான காலகட்டத்தில் சமரசம் செய்து கொண்டு ஒன்றாக பணியாற்றி வந்தனர்.

ஆனால் 2009க்கு பிறகு தி.மு.க கூட்டணியில் இருந்து பா.ம.க பிரிந்ததும் இவர்களுக்கு இடையே மீண்டும் பரஸ்பர மோதல் தொடங்கியது.

இராமதாஸ் டிசம்பர் 2012இல் 51 இடைநிலை சாதிகளை உள்ளடக்கிய அனைத்து சமூக பாதுகாப்பு மன்றத்தை உருவாக்கினார்.

திருமாவளவனிடமும் அவரது கட்சியுடனும் இனி எந்தக் கூட்டணியும் இல்லை என்றார்.

SC/ST வன்கொடுமை தடுப்புச் சட்டத்தை பயன்படுத்தி தலித்துக்கள், மற்ற சமூகத்தினரை விட தேவையற்ற நன்மைகளைப் பயன்படுத்துகின்றனர் என்றும், இந்தச் சட்டத்தை ரத்து செய்ய வேண்டும் என்றும் அவர் குற்றம் சாட்டினார்.

மகாபலிபுரத்தில் ஏப்ரல் 2013ல் நடைபெற்ற பாட்டாளி மக்கள் கட்சியின் மாநாட்டிற்குப் பிறகு தருமபுரி மாவட்டத்தில் தலித்துகள் மீது பரவலான தாக்குதல்கள் நடத்தப்பட்டன. இத்தாக்குதலில் ஏற்பட்ட உயிரிழப்புகளுக்கு இரு கட்சியினரும் ஒருவரையொருவர் குற்றம் சாட்டினர்.

ஆனால் வன்முறையின்போது வெறுக்கத்தக்க பேச்சு மற்றும் அரசு சொத்துக்களுக்கு சேதம் விளைவித்ததற்காக மாநில அரசின் உத்தரவுக்குப் பிறகு இராமதாஸ் கைது செய்யப்பட்டார்.

2009 பொதுத் தேர்தல்கள் மற்றும் 2011 சட்டமன்றத் தேர்தலுக்குப் பிறகு தேர்தல் களத்தில் மருத்துவ இராமதாஸ் தோல்வியடைந்ததால், அவர் மீண்டும் சாதிய வன்முறையைத் தூண்டுவதாக திருமாவளவன் குற்றம் சாட்டினார்.

தலித்துக்கள் மற்றும் பிராமணர்களை ஒன்றிணைக்க உத்தரப் பிரதேசத்தில் இருந்த அதே சித்தாந்தத்துடன் 2008 டிசம்பரில் தமிழகத்தில் பகுஜன் சமாஜ் கட்சி உருவாக்கப்பட்டது.

மங்களூர் தொகுதியில் எம்.எல்.ஏ.வாக இருந்த செல்வப் பெருந்தகை போன்ற வி.சி.க.வின் முக்கிய உறுப்பினர்கள் சிலர் பகுஜன் சமாஜ் கட்சியில் இணைந்தனர்.

இதற்குப் பதிலளித்த திருமாவளவன் பகுஜன் சமாஜ் கட்சியால் வி.சி.க.வின் வாக்கு வங்கிக்கு எந்த அச்சுறுத்தலும் இல்லை என்றும், அம்பேத்கர், கன்ஷிராம், பெரியார் ஆகியோரின் கொள்கைகளை பகுதன் சமாஜ் கட்சி தூக்கி எறிந்து விட்டதாகவும் கூறினார்.

உத்திரப்பிரதேசத்தில் இருந்ததைப் போல தமிழ்நாட்டில் 19% தலித் வாக்கு வங்கியைப் பெறுவதற்கு பகுஜன் சமாஜ் கட்சி தமிழகத்தில் உறுதியான பிடியைக் கொண்டிருக்காது என்று சில மூத்த பத்திரிக்கையாளர்கள் நம்பினர். ஏனெனில் வாக்கு வங்கி ஏற்கனவே வி.சி.க கட்சியால் புதிய தமிழகம் கட்சி என பிளவுபட்டுள்ளது.

இதே காலக்கட்டத்தில் வி.சி.க.வின் ஒரு நிலைப்பாட்டால் உத்தரப் பிரதேசத்தின் பகுஜன் சமாஜ் கட்சியின் தலைவரான மாயாவதியின் நடவடிக்கையோடு ஒப்பிட்டு திருமாவளவனும் விமர்சிக்கப் பட்டார்.

திருமாவளவனின் 50வது பிறந்தநாளை முன்னிட்டு வி.சி.க தொலைக்காட்சி சேனல் தொடங்கும் திட்டத்தில் கட்சியினர் தங்கம் வழங்குமாறு கேட்டுக் கொள்ளப்பட்டது.

திருமாவளவனின் சமஎடை தானம் செய்யப்பட்ட துலாபாரம் வகை செயல்பாடுகளும் இருந்தன.

உத்தரப்பிரதேசத்தில் பகுஜன் சமாஜ் கட்சியின் தலைவரான மாயாவதி ஏற்பாடு செய்திருந்த கவர்ச்சியான கொண்டாட்டங் களுக்கு இணையாக இது பரந்த விமர்சனத்திற்கு உள்ளானது.

கட்சிக்கு நன்கொடை வசூல் செய்வதே யோசனை என்றும், மற்ற கட்சிகளைப் போல பணக்காரர்களின் ஆதரவை தனது கட்சிக்கு இல்லை என்றும் திருமாவளவன் தெளிவுபடுத்தினார்.

❖

அம்பேத்கர், பெரியாரியாரின் பற்றாளரா திருமா?

அம்பேத்கரியமும், பெரியாரியமும், மார்க்சியமும், எழுச்சித் தமிழர் தொல். திருமாவளவனுக்கு கல்லூரி நாட்களிலேயே பார்ப்பனியத்தையும், முதலாளித்துவத்தையும் எதிர்க்கக் கற்றுக் கொடுத்தவை என்றால் அது மிகையல்ல.

மேல் கட்டுமானத்தை வெட்டுவது முக்கியமல்ல. ஆதிக்கத்தை அடிமரத்தோடு வெட்டி விட வேண்டும் என்ற தத்துவத்தை உரைத்த அம்பேத்காரையும், பெரியாரையும் பள்ளி நாட்களிலேயே திருமா வுக்கு அறிமுகம் செய்தவர் அவரது தந்தையார்.

ஆர்.எஸ்.எஸ் சமஸ்கிருதத்தை எதிர்ப்பவர்கள்தான் திராவிடர்கள். தெலுங்கர்களை எதிர்ப்பது அல்ல. பெரியார் ஆரியர்களை எதிர்த்தார். எனவே பெரியாரை ஆரியர்கள் எதிர்க்கின்றனர்.

இந்திய அளவில் பட்டியலின மக்களை ஒற்றுமையாக இருப்பதை பா.ஜ.க உடைத்து விட்டது. சமூக நீதி என்ற கோட்பாடுதான் அவர் களுக்கு எதிரி என பெரியாரிய உணர்வாளர்கள் கூட்டமைப்பு மாநாட்டில் தொல். திருமாவளவன் பேசினார்.

“எஸ்.சி., எஸ்.டி மக்கள் இந்தியா முழுவதும் 30 கோடி மக்கள் உள்ளனர். வர்க்க ஆதிக்க எதிர்ப்பு பிறப்பின் அடிப்படையில் உயர்வு தாழ்வு இல்லை. ஆரிய இனத்தில் உள்ள டிஎன்ஏ வேறு, திராவிடர் டிஎன்ஏ வேறு. ஆரிய கருத்துக்கு எதிரானவர்கள் அனை வரும் திராவிடர்களே. எனவே அம்பேத்கரும் திராவிடரே” என்று கூறினார் திருமா.

புராண காலம்தொட்டு இந்த நாட்டில் நடப்பது ஆரிய திராவிடப் போராட்டம் தான் என்று பெரியார் கூறினார் என்றால், அம்பேத்கர் பௌத்தத்திற்கும் பார்ப்பனியத்திற்குமிடையே நடக்கும் போராட்டம் தான் இந்திய வரலாறு என்றார்.

பார்ப்பனர்களின் சமூக அரசியல் ஒடுக்கு முறைகளால் ‘சூத்திரர்’, ‘பஞ்சமர்’ நிலைக்குத் தள்ளப்பட்ட மக்களின் சுயமரியாதைக்காகப் போராடிய பெரியார், பாதிக்கப்பட்ட ஒவ்வொரு சமூகப் பிரிவினருக்கும் நீதி கேட்டு காங்கிரசுக்குள்ளும் காங்கிரசிலிருந்து வெளியேறியும் போராடினார்.

‘மொழிவழி மாநிலங்கள் குறித்த சிந்தனை’ எனும் நூலில் புரட்சியாளர் அம்பேத்கர் வடநாட்டுக்கும் தென்னாட்டுக்கும் உள்ள முரண்பாட்டை மிகக் கூர்மையாக வெளிக் கொணர்ந்து எச்சரித்துள்ளார்.

“இந்தி பேசும் பெரும்பான்மையோரை ஒன்றாக்கி விட்டு தென்னாட்டு மக்களை சிதறடித்திருக்கிறது. மாநிலங்களைப் பிரிக்கும் ஆணையம், தென்னாட்டு, வடநாட்டு ஆதிக்கத்தை எப்படி சகித்துக் கொள்ளும்?” என்று கேள்வி எழுப்பியதுடன், அதிலுள்ள ஆபத்துக்களை உரத்த குரலில் அடுக்கடுக்காக எழுப்புகிறார்.

வடக்கு பிற்போக்கானது தெற்கு முற்போக்கானது. வடக்கு மூட நம்பிக்கையில் மூழ்கிக் கிடப்பது. தெற்கு பகுத்தறிவு சிந்தனை கொண்டது. தெற்கு முன்னேறிச் செல்வது, வடக்கு பின் தங்கிக் கிடப்பது, தெற்கின் கலாச்சாரம் நவீனமானது. வடக்கின் கலாச்சாரம் பழமையானது. சுதந்திர இந்தியாவின் முதல் பிரதமர் 1947 ஆகஸ்டு 15 இல் எப்படி பதவி ஏற்றுக் கொண்டார்?

காசியிலிருந்து வந்த பார்ப்பனர்கள் யாகம் நடத்தி நாட்டை ஆளப்போகும் பிரதமரிடம், 'ராஜ தண்டத்தை' அளித்து பார்ப்பனர் கையிலிருந்த புனித கங்கை நீரைக் குடித்து தானே பதவியை ஏற்றார்.

இறந்த கணவனை எரியூட்டிய நெருப்பில் அண்மைக் காலங்களில் எத்தனை பெண்கள் உடன்கட்டை ஏற்றப்பட்டிருக்கிறார்கள்? நமது குடியரசுத் தலைவர் காசிக்குப் போய் பார்ப்பனர்களின் கால்களைக் கழுவி அந்தத் தண்ணீரை குடிக்கவில்லையா?

வடக்கே இன்னும் 'சதி' என்னும் உடன்கட்டை ஏறுதல் நடந்து கொண்டுதானே இருக்கிறது? என்று வடநாட்டுக்காரர்களின் மூடத் தனமான பழமை வைதீகப் போக்கை அம்பேத்கர் பட்டியலிட்டார்.

அதேபோன்று 1949 நவம்பர் 25 அன்று அரசியல் நிர்ணய சபையில் அரசியல் சட்ட வரைவை முன்மொழிந்து நிகழ்த்திய வரலாற்றுச் சிறப்புமிக்க உரையில் அம்பேத்கர் சில வாதங்களை முன் வைத்துள்ளார்.

இந்தியர்கள் தங்கள் மதநம்பிக்கைகளுக்கு மேலாக நாட்டை கருதப் போகிறார்களா? அல்லது நாட்டை விட மத நம்பிக்கைக்கே முக்கியத்துவம் கொடுக்கப் போகிறார்களா?

இது எனக்குத் தெரியாது. கட்சிகள் நாட்டை விட தங்கள் மதக் கோட்பாடுகளுக்கே முக்கியத்துவம் கொடுத்தால், நமது சுதந்திரத்துக்கு இரண்டாம் தடவையாக ஆபத்து என்பதுடன் என்றென்றைக்குமாக நமது சுதந்திரத்தை இழப்பது என்பது நிச்சயம்.

பெரியார் பேசிய வகுப்புவாரி உரிமையை அம்பேத்கர் 'சமூக ஜனநாயகம்' என்ற சொல்லாடல்களுக்கு உட்படுத்தினார். சமூக ஜன நாயகம் இல்லாமல் அரசியல் ஜனநாயகம் வெற்றி பெற முடியாது என்று அறிவித்தார்.

புரட்சியாளர் அண்ணல் அம்பேத்கர் எச்சரிக்கை செய்த வடநாட்டு பிற்போக்கு பார்ப்பனிய சிந்தனையும் நாட்டைப் பின்னுக்கு தள்ளி, மதவெறியை தலையில் தூக்கி வைத்துக் கொண்டு ஆடுகிற அதிகார வெறியும் இப்போது கை கோர்த்து கோர தாண்டவமாடுகிறது.

இந்தச் சூழலில் பெரியார் - அம்பேத்காரிய சிந்தனைகளும், சமூக ஒடுக்கு முறைகளுக்குமான வேர் எங்கே பதுங்கி நிற்கிறது என்று அவர்கள் வெளிச்சப்படுத்தி அதற்காக முன்னெடுத்த போராட்டங் களின் வரலாறும், சமூக விடுதலைக்கான ஒளி விளக்குகளாக வழிகாட்டிக் கொண்டிருக்கின்றன.

பெரியாரிய உணர்வாளர் கூட்டமைப்பு வரலாற்றுத் தேவையாக பிறப்பெடுத்திருக்கிறது என்றே கூற வேண்டும்.

பரந்துபட்ட மக்கள் அணியை உருவாக்கும் நோக்கத்தோடு பெரியார் கருஞ்சட்டைப் பேரணி என்ற மாபெரும் மக்கள் கூடுகையை பெரியார் நினைவு நாளையொட்டி 2018, 23 டிசம்பரில் நிகழ்த்திக் காட்டி அடுத்த கட்டமாக அம்பேத்கர் நினைவாக நீலச் சட்டைப் பேரணிக்கு தயாராகி வருகிறது.

அம்பேத்கரின் ஒவ்வொரு செயல்பாட்டையும் பெரியார் மிகவும் உன்னிப்பாகவே கவனித்து வந்திருக்கிறார். புனே நகரில் அம்பேத்கர் நடத்திய ஆலய நுழைவுப் போராட்டம், இலண்டன் வட்டமேஜை மாநாட்டில் காந்திக்கும், அம்பேத்கருக்கும் இடையே எழுந்த வாதங்கள், காந்தியாரின் பட்டினிப் போராட்டத்தை கண்டிக்கும் கட்டுரைகள் என 'குடியரசு' இதழ் தொடர்ந்து செய்திகளை வெளியிட்டு வந்தது.

அம்பேத்கரும் பெரியாரும் ஒருவரையொருவர் சந்திக்காத நிலையி லேயே அவர்களுக்கிடையே இலட்சியப் பிணைப்பின் வழியே அறிமுகம் இருந்து வந்திருக்கிறது.

காலனி எதிர்ப்பு, தேச பக்தி என்ற எல்லைக்குள் பார்ப்பனிய - பனியா சக்திகள் சுழன்று கொண்டிருந்த நிலையில் அந்த வலைக்குள் சிக்கி விடாமல் அதிலிருந்து விலகி நின்று ஒடுக்கப்பட்ட மக்களுக் கான உண்மையான சமூக விடுதலைக்கு களம் அமைப்பதில் இரண்டு தலைவர்களின் சிந்தனைகளும் ஒரே தடத்தில் பயணித்தன.

இந்த ஒருமித்த சிந்தனை அவர்கள் ஒருவரையொருவர் சந்திக்காத நிலையிலே காந்த சக்தியாக அவர்களை பிணைக்க வைத்தது.

*1919*ஆம் ஆண்டில் பிரிட்டிஷ் ஆட்சி இந்திய குடிமக்களுக்கு வாக்குரிமை வழங்குவது குறித்து பரிசீலிக்க நியமித்த சவுத்பரோ குழுவிடம் அம்பேத்கர் அளித்த சாட்சியம்தான் அவரது பொது வாழ்வின் தீவிரமான தொடக்கம்.

அந்த சாட்சியத்தில் தாழ்த்தப்பட்ட மக்களின் அவலங்களையும் பறிக்கப்படும் உரிமைகளையும் அவர் விளக்கினார். அடுத்து பம்பாய் அருகே ஜல்கவோன் எனும் இடத்தில் *29.05.1929* அன்று நடந்த தாழ்த்தப்பட்டோர் மாநாட்டில் அம்பேத்கர் நிகழ்த்திய உரையை பெரியாரின் 'குடிஅரசு' பம்பாயில் 'சுயமரியாதை முழக்கம்' எனும் தலைப்பில் வெளியிட்டது.

'சமாஜ சமராசங்' (சமுதாய சமத்துவ சங்கம்) என்ற பெயரில் அம்பேத்கர் தொடங்கிய அமைப்பு சார்பாக மராட்டியத்திலுள்ள 'சிட்டகெய்ன்' என்ற பகுதியில் நடந்த முதல் மாநாட்டில் அம்பேத்கர் நிகழ்த்திய தலைமை உரையை வெளியிட்ட குடிஅரசு 'முதல் மகாராட்டிர சுயமரியாதை மாநாடு' என்ற தலைப்பிட்டது.

இதே ஆண்டில் தொடக்கத்தில்தான் (*1929* பிப் *17,18*) பெரியார் சென்னை மாகாண முதல் சுயமரியாதை மாநாட்டை நடத்தினார்.

தான் நடத்திய சுயமரியாதை மாநாட்டுக்கு இணையாக அம்பேத்கர் நடத்திய தாழ்த்தப்பட்டோர் மாநாட்டை பெரியார் கருதினார். அம்பேத்கர் நடத்திய அந்த முதல் மாநாட்டுக்கு பெரியார் வாழ்த்துச் செய்தியை அனுப்பியிருந்தார்.

'தென்னிந்திய சுயமரியாதை இயக்கத்தின் பிரபல தலைவர் ஈ.வெ. இராமசாமி அனுப்பிய வாழ்த்துத் தந்தியும் கடிதமும் அங்கு படிக்கப்பட்டன' என்ற செய்திக்குறிப்பு பெரியார் நடத்திய ஆங்கிய இதழான ரிவோல்டில் *29.09.1929*ல் வெளியானது.

1936-37 ஆம் ஆண்டுகளில் உ.பி.யில் லாகூரில் 'ஜாத்பட் தோடக் மண்டல்' நடத்திய ஜாதி எதிர்ப்பு மாநாட்டில் தலைமையுரை நிகழ்த்த அம்பேத்கர் அழைக்கப்பட்டார்.

மாநாட்டுக்காக அம்பேத்கர் தயாரித்த உரையில் சில பகுதிகளை நீக்க வேண்டும் என்று மாநாட்டு பொறுப்பாளர்கள் வைத்த

நிபந்தனையை அம்பேத்கர் ஏற்க மறுத்தார்.

இந்து மதத்தை முற்றாக ஒழிப்பது பற்றிக் கூறுவதும், இந்துக் களின் புனித நூல்களின் அறத்தன்மையை சந்தேகிப்பதும், இந்து சமூகத்திலிருந்து வெளியேறும் உங்கள் எண்ணத்தை வெளிப்படுத்து வதுமான பகுதிகளை நீக்க வேண்டும் என்பதே மாநாட்டு ஏற்பாட்டாளர்கள் அம்பேத்கருக்கு விதித்த நிபந்தனை. அந்த ஆங்கில உரையை பெரியாரின் 'குடிஅரசு' இதழில் தமிழில் மொழி பெயர்த்து ஓராண்டு காலம் தொடர் கட்டுரையாக வெளியிட்டது.

புரட்சியாளர் அண்ணல் அம்பேத்கர் குறித்து தமிழ்ச் சமூகத்துக்கு அறிமுகம் செய்த பெருமை பெரியார் இயக்கத்துக்கு உண்டு.

அம்பேத்கரை உரையாற்ற அழைத்திருந்த 'ஜாத் பட்தோடக் மண்டல்' அமைப்பின் 192 0ஆம் ஆண்டுகளில் துணைத் தலைவராக இருந்தவர் பெரியார். அப்போதும் பெரியாரை நாத்திகர், இந்து விரோதி, பார்ப்பன எதிர்ப்பாளர் என்று தென்னாட்டுப் பார்ப்பனர்கள் கூறிய புகாரின் அடிப்படையில் பெரியார் துணைத் தலைவர் பதவியிலிருந்து நீக்கப்பட்டார்.

அதே அமைப்புதான் 1936ல் அம்பேத்கரை ஜாதி எதிர்ப்பு மாநாட்டுக்கு தலைமை ஏற்க அழைத்து அவரது உரையை மாற்றி யமைக்க வற்புறுத்தி, அம்பேத்கர் மறுத்த நிலையில் மாநாட்டையே நிறுத்தியது.

குடிஅரசில் வெளியிட்ட அம்பேத்கர் உரையை 'ஜாதியை ஒழிக்கும் வழி' என்ற தலைப்பில் 4 அணா விலையில் நூலாக வெளியிட்டார் பெரியார்.

அம்பேத்கரின் உரை குறித்து காந்தியும் தனது அரிஜன் நாளேட்டில் விமர்சித்து எழுதினார். அம்பேத்கர் எழுப்பிய வாதங்களுக்கு எந்த பதிலும் கூறாத காந்தி, ஒரு மதத்தை அதன் மோசமான உதாரணங் களைக் கொண்டு மதிப்பிடக் கூடாது. அது உருவாக்கிய மிகச் சிறந்த உதாரணங்களைக் கொண்டே மதிப்பிட வேண்டும் என்பதே காந்தியின் பதிலாக இருந்தது.

வர்ணாஸ்ரம அமைப்பை நியாயப்படுத்திய காந்தி, 'மற்ற எந்த வருணத்தையும் விட தங்கள் வருணமே உயர்ந்த அந்தஸ்து கொண்ட வருணம் என்று எந்த வருணத்தாரும் உரிமை கொண்டாடுதல் கூடாது' என்றார்.

பிராமணர் பற்றிய புரிதல் இன்மையால் காந்தி கொண்டிருந்த இந்த தவறான பார்வையை பெரியாரே நேருக்கு நேராக காந்தியிடம் பெங்களூரில் நடந்த விவாதத்தில் எடுத்துக் காட்டியதோடு நீங்கள் இந்து மதத்தை சீர்திருத்தம் செய்ய முயன்றால் பார்ப்பனர்கள் உங்களை விட்டு வைக்க மாட்டார்கள் என்று எச்சரித்தார். அதுதான் நடந்தது. பார்ப்பனியமே காந்தியின் உயிரை கோட்சே உருவத்தில் பறித்தது.

அனைத்து சாதியினரும் அர்ச்சகராக வேண்டும் என்ற உரிமைக்காக பெரியார் வாழ்நாள் இறுதிவரை போராடினார். இதில் ஜாதி ஒழிப்புக்கான உயிர்நாடி இருக்கிறது என்பதை ஆழமாக பரிசீலிக்கா மல் அர்ச்சகராகி என்ன பயன் என்ற மேம்போக்கான கேள்வியை எழுப்புகிறவர்களும் உண்டு.

இதற்கு அம்பேத்கரே லாகூர் மாநாட்டு உரையில் பதில் அளிப்பது போல பேசியுள்ளார். "புரோகித தொழில் எல்லோருக்கும் பொது வான ஒன்று என்ற நிலையை ஏற்படுத்த வேண்டும். இந்த நடவடிக்கை பார்ப்பனீயத்தை ஒழிக்கவும் பார்ப்பனீயத்தின் மறு வடிவமான ஜாதியை ஒழிக்கவும் துணை புரியும். இந்து மதத்தை நாசப்படுத்துகிற கொடிய நஞ்சு பார்ப்பனீயமே" என்பதே அம்பேத்கர் தந்த பதிலாகும்.

1929 ஆம் ஆண்டிலிருந்தே பெரியார் - அம்பேத்கர் கொள்கை உறவு தொடங்கி விட்டாலும் 10 ஆண்டுகள் கழித்து 1940 இல் தான் அவர்களுக்கிடையிலான முதல் சந்திப்பு நிகழ்ந்தது.

இது இரண்டாம் உலகப் போர் துவங்கிய காலம். அதைப் பயன் படுத்தி பிரிட்டிஷாரிடமிருந்து முழு அரசியல் அதிகாரத்தையும் தங்கள் வசமாக்க காங்கிரசார் முயற்சித்த நேரத்தில், பம்பாயில் பெரியார் - அம்பேத்கர்-? ஜின்னா மூவரும் சந்தித்து காங்கிரசார்

சூழ்ச்சியையும் பிரிட்டிஷாரையும் விமர்சித்து கூட்டு அறிக்கை ஒன்றை வெளியிட்டனர்.

அதன் தமிழாக்கம் 'குடிஅரசு' ஏட்டில் வெளியிடப்பட்டது. 1940 ஜனவரி 8 ஆம் தேதி மும்பை தாராவி பகுதியில் தமிழர் அமைப்புகள் இணைந்து ஏற்பாடு செய்த பொதுக் கூட்டத்துக்கு அம்பேத்கர் தலைமை தாங்கினார். அதில் பெரியார் உரையாற்றினார்.

1927 இல் அம்பேத்கர் 'மகத்' பொதுக் குளத்தில் தீண்டப்படாத மக்களைத் திரட்டி தண்ணீர் எடுக்கும் போராட்டத்தை நடத்திய போது 1925 இல் பெரியார் வைக்கத்தில் நடத்திய சத்தியாகிரகம் தான் மகத் போராட்டத்துக்கு உந்து சக்தியாக இருந்தது.

வைசிராயின் (பிரிட்டிஷ் நிர்வாக அதிகாரி) நிர்வாகக் குழு உறுப்பினராகத் தேர்ந்தெடுக்கப்பட்ட பிறகு சென்னைக்கு வருகை தந்த அம்பேத்கர் பெரியாரை சந்தித்தார்.

பெரியார் கேட்கும் திராவிட நாட்டில் மகாராஷ்டிரத்தையும் வேறு சில மாகாணங்களையும் சேர்த்துக் கொள்ளும்படி அம்பேத்கர் கூறியதாக 'குடிஅரசு' தலையங்கத்தில் பெரியார் குறிப்பிட்டுள்ளார்.

வேலூர் நகராட்சி மன்றத்தில் 28.10.1956 அன்று அம்பேத்கர் படத்தைத் திறந்து வைத்து பெரியார் நிகழ்த்திய உரையில் அம்பேத்கர் பற்றிய சில முக்கிய நிகழ்வுகளை பதிவு செய்தார்.

நாம் இராமாயணத்தைப் பற்றி வாயால் பேசிக் கொண்டிருக்கும் போதே அதாவது 1932 லேயே அவர் இராமாயணத்தை கொளுத்தினார். அந்த மாநாட்டுக்கு சிவராஜ் தான் தலைமை தாங்கினார்.

அவர் ஒரு தடவை சென்னைக்கு வந்த போது கீதையைப் பற்றிப் பேசும்போது ஒரு பைத்தியக்காரனின் உளறல் என்றே பேசினார். அப்போது சி.பி. இராமசாமி அய்யர் போன்றவர்கள் இதென்ன அக்கிரமம், வெறும் அம்பேத்கர் பேசியிருந்தால்கூட பரவா யில்லை. ஒரு கவுன்சில் மெம்பராக இருக்கிற அம்பேத்கர் அதுவும் சென்னையில் வந்து கீதை பைத்தியக்காரனின் உளறல் என்று பேசுவது என்றால் அக்கிரமம் என்றெல்லாம் கூச்சல் போட்டார்கள்.

நான் 1930ல் ஈரோட்டில் நடந்த சீர்திருத்த மாநாட்டுக்கு அம்பேத்கரை அழைத்தேன். அந்த மாநாட்டுக்கு ஆர்.கே. சண்முகம் செட்டியார் வரவேற்புரை அளித்தார். என்ன காரணத்தாலோ அம்பேத்கர் வரவில்லை.

நாங்கள் புத்தர் மாநாட்டுக்கு சென்றபோது அவரை பர்மாவில் பார்த்தேன். புத்தர் மாநாட்டில் நான் பேசுவதாக நிகழ்ச்சி நிரலில் போட்டிருந்தார்கள். ஆனால் எனக்குச் சொல்லவில்லை. நான் போனேன். பிறகு என்னமோ வேறொருவரை பேசச் சொல்லி விட்டார்கள்.

அப்போது அம்பேத்கர் என்னிடம், 'இன்றைக்கு கையெழுத்துப் போடு, புத்த மதத்தில் சேர்ந்து விடுவோம் என்றார்' என்ற கருத்துக் களைப் பதிவு செய்தார் பெரியார்.

அம்பேத்கரிடமிருந்து பெரியார் மாறுபட்ட புள்ளிகளும் உண்டு. அரசியல் வரைவுக் குழுவில் பிற்படுத்தப்பட்டோர் பிரதிநிதித்துவம் இல்லாதது, பூனா ஒப்பந்தத்தை அம்பேத்கர் ஏற்க வேண்டிய நிலைக்குத் தள்ளப்பட்டது, காஷ்மீர் பிரச்சனையில் அம்பேத்கரின் கருத்து போன்றவற்றில் மாறுபாடுகள் இருந்தது.

சுதந்திர இந்தியாவின் சட்ட அமைச்சராக அம்பேத்கர் இருந்தபோது தான் அரசியல் சட்டத்தில் செய்யப்பட்ட திருத்தங்களில் முதன்மை யான திருத்தமாக பிற்படுத்தப்பட்டோர் என்பதற்கு சமூகக் கல்வி ரீதியாக பிற்படுத்தப்பட்டோர் என்ற வரையறை உருவாக்கப் பட்டது.

பொருளாதாரத்தை ஒரு அளவுகோலாக சேர்க்க வேண்டும் என்ற கருத்தை அம்பேத்கரும் நேருவும் ஏற்கவில்லை. பிற்படுத்தப் பட்டோர் என்பவர்களுக்கான பட்டியலைத் தயாரிப்பதற்கு அவர்களுக்கான மக்கள்தொகை விபரங்கள் அரசிடம் இல்லாத நிலையில் பிற்படுத்தப்பட்டோர் ஆணையம் ஒன்றை உருவாக்க அரசியல் சட்டத்தில் 340வது பிரிவை உருவாக்கியவர் புரட்சியாளர் அம்பேத்கர்.

அதனால் தான் மண்டல் ஆணையமே நியமிக்க முடிந்தது. பிற்படுத்தப்பட்டோருக்கு மத்திய அரசு பதவிகளில் 27 சதவிகித இடஒதுக்கீடு வந்ததற்கு வழி திறந்து விட்டதே அம்பேத்கர்தான்.

இந்து சீர்திருத்த மசோதா ஒன்றை உருவாக்கி இந்துப் பெண்கள் சொத்துரிமை, குழந்தைகள் தத்தெடுக்கும் உரிமைகளை உருவாக்க நினைத்த அம்பேத்கரின் முயற்சி காங்கிரசில் இருந்த வைதிகப் பார்ப்பனர்களிலும் சங்பரிவாரங்களாலும் முறியடிக்கப்பட்ட நிலையில் அம்பேத்கர் சட்ட அமைச்சர் பதவியைத் தூக்கி எறிந்தார்.

தனது பதவி விலகலுக்கு அவர் எடுத்து வைத்த காரணங்களில் பிற்படுத்தப்பட்டோர் ஆணையத்தை உருவாக்காமல் நேரு அரசு காலம் தாழ்த்திக் கொண்டிருக்கிறது என்பதும் ஒன்றாகும்.

அம்பேத்கர் தலித் மக்களுக்கான தலைவர் என்ற கருத்து உண்மைக்கு மாறானது என்பதற்கு இவை சான்றுகள்.

1947 ஆம் ஆண்டு ஜூலையில் மாயவரத்தில் நடந்த தாழ்த்தப் பட்டோர் மாநாட்டில் பெரியார் இப்படி பேசினார்.

'தோழர்களே, உங்களுக்கு உறற தலைவர் அம்பேத்கர் என்றும், அவரால் தான் பஞ்சமர்கள், கடையார்கள் இழிபிறப்புக் கொடுமை கள் நீங்கும் என்றும் நம்பினேன். அதனாலே உங்களுக்குத் தலைவ ராக ஏற்றுக் கொள்ளும்படி பிரச்சாரம் செய்தேன். நானும் தலைவர் என ஏற்றுக் கொண்டேன்' என்றார்.

ஆம் பெரியாரால் தலைவராக ஏற்றுக் கொள்ளப்பட்டார் புரட்சியாளர் அம்பேத்கர்.

நீதிக்கட்சியை பெரியார் திராவிடர் கழகமாக பெயர் மாற்றி சமுதாய இயக்கம் என்ற பண்பு மாற்றத்தை பெரியார் உருவாக்கிய போது அதை விரும்பாத ஒரு சில நீதிக்கட்சி தலைவர்கள் அப்போது அம்பேத்கரை பேச அழைத்தபோது, 'பெரியார் தான் உங்களுக்கான தலைவர்' என்று அவர்களிடையே இடித்துரைத்தவர் அம்பேத்கர்.

❖

வைகோவுடன் ஊடலும் கூடலும்

வைகோவும் விடுதலைச் சிறுத்தைகள் கட்சித் தலைவர் திருமாவும் ஆழ்ந்த புரிதலும், தோழமையும் மிக்கவர்கள் என்பது அரசியல் வரலாற்றை கூர்ந்து கவனித்து வரும் அனைவரும் அறிந்த ஒன்று.

ஆயினும் அரசியல் பயணத்தில் எதிர்பாராத விதமாக ஏற்படும் ஊடலும் கூடலும் இவர்கள் இருவரையும் பதம் பார்த்து விடும் சம்பவங்கள் நிறையவே அவ்வப்போது நிகழ்ந்து விடுவதையும் பார்க்க முடிகிறது.

தலித்துகளை வைகோ சிறுமைப்படுத்தி விட்டதாக ஒரு பக்கம் விடுதலைச் சிறுத்தைகள் கட்சியின் துணைச் செயலாளர் வன்னியரசு குமுற, மறுபக்கம் தேர்தல் செலவிற்காக நாங்கள் வைகோவுடன் பணம் பெற்றது உண்மைதான் என்ற தனது பதிவை வன்னியரசு நீக்கி விட்டார்.

"அவரது கருத்துக்கு எதிர் கருத்தாக தேர்தலுக்கு பணம் அளித்ததை ஏன் வைகோ கூறினார் என்பது புரியவில்லை. அவருக்கு வன்னியரசு

மீது கோபமா? என் மீது கோபமா? ஒருவரை விமர்சனம் செய்ய வேண்டுமானால் நேருக்கு நேர் துணிச்சலுடன் பேசுபவன் நான். யாரையும் தூண்டிவிட்டு விமர்சனம் செய்ய வைக்கும் அற்ப புத்தி எனக்கு கிடையாது" என திருமாவளவன் பாய்ந்திருக்கிறார்.

வைகோ மீது சிறுத்தைகள் பாய இரண்டு காரணங்கள் இருக்கிறது. ஒன்று, வைகோவின் புதிய தலைமுறை பேட்டி. பேட்டியில் தலித் சமுதாயத்தைச் சேர்ந்தவர்கள் தன் வீட்டில் வேலை பார்ப்பதாகவும், அவர்களை தன் குடும்பத்தில் ஒருவ ராகவேதான் கருதுவதாகவும் வைகோ குறிப்பிடுகிறார்.

இதனை சாதீய நிலப்பிரபுத்துவ ஆதிக்கமாகவே பார்ப்பதாக வன்னியரசு தனது நீக்கப்பட்ட முகநூல் பதிவிட, ம.தி.மு.க. வினருக்கும், விசிகவினருக்கும் சமூக வலைத்தளங்களில் மோதல் வெடித்தது.

இரண்டாவது சாத்தூரில் நடைபெற்ற ம.தி.மு.க வாக்குச்சாவடி முகவர்கள் ஆலோசனைக் கூட்டம். இதில் வன்னியரசுவின் முகநூல் பதிவை கடுமையாக சாடிய வைக்கோ தேர்தல் செலவிற்காக திருமாவிற்கு தான் 50 லட்ச ரூபாய் வழங்கியதைப் போட்டு உடைக்கிறார்.

அவர் கூட்டத்தில் பேசியபோது, புதிய தலைமுறை கார்த்திகை செல்வன் இருக்காரே, தொடக்கத்திலிருந்து விவகாரமான கேள்வி யையே கேட்டுட்டு இருந்தாரு. கடைசி கேள்வியா தலித்துக்கள் அதிகாரத்திற்கு வருவதை திராவிட இயக்கங்கள் தடுக்கிறதா என்று கேட்டார்.

ஒரு காலத்தில் பஞ்சமர்கள், தாழ்த்தப்பட்டவர்கள் பஸ்ஸில ஏறக்கூடாதுனு பஸ் டிக்கெட்ல போட்டிருந்தது. டிக்கெட்ட கிழிச்சு போட்டுட்டு தலித்துகளை பஸ்ஸில ஏத்தலைனா லைசென்ஸ் ரத்து செய்யப்படும்னு சொன்னவர் சௌந்தர பாண்டியன் நாடார்.

இந்தியாவிலேயே ஒரு தலித்தை உயர்நீதிமன்ற நீதிபதியாக்கியது கலைஞர். சமத்துவபுரம் தலித்துகளுக்கு கட்டிட வீடு கொண்டு வந்தவர் கலைஞர்.

இவ்வளவையும் சொல்லிட்டு தலித்துக்கள் முதலமைச்சர் பதவிக்கு வந்தால் முதலில் சந்தோஷப்பட போவது நான்தான் என்றேன். பேட்டி முடிஞ்சப்பறம் திரும்பவும் அதே கேள்வியை கேட்டதால, மைக்க கழட்டி வச்சிட்டு கிளம்பிட்டேன்.

மறுநாள் பேட்டியில் இருந்து வைகோ பாதியில் வெளியேற்றம்னு பிளாஷ் நியூஸ் போட்டாங்க. ஏன்னா இது மார்க்கெட்டிங் தந்திரம்.

இதன் பின்புலம் எதுவும் தெரியாமல் விடுதலைச் சிறுத்தைகள் கட்சியைச் சேர்ந்த வன்னியரசு ஒரு பதிவை முகநூலில் போட்டிருக்கார். தலித்தை வேலைக்காரர்களாக வைத்திருக்கிறேன் என்று வைகோ கூறியதை சாதீய ஆதிக்கமாக நிலப்பிரபுத்துவ ஆதிக்கமாக பார்க்கிறேன் என்று கூறியிருக்கிறார்.

நான் என்ன சொன்னேன்? எனக்கு சாப்பாடு எடுத்து வைக்கிறதுல இருந்து நான் படுத்திருந்தா போர்த்தி விடுறது வரைக்கும் எங்க வீட்டு பிள்ளை மாதிரி தலித் மக்களை வச்சிருக்கோம்னு சொன்னேன்.

இதுக்கு அவர் எழுதியிருக்காரு, நான் சாதி திமிரோடு இருக்கிறேனாம், நான் ரொம்ப ஆபத்தானவன் தெரிஞ்சுக்கோங்க.

உங்க தலைவர் மக்கள் நலக் கூட்டணியில இருந்தப்போ, தலையில தூக்கி வச்சு கொண்டாடி தமிழ்நாடு முழுக்க சுற்றுப்பயணம் செஞ்சவன் நான்.

விசிக மத்திய சென்னை மாவட்டச் செயலாளர் செல்லதுரை வீட்டுக் கல்யாணம் சிவகாசில நடந்துச்சு. அப்ப அவரை கைது பண்ணி போலீஸ் ஸ்டேசன்ல வச்சுட்டாங்க. நான் நேரா ஸ்டேஷனுக்கு போயி எங்க வீட்டுப் பிள்ளை வெளியே விடுனு என்று சொன்னேன்.

திராவிட இயக்கம் இடைநிலை சாதிகளை உயர்த்தியிருக்கிறதுனு போட்டிருக்கார். இது நீங்களா போடலை. என் மேல உங்களுக்கு எவ்வளவு மரியாதை இருக்குனு எனக்கு தெரியும்.

போராட்டத்துல கைது செய்யப்பட்டு பாளையங்கோட்டை சிறையில இருந்தப்போ உடுத்து மாத்து துணி கூட இல்லாம கஷ்டப்பட்டார் வன்னியரசு. மூணு ஜோடி டிரஸ், கைலி, துண்டு,

பேஸ்டு, பிரஷ், தேங்காய் எண்ணெய் வாங்கி நிஜாம்கூட அனுப்பு னேன். இந்தப் பதிவை வன்னியரசுவா எழுதல. அவரை எழுத வைத்தவர் யார்? எழுத உத்தரவிட்டவர் யார்? இது விஸ்வரூபம் எடுக்கிற கேள்வி.

நான் ரவிக்குமார்கிட்ட பேசினேன். ரொம்ப வருத்தப்பட்டார். இன்னைக்கு தினமலருக்கு நல்ல தீனி. தி.மு.க கோட்டைக்குள் வெடிகுண்டுனு போடுவாங்க. யார் தடுத்தாலும் தி.மு.க கோட்டைக்கு போறதை யாராலயும் தடுத்துவிட முடியாது.

கலைஞர் உயிர் போவதற்கு முன்னாடி அவர் காதோரம் போயி, உங்களுக்கு எப்படி உறுதுணையா நின்னேனோ, அதே மாதிரி தம்பிக்கும் இருப்பேன்னு வாக்குறுதி கொடுத்தேன். நான் அரசியல் பண்போடு வளர்ந்தவன்யா. எனக்கு சாதியெல்லாம் தெரியாது. நாடாளுமன்றத்தில் பெரியாரின் படத்தை திறக்க வைத்தவன் கலிங்கப்பட்டியில் பிறந்த வைகோ என்பதை மறந்து விடக்கூடாது.

மலேசியாவில மணிவண்ணன்கிற தேவேந்திர குல வேளாளர் சகோதரர் இறந்து, அவரது உடலை இந்தியா கொண்டு வர முடியாமல் கஷ்டப்பட்டதை கேள்விப்பட்டேன். கடன் வாங்கிக் கொடுத்து அவரது உடலை பரமக்குடி கொண்டு சேர்த்தேன்.

எல்லா சமூகத்தினர் மேலயும் அண்ணன் தம்பியா கருதுபவன். இதையெல்லாம் எதற்காக சொல்றேன்னா நான் எவ்வளவு ஆபத்தானவன் என்பதை வன்னியரசு கூட்டங்கள் தெரிந்து கொள்ள வேண்டும்.

தூரத்தில் இருந்து பார்த்தால் இந்த நெருப்பு குளிரைப் போக்கும். உரசிப் பார்த்தால் இந்த நெருப்பு தீப்பிடிக்கும்.

இதையெல்லாம் நான் பேசுறன்னா ராத்திரியெல்லாம் நான் தூங்கல. எனக்கு தூக்கம் வரலை. என்னையவா சாதீய ஆதிக்கவாதின்னு சொல்ற. என்கிட்ட என்ன இருக்குது? நான் அன்னக்காவடி. எங்க தாத்தா பெரிய வீட்டைக் கட்டி வச்சிட்டு போயிட்டார். வெள்ளையடிக்கக் கூட பணம் இல்லாமல் இருக்கிறேன் நான். கை சுத்தமா இருக்கிறதாலதான் இத்தனை பேர் என் பின்னாடி நிக்குறாங்க.

2006 தேர்தலின் போது அ.தி.மு.க கூட்டணியில் வி.சி.க.வோடு நாமும் இடம் பிடித்திருந்தோம். எனக்கு போன் பண்ணுன திருமாவளவன் தேர்தல் செலவுக்குக் கூட பணம் இல்லைன்னு ரொம்ப புலம்புனாரு. உடனே கலிங்கப்பட்டிக்கு வரச் சொல்லி எங்க அப்பா ரூமுக்குள்ள கூட்டிட்டு போயி 30 லட்ச ரூபாய் பணத்தை தேர்தல் செலவுக்கு கொடுத்தேன்.

தேர்தல் நெருக்கத்தின்போது பூத் கமிட்டிக்கு கொடுக்கக் கூட காசு இல்லைன்னு சொன்னார். உடனே எனக்கு தெரிந்த 10 பேர் கிட்ட ஆளுக்கு இரண்டு லட்ச லட்சமா கடன் வாங்கி 12 மணி நேரத்தில் 20 லட்ச ரூபாய் புரட்டி கொடுத்தேன். இதை எங்கேயாவது நான் சொல்லியிருக்கேனா? மனசு ரொம்ப வெந்து போயிருக்கு. அதனால தான் இதையெல்லாம் சொல்றேன் என்று மனதில் உள்ளதை கொட்டித் தீர்த்து விட்டார் வைகோ.

●

திருமா தெரிவிக்கும் பல்வேறு கருத்துக்கள் அரசியல் ரீதியாக விவாதங்களை ஏற்படுத்தி வந்ததைப் பார்க்க முடிந்தது.

பா.ம.க, தி.மு.க இணைந்தால் அந்தக் கூட்டணியில் இருக்க மாட்டோம். அதேபோல பா.ஜ.க இருக்கும் கூட்டணியில் இணைய மாட்டோம் என்று விசிக தலைவர் திருமாவளவன் தெரிவித்தார்.

அவர்கள் எந்தக் கூட்டணியில் இருந்தாலும் இருக்க மாட்டோம். இந்தியாவில் யாருக்காவது இப்படி சொல்ல தைரியம் இருக்கிறதா?

தமிழ்நாட்டைப் பொறுத்தவரை இந்த யுத்தம் விடுதலைச் சிறுத்தை களுக்கும், பா.ஜ.க.விற்கும் இடையேயான யுத்தம்.

நான் கருத்தியல் ரீதியாக சவால் விடுகிறேன். கருத்தியல் ரீதியாக மோதிக் கொள்ள தயாரா? கருத்தியல் ரீதியாக சண்டைப் போட தயாரா? ஓட ஓட விரட்டி அடிப்போம் என்று கூறினார் திருமா.

தி.மு.க - பா.ம.க நெருக்கம் ஆகி வருவதாக செய்திகள் வந்த நிலையில் தான் திருமா இப்படிக் கூறினார். அதாவது தி.மு.க.வுக்கு மறைமுகமாக எச்சரிக்கை விடுப்பதுபோல அவரின் பேச்சு இருந்தது.

இது பெரிய அளவில் விவாதங்களை ஏற்படுத்திய நிலையில் அ.தி.மு.க.வுடன் கூட்டணி வைக்க மாட்டேன் என்று திருமா விவாதங்களுக்கு முற்றுப்புள்ளி வைத்தார்.

இந்த நிலையில்தான் தொலைக்காட்சி பேட்டி ஒன்றில் பேசுகையில், தமிழ்நாட்டில் இருக்கும் அரசியல் தலைவர்களில் யாரையும் பிரபாகரன் நம்பவில்லை என்று திருமா கூறினார்.

இதற்கு செய்தியாளர், அப்படியென்றால் வைகோவையும் நம்ப வில்லையா? என்று கேள்வி எழுப்பினார். அதற்கு திருமா பதில் சொல்லாமல் கடந்து சென்றார். இதனால் வைகோவை திருமா விமர்சனம் செய்வது போன்ற தொனி ஏற்பட்டது.

இணையத்தில் ம.தி.மு.க.வினர் பல திருமாவை விமர்சனம் செய்யத் தொடங்கினர். பலர் வரிசையாக திருமாவிற்கு எதிராக போஸ்ட் செய்தனர்.

ம.தி.மு.க துணைப் பொதுச் செயலாளர் ராஜேந்திரன்கூட இந்த பேட்டி எங்களுக்கு வருத்தத்தை கொடுப்பதாகக் கூறினார்.

இந்த நிலையில்தான் வைகோவிற்கு போன் செய்து திருமா பேட்டி பற்றி விளக்கி உள்ளார். ஆனாலும் மனம் கேட்காத திருமா பின்னர் நேரடியாகவும் சென்று வைகோவிடம் விளக்கியுள்ளார்.

ம.தி.மு.க பொதுச் செயலாளர் வைகோ வீட்டிற்கு சென்ற வி.சி.க தலைவர் திருமாவளவன் சுமார் ஒரு மணி நேரம் ஆலோசனை மேற்கொண்டார்.

வைகோ கையைப் பிடித்து திருமா அன்பாக விளக்கம் அளித்துள்ளார்.

இதற்குப் பின் செய்தியாளர்களிடம் தழுதழுத்த குரலில் பேசிய வைகோ, திருமா என்னுடன் அன்பாக பழகக் கூடியவர். அவரின் பேட்டியை வைத்து தேவையற்ற விவாதங்களை தவறாக செய்து வருகின்றனர். தவறான விவாதம் உலவிக் கொண்டு இருக்கிறது. அவர் என்னை மிகப் பெரிய உயரத்தில் வைத்து இருப்பதாக கூறினார்.

அதைக் கேட்டதும் என் மனதிற்கு குளிர்ச்சியாக இருந்தது. நீங்கள் கவலைப்பட வேண்டாம். எந்த வருத்தமும் இல்லை என்று கூறினேன். அவரிடம் போனில் பேசியும் கூட அவர் என்னிடம் வந்து பின்னர் நேரில் விளக்கம் அளித்தார். நாங்கள் பல விஷயங்களை பேசினோம் என்று வைகோ அன்பாக கூறியுள்ளார்.

செய்தியாளர் சந்திப்பின்போது சட்டக் கல்லூரியில் மாணவராக இருந்து திருமாவளவன் என்னை பச்சையப்பன் கல்லூரியிலும், அதிலுள்ள விடுதிகளிலும் விடுதலைப் புலிகளை ஆதரித்து பேசுவதற்கு என்னை அழைத்துக் கொண்டு போனார். அதைப்போல தீலிபன் மறைந்தபோது ஒரு கூட்டத்தை ஏற்பாடு செய்து என்னை பேச வைத்தார். அவர் அரசியலில் உயர்ந்த இடத்தில் வரவேண்டும் என்று மக்கள் நலக் கூட்டணியில் இருந்தபோது ஒவ்வொரு கூட்டணியிலும் பேசிக் கொண்டு இருந்தேன் என்றார்.

தொடர்ந்து பேசிய திருமாவளவன், “அந்த உரையாடலில் குறிப்பிட்டு இடத்தில் எந்த விளக்கமும் அளிக்கவில்லை என்பதால் தவறான புரிதல் ஏற்பட்டு விட்டது. அதனால் வைகோ அதற்கு வருத்தப்படக்கூடாது எனக் கேட்டுக் கொண்டும் என்றைக்கும் தமிழகத்தின் மூத்த தலைவர்களில் ஒருவராக வைத்து போற்றுகிற நிலையில் நேரில் அவரைப் பார்க்க வேண்டும். இது குறித்துப் பேச வேண்டும் என்று விரும்பி அவரை இன்று சந்தித்தேன்.

தமிழகத்தின் பல்வேறு அரசியல் குறித்தும், எதிர்கால அரசியல் குறித்தும் பேசும் வாய்ப்பு கிடைத்தது. நாங்கள் மனங்கலந்து பேசினோம். இந்த சந்திப்பு மனநிறைவாக இருந்தது” என்று கூறினார்.

●

2018 டிசம்பரில் ஒரு நிகழ்வு. அ.தி.மு.க பொதுச் செயலாளர் வைகோவிடம் புதிய தலைமுறை தொலைக்காட்சிப் பேட்டியில் தலித்துக்களுக்கு திராவிட இயக்கம் ஆற்றிய பணிகள் குறித்து கேட்கப்பட்டது.

அதற்கு டென்ஷனான வைகோ, ‘என்னை தலித்களுக்கு எதிராக சித்தரிக்க முயற்சிக்கிறீர்களா? என் வீட்டில் வேலை செய்கிறவர்கள் தலித்துகள் தான்’ என்றார்.

இது குறித்து வி.சி.க. துணைப் பொதுச் செயலாளர் வன்னியரசு தனது முகநூல் பதிவில், 'வைகோவின் பேச்சை ஆதிக்க உளவிய லாகப் பார்க்கிறோம். வீட்டில் தலித்துகளை வேலையில் அமர்த்துவ தற்கும் அதிகாரப் பகிர்வுக்கும் ஏதாவது சம்மந்தம் உண்டா?' என கேள்வி எழுப்பினார்.

இந்த விமர்சனத்தை வைகோவால் ஜீரணிக்க முடியவில்லை. வன்னியரசுவை இப்படி எழுதச் சொன்னது யார் என எனக்கு தெரியும் என கொந்தளித்தார் வைகோ.

கிட்டதட்ட திருமா சொல்லித்தான் வன்னியரசு எழுதியதாக வைகோவின் பேச்சு தொனி இருந்தது. தவிர 2006 காலகட்டத்தில் தேர்தல் செலவுக்காக திருமாவளவனுக்கு பணம் கொடுத்தேன் என்று வைகோ சொல்ல, தி.மு.க அணியில் இனி அந்த இரு கட்சி களும் தொடர முடியுமா என்கிற கேள்வியே எழுந்தது.

ஆனால் இந்த விவகாரத்தை திருமா அணுகிய விதமும் அலாதி யானது. முதல் கட்டமாக கட்சித் தேர்தல் பணிகளுக்காக வைகோ விடம் பணம் பெற்றதை வெளிப்படையாக ஒப்புக் கொண்டார் திருமா.

வைகோ வெளிப்படையாக இப்படிப் பேசி விட்டாரே? என்கிற ஆதங்கமோ, கோபமோ அவரிடம் எழவே இல்லை.

பெரிதாக எந்த அரசியல் லாபமும் இல்லாத சூழலிலும் அடுத்த ஓரிரு நாட்களில் வைகோவை சமாதானப்படுத்த அவரது அண்ணா நகர் இல்லம் சென்றார் திருமா. கூடவே வன்னியரசுவையும் அழைத்துக் கொண்டு சென்றார்.

வைகோவே இதை எதிர்பார்த்திருக்க வாய்ப்பில்லை. வி.சி.க மீது கடும் கோபம் கொண்டிருந்த வைகோ பின்னர் கூடல் ஆனார்.

இந்த பதட்டமான நிகழ்வில் தனது எதிரி யார்? யாருடன் மோத வேண்டும்? என்கிற தெளிவு தெரிந்த தலைவராக வெளிப்பட்டார் திருமா. கூடவே ஈகோ இல்லாத தலைவராக அடையாளப்படுத்திக் கொண்டார்.

❖

சாதியும் அதிகாரமும்

சாதி என்பது நீண்ட காலமாக நிறுவப்பட்டிருக்கிற, ஒரு தகர்க்க முடியாத கட்டமைப்பு. கட்டித் தட்டிப் போயிருக்கிற, எளிதில் தகர்க்கவே முடியாத வலுவான அமைப்பாக மாறி இருக்கிறது.

இடையில் சில நூற்றாண்டுகள் சாதிக்கு எதிரான கருத்துகள் இங்கே அரும்பியுள்ளன. வள்ளுவர் சாதி இல்லை என்கிறார். ஔவையார் சாதி இல்லை என்கிறார். சித்தர்கள் சாதியை எதிர்க்கிறார்கள். இப்படித் தொடர்ச்சியாக சாதி அமைப்புக்கு எதிரான கருத்துகள் பேசப்பட்டிருக்கின்றன.

எனினும் சாதியை ஒழிக்க முடியவில்லை. அம்பேத்கர், பெரியார் போன்ற தலைவர்கள் இந்த நூற்றாண்டில் சாதி அமைப்புக்கு எதிராகப் போராடி இருக்கிறார்கள். ஆனாலும் சாதி அமைப்பின் செதில்களை பெயர்க்க முடிந்திருக்கிறதே தவிர, சாதியை கொல்ல முடியவில்லை.

தமிழகத்தைப் பொறுத்தவரையில் பெரியார் இயக்கம் ஏற்படுத்திய தாக்கத்தால் பார்ப்பனிய எதிர்ப்பு வலுப்பெற்றது. தி.மு.க அதனை

எதிரொலித்தது. அவ்வளவுதான். தமிழகத்தின் சாதிய மறு எழுச்சிக்கு தி.மு.க., அ.தி.மு.க.வின் மீது மட்டும் பழி சுமத்த முடியாது. மாறாக இப்போது அடைந்திருக்கும் சமூக நீதி வெற்றிகளில் திராவிடக் கட்சிகளின் பங்கும் இருக்கிறது.

இந்தியாவில் தோன்றியுள்ள எல்லா அரசியல் கட்சிகளிலும் தலித் அல்லாத சமூகங்களைச் சார்ந்தவர்களால் உருவாக்கப் பட்டவை. எனவே தலித் அல்லாத சமூகங்களின் நலன்களையே அவை முதன்மை ஆக்குகின்றன. வாக்கு வங்கி அரசியலுக்காகவே தலித் சமூகத்தின் நலன்கள் அவ்வப்போது பேசப்படுகின்றன.

தலித் அல்லாத சமூகங்களைச் சேர்ந்தவர்களே அக்கட்சிகளில் பெரும்பான்மையாகவும், அடிப்படையான சக்திகளாகவும் இருக் கின்றனர். தலித் அல்லாத சமூகங்களாலேயே அவை வழிநடத்தப்படு கின்றன. கட்டிக் காப்பாற்றப்படுகின்றன.

எனவே அவர்கள் தங்களுடைய நலன்களை பின்னிக்குத் தள்ளி விட்டு தலித்துகளின் நலன்களுக்கு முன்னுரிமை வழங்க முடியும் என்று நாம் எப்படி எதிர்பார்க்க முடியும்? ஆகவே விசிக போன்ற இயக்கங்கள் தோன்றுவது ஒரு வரலாற்று தேவை.

அதிகாரத்தோடு எந்தத் தொடர்பும் இல்லாத இந்த மக்களை அதிகாரத்தை நோக்கி நகர்த்துவதற்கு நகர்த்துவதற்கு தேர்தல் பாதை முக்கியம். அதிகாரத்தில் பலவகை உள்ளது. நிர்வாக அதிகாரம் இருக்கிறது, பொருளாதார அதிகாரம் இருக்கிறது, கட்சி அதிகாரம் இருக்கிறது, ஆட்சி அதிகாரம் இருக்கிறது. கட்சியில் பல வகைகளில் அதிகாரம் இருக்கிறது.

ஒன்றியச் செயலாளர் அது ஒரு அதிகாரம், மாவட்டச் செயலாளர் அது ஒரு அதிகாரம். ஆட்சி அதிகாரத்தை விடுங்கள். கட்சி அதிகாரமே விரும்பி நிலை மக்களுக்கு எவ்வளவு எட்டாக் கனியாக இருக்கிறது?

இன்றைக்கெல்லாம் பெரிய கட்சிகளில் எத்தனை தலித்துகள் ஒன்றியச் செயலாளர் பதவிகளில் இருக்கிறார்கள். எத்தனை முஸ்லீம்கள் மாவட்டச் செயலாளர் பொறுப்புகளில் இருக்கிறார் கள்? கணக்கெடுத்துப் பாருங்கள்.

கட்சி அதிகாரம் ஒருவனுக்கு பொருளாதார அதிகாரத்தைத் தருகிறது. நான் தவறான முறையில் குறிப்பிடவில்லை. அரசியல் பின்னணியில் உள்ளவர்களே அரசு ஒப்பந்தங்களை எடுக்கிறார்கள். ஒருவர் நேர்மையான ஒப்பந்ததாரராக இருந்தும் பணம் சம்பாதிக்க முடியும்.

ஆனால் எத்தனை தலித்துகளுக்கு ஒப்பந்த வாய்ப்பு கிடைக்கிறது? கழிப்பறையைக் கழுவுகின்றவன் தலித்தாக இருக்கிறான். அந்தக் கழிப்பறையின் கல்லாப்பெட்டியில் காசு வாங்கிப் போடுகிறவன் எவனாகவோ இருக்கிறான். அந்த ஒப்பந்தத்தைக் கூட ஒரு தலித்தால் எடுக்க முடியவில்லை என்பது தானே நிதர்சனம்.

மிகவும் கடினமானதொரு வாழ்க்கையாகத்தான் அரசியலை நான் பார்க்கிறேன். எந்தத் தளத்துக்கு சென்றாலும் சாதி என்பது பெரிய இடர்பாடாக இருக்கிறது. மைய நீரோட்டத்தில் இணைவதற்கான போராட்டம் பெரும் போராட்டமாக இருக்கிறது. ஆக இது அவ்வளவு இலகுவான பாதையும் இல்லை. இதையும் தாண்டி பொதுத்தளத்தில் நின்றாலும்கூட தேர்தல் அரசியல் மிகவும் கடுமை யானதுதான்.

தலித்துகளுக்கு எதிரான வன்முறை இரு ஆட்சிகளிலுமே கடுமை யாக நடந்திருக்கிறது. தி.மு.க.வுடன் நான் நெருக்கமாக இருந்த காலத்தில் தலித் மக்களின் பிரச்சனைகளை கருணாநிதியின் கவனத் திற்குக் கொண்டு சென்றிருக்கிறேன். இயன்றவரை தலையிட்டு குறிப்பிடத்தக்க சில நடவடிக்கைகளை எடுத்திருக்கிறார்.

குறிப்பாக பாப்பாரபட்டி, கீரிப்பட்டியில் தேர்தல் நடக்கவே இல்லை என்பதை மிகுந்த வேதனையோடு சொன்னபோது, அதற்காக சிறப்பு கவனம் எடுத்து தேர்தலை நடத்திக் காட்டினார்.

ஒருமுறை வன்முறை நடந்தபோது தி.மு.க சார்பில் ஒரு குழுவை அனுப்பி நடந்ததை விசாரிக்க வேண்டும் என்று நாங்கள் கேட்ட போது, ஒரு குழுவை அனுப்பி ஒரு விரிவான அறிக்கையை தி.மு.க சார்பில் வெளியிட்டார். அ.தி.மு.கவோடு ஒப்பிடும்போது தி.மு.க ஆட்சியில் எங்கள் குறைகளைச் செவி மடுக்கிற நிலை இருந்தது.

அ.தி.மு.க. ஆட்சியில் நான் சட்டமன்ற உறுப்பினராக இருந்தேன். ஆனால் தலித்களின் பிரச்சனைகளைப் பற்றி பேசுவதற்குக் கூட சட்டசபையில் நாங்கள் அனுமதிக்கப்படவில்லை.

பொதுவாக தலித் பிரச்சனைகளில் ஜெயலலிதா வெளிப்படையாக எந்தக் கருத்தையும் சொல்வதில்லை. கொடுமைகளை கண்டிப்பதில்லை. பாதிக்கப்பட்டவர்களுக்கு ஆறுதல் சொல்வதுமில்லை. முற்றிலும் அவர் விலகி நிற்பவராகவே இருந்திருக்கிறார்.

தேர்தல் அரசியலில் நாங்கள் கற்றுக்கொண்ட ஒரு முக்கியமான பாடம் நாம் எவ்வளவு நெருக்கமான ஒரு உறவைப் பராமரித்தாலும் பெரிய கட்சிகள் அதிகாரம் என்று வரும்போது விளிம்பு நிலை மக்கள் அரசியலைத் தூக்கியெறிந்து விட்டு போகத் தயங்காது என்பது.

அதற்கு உதாரணம்தான் இது. வெளிப்படையான எந்தக் கருத்து மோதலும், கசப்பான சம்பவங்களும் தி.மு.க.வுக்கும், வி.சி.க. வுக்கும் இடையே நடைபெறவில்லை. தர்மபுரி வன்முறை வெறியாட்டத்திற்குப் பிறகு ராமதாஸ் தலித்துகளையும், தலித் அல்லாதோரையும் எதிரெதிர் தரப்புகளாக நிறுத்துவதற்கான காய்களை நகர்த்தினார். தலித் வெறுப்பை தமிழகம் முழுமைக்கும் ராமதாஸ் தூவினார்.

தலித் வெறுப்புக்கான இலக்காக விசிகவை கட்டமைத்தார். தி.மு.க.வுக்கும் இயல்பிலேயே அச்சம் இருந்தது. எங்களை உடன் வைத்திருந்தால் அவர்களின் அரசியல் எதிர்காலம் பாழாகிவிடும் என்று அவர்கள் உணர்வதை அவர்களுடைய புறக்கணிப்புகள் வெளிக்காட்டியபோது நாங்கள் வெளியேறினோம்.

இந்தப் பாடத்துக்குப் பின் தான் விளிமினை அரசியலைப் பேசும் கட்சிகளை ஒருங்கிணைத்து குறைந்தபட்ச செயல் திட்டத்தின் கீழ் கூட்டணி அமைத்து ஒரு கூட்டாட்சிக்கான முயற்சிகளை தொடங்குவது என முடிவுக்கு வந்தோம்.

இந்தியாவில் மதமாற்றம் தலித்துகள் மீதான சாதிய வேறுபாட்டைப் பெரிய அளவில் மாற்றவில்லை. அப்படி மதமாற்றம்

மூலம் சாதிய அடையாளங்களை ஒருவன் மீறி வந்தாலும் இந்துத்துவம் அங்கே மத அடிப்படையிலான அடக்கு முறையை அவன் மீது திணித்து விடுகிறது.

ஒரு கிராமத்தில் 100 தலித் குடும்பங்கள் இருக்கின்றன. அவற்றில் 20 குடும்பங்கள் கிறிஸ்துவத்துக்கும், 10 குடும்பங்கள் இஸ்லாமுக்கும் மாறிவிட்டன என்றால் 70 குடும்பங்கள் இந்து தலித் குடும்பங்களாக மிஞ்சுகின்றன.

இந்துத்துவத்தின் அடக்குமுறையை மூன்று தரப்பும் வெவ்வேறு பெயர்களால் எதிர்கொள்கிறார்கள். அதாவது ஏற்கனவே சிறு பான்மையினராக இருக்கும் ஒரு சமூகம் மேலும் சிறுபான்மையராக சிதற அங்கே ஆதிக்கமும், அடக்குமுறையும் மேலும் கிளர்ந்தெழவே வழிவகுக்கிறது. இதற்கு அர்த்தம் மதமாற்றத்தை நான் மறுதலிக் கிறேன் என்பது அல்ல.

மதமாற்றம் என்பது ஒரு தற்காலிக தப்பித்தலாக அல்ல. முழு விடுதலையாக இருக்க வேண்டும். வெறுமனே அது அரசியல் சார்ந்த அடையாள மாற்றமாக அல்லாமல் பண்பாட்டு மாற்றமாக இருக்க வேண்டும். இன்றைய சூழலில் எல்லாவிதமான ஒடுக்கு முறைகளை யும் அரசியல் ஆதிக்கத்தினூடாகவே பார்க்க வேண்டியிருக்கிறது.

அரசியல் அதிகாரமே எல்லாவிதமான விடுதலைக்குமான முதல் நிலைக் கருவியாக இருக்கும் என்பதை மாறும் காலமும், களச் சூழலும் சொல்கிறது. நாம் விளிம்புநிலை மக்கள் என்று பேசிக் கொண்டிருக்கும் இனச் சிறுபான்மையினர், மதச் சிறுபான்மையினர் உள்ளிட்ட அனைத்து தரப்புகளையும் ஒரே களத்தில் திரட்டுவதை அரசியல் களமே சாத்தியப்படுத்தும்.

சமூக விடுதலைக்கு ஒரே சமுதாயத்தில் ஏராளமான பாதைகளில் பயணிக்க வேண்டியிருக்கிறது. ஒரு அரசியல் இயக்கமாக அரசியல் அதிகாரத்தைப் பெறுவதற்கான பாதையில் பயணிப்பதே வி.சி.க. வின் பிரதான பணியாக இருக்கும் என்கிறார் திருமா.

❖

திருமா தோண்டினால் தங்கம்!
சீண்டினால் சிங்கம் !

சென்னையில் நடைபெற்ற திருமாவளவனுக்கு விருது வழங்கும் விழாவில் கலந்து கொண்ட நாஞ்சில் சம்பத் நடப்பு அரசியல் தொடர்பாக பேசினார்.

யாரும் செய்ய முடியாத விஷயங்களைச் செய்பவர்கள் 'பெரியவர்கள்' என்று அழைக்கப்படுவார்கள். அந்த வகையில் தமிழக அரசியலில் செய்ய முடியாத பல செயல்களைத் தொடர்ந்து செய்து வருபவர் திருமாவளவன். செயற்கரிய செயல்களைத் தொடர்ந்து செய்து வருபவர் திருமாவளவன்.

செயற்கரிய செயல்களைச் செய்திருக்கிற அவரை நான் பாராட்டினால் என்னையும் நான் புதுப்பித்துக் கொள்ள முடியும் என்கிற சுயநலத்தால் நான் இங்கே அவரை பாராட்ட வந்துள்ளேன்.

தொல். திருமாவளவனுடைய ஒவ்வொரு நடவடிக்கைகளையும் ஒரு பார்வையாளனாக நான் பார்த்து வருகிறேன். மனுநீதிக்கு எதிராக அவர் சொன்னதை வைத்து அவரைச் சிதைத்து விடலாம் என்று சில பேர் நினைத்தபோது நான் ஒரு ஊடகத்துக்குச் சொன்னேன், 'திருமா தோண்டினால் தங்கம்! சீண்டினால் சிங்கம்!'

என்றேன். அதில் எப்போதும் மாற்றமில்லை. திருமா தொட முடியாத உயரத்தில் இருக்கிறார் என்பதை அவர்களும் அறிவார்கள்.

திருமாவளவன் தூசிகள் தொட முடியாத வானம். ஆனால் அவரை அவமரியாதை செய்ய வேண்டும் என்பதற்காக இந்த பிரச்சனைகளைக் கையில் எடுத்தார்கள். அவர்கள் அதில் தோல்வி அடைந்தார்கள்.

இன்று கலைஞர் இல்லை, ஜெயலலிதா இல்லை என்பதற்காக பாசிசத்தை இங்கே பரப்ப காசில்லாத கயவர்கள் எல்லாம் இன்றைக்கு ஆட்சி அதிகாரம் நம்மிடம் இருக்கிறது என்று முயன்று பார்க்கிறார்கள். இதனை அரசியல் ரீதியாக சொல்கிறேன். இதனை எதிர்க்கிற ஆற்றல் ஒருவருக்கு பரிபூரணமாக இருக்கிறது என்றால் அது திருமாவளவனுக்கு மட்டும்தான் இருக்கிறது. ஆகவே அதில் அவர் சமரசம் செய்து கொள்ளவில்லை. எப்போதும் அவர் அதற்கு முயல மாட்டார் என்பதைக் கூட நம்மால் உறுதியாக சொல்ல முடியும்.

மாயாவதி, வி.பி.சிங் பெற்ற இந்த விருதை தற்போது எங்கள் திருமாவளவன் பெற்றுள்ளார். அந்த வகையில் ஒரு புதிய அரசியல் வரலாற்றை அவர் படித்துள்ளார் என்றால் அது மிகையல்ல. அவர் தமிழகத்திற்கு மட்டுமான தலைவர் இல்லை. ஒட்டுமொத்த இந்திய தேசத்துக்கான தலைவராக தன்னை அவர் தயார்ப்படுத்திக் கொண்டுள்ளார். அவரின் பயணம் தற்போது முழு வீச்சில் ஆரம்பித்துள்ளதாகவே கருதுகிறேன்.

வல்லாதிக்கத்திற்கு எதிராக மக்கள் அணி திரண்டு வருகிறார்கள். திருமாவளவன் பேசினால் மட்டும் அவர்களுக்கு ஆத்திரம் வருகிறது என்றால் அவர் தலைவராகி விட்டார் என்று அர்த்தம். எனவே அவரின் தோளுக்குத் தோள் கொடுக்க வேண்டிய கட்டாயம் நமக்கு உண்டு என்றார்.

❖

வீறுகொண்டு நகரும் விடுதலைச் சிறுத்தைகள் கட்சி

சாதி ஒழிப்பு, சாம்பவர் (பறையர்) மக்கள் எழுச்சி, தமிழ் தேசியம், மக்கள் விடுதலை ஆகியவற்றை முன்னிறுத்தி தொல். திருமாவளவன் தமிழ்வழிப் பெயரில் உருவாக்கிய கட்சியே விடுதலைச் சிறுத்தைகள் கட்சியாகும்.

விடுதலைச் சிறுத்தைகள் கட்சி தமிழ்நாட்டு மாநில அரசியல் கட்சி என்றாலும் ஒரு அகண்ட தேசியப் பார்வையுடன் தமிழ்நாடு மட்டுமல்லாது பாண்டிச்சேரி, கர்நாடகா, ஆந்திரா, கேரளா, தெலுங்கானா போன்ற பல்வேறு மாநிலங்களிலும் பரவி காணப்படு கிறது.

இது 1972ஆம் ஆண்டு மகாராட்டிர மாநிலத்தில் ஆரம்பிக்கப்பட்ட ஒடுக்கப்பட்ட மக்களின் எழுச்சி இயக்கத்தின் அன்றைய தமிழக தலைவராக இருந்த மதுரையைச் சேர்ந்த மலைச்சாமி படுகொலை செய்யப்பட்ட பிறகு தொல். திருமாவளவனால் உருவாக்கப்பட்ட கட்சியாகும்.

ஒடுக்கப்பட்ட சிறுத்தைகள் அமைப்பிற்கு விடுதலைச் சிறுத்தைகள் எனப் பெயர் மாற்றிய திருமாவளவன் நீலம், சிவப்பு வண்ணப்

பட்டைகளும், விண்மீனும் கொண்ட கொடியை அவ்வியக்கத்திற்கு என வடிவமைத்து 1990 ஆம் ஆண்டில் ஏப்ரல் 14ஆம் நாளில் மதுரையில் ஏற்றினார்.

விடுதலைச் சிறுத்தைகள் கட்சி தேர்தலில் ஈடுபட முடிவு செய்த பொழுது 1999 ஆம் ஆண்டு ஆகஸ்ட் 17ஆம் நாள் தொல். திருமா வளவன் தாம் பணியாற்றிய தடயவியல் துறையிலிருந்து ராஜினாமா செய்து விட்டார்.

விடுதலைச் சிறுத்தைகள் கட்சியின் தலைவர் திருமாவளவன் முதல் முறையாக தமிழக காங்கிரஸ் கட்சியின் முன்னாள் மூத்த தலைவரான மூப்பனாரின் வேண்டுகோளை ஏற்று 1999 நாடாளுமன்றத் தேர்தலில் ஜி.கே. மூப்பனார் தலைமையிலான த.மா.கா கூட்டணியில் வி.சி.க.விற்கு இரண்டு தொகுதிகள் ஒதுக்கப்பட்டது.

அதில் திருமாவளவன் சிதம்பரம் தொகுதியிலும், பெரம்பலூர் தொகுதியில் தடா பெரியசாமியும் போட்டியிட்டு அக்கூட்டணியில் அனைவரும் தோல்வியடைந்தனர்.

அதன் பிறகு 2001 சட்டமன்றத் தேர்தலில் தி.மு.க. - பா.ஜ.க தலைமையிலான தேஜ கூட்டணியில் இடம் பெற்றார் திருமா.

மேலும் இத்தேர்தலில் அன்றைய முதல்வர் கருணாநிதியின் வேண்டுகோளை ஏற்று தி.மு.க.வின் அதிகாரப்பூர்வமான உதயசூரியன் சின்னத்தில் எட்டு தொகுதியில் போட்டியிட்டு மங்களூர் தொகுதியில் மட்டுமே வெற்றி பெற்று திருமாவளவன் தனது விசிக கட்சியின் சார்பில் முதல் முறையாக தமிழக சட்டமன்றத்திற்குச் சென்றார்.

2004 நாடாளுமன்ற தேர்தலில் தி.மு.க. கூட்டணியில் இருந்து விலகி பீகார் முதல்வர் நிதிஷ்குமார் அவர்கள் உருவாக்கியிருந்த ஐக்கிய ஜனதா தளம் கட்சியின் தலைமையிலான மக்கள் கூட்டணியில் அக்கட்சியின் அம்பு சின்னத்தில் போட்டியிட்டு திருமா உள்பட அனைவரும் தோல்வி அடைந்தனர்.

2006 சட்டமன்றத் தேர்தலில் வெற்றி பெறும் கட்சியாக தி.மு.க தலைமையிலான ஜனநாயக முற்போக்கு கூட்டணியில் வி.சி.க. விற்கு தொகுதி பங்கீடு பிரச்சனையால் திருமா, அன்றைய முதல்வர்

ஜெயலலிதாவின் அ.தி.மு.க தலைமையில் கூட்டணியில் சேர்ந்தார்.

அந்த ஜனநாயக மக்கள் கூட்டணியில் வி.சி.க.விற்கு 9 சட்ட மன்றத் தொகுதிகள் ஒதுக்கப்பட்டன. அதில் இரண்டு தொகுதி களில் மட்டுமே வெற்றி பெற்று சட்டமன்றத்திற்குள் நுழைந்தது வி.சி.க.

2009 நாடாளுமன்றத் தேர்தலில் அப்போது அ.தி.மு.க கூட்டணியில் எதிர்க்கட்சித் தலைவி ஜெயலலிதாவுடன் இணைந்து கொண்டு இலங்கையில் நடந்தேறிய ஈழத்தமிழர் படுகொலைக்கு காரணமாக இருந்த இந்தியாவில் அப்போது ஆண்டு கொண்டிருந்த காங்கிரஸ் ஆட்சியையும், அதன் ஆதரவாக இருந்த தி.மு.க முதல்வர் கருணாநிதி ஆட்சியையும் கடுமையாக எதிர்த்தார் திருமா.

அச்சமயம் அ.தி.மு.க கூட்டணியில் பா.ம.க இணைந்ததால் வேறு வழியில்லாமல் எதிரணியில் தி.மு.க. - காங்கிரஸ் தலைமையிலான ஐக்கிய முற்போக்கு கூட்டணியில் இணைந்தது திருமாவின் அரசியலில் சறுக்கல் என்று விமர்சிக்கப்பட்டது.

அதன் பிறகு அவருக்கு சிதம்பரம், விழுப்புரம் இரண்டு மக்களவைத் தொகுதி வழங்கப்பட்டது. அதில் சிதம்பரம் தொகுதியில் திருமா மட்டுமே போட்டியிட்டு வெற்றி பெற்று முதல் முறையாக நாடாளு மன்ற மக்களவை உறுப்பினராகி நுழைந்தார்.

2011 சட்டமன்றத் தேர்தலில் தி.மு.க. - காங்கிரஸ் கூட்டணியில் தொடர்ந்த வி.சி.க. திருமாவளவனுக்கு 10 தொகுதிகள் ஒதுக்கப் பட்டது. ஆனால் அத்தேர்தலில் தி.மு.க கூட்டணியில் பா.ம.க.வும் இணைந்ததாலும் கருணாநிதி மீது அப்போதிருந்த எதிர்ப்பலையின் காரணத்தாலும் வி.சி.க போட்டியிட்ட அனைத்து தொகுதிகளிலும் தோல்வி அடைந்தனர்.

2014 நாடாளுமன்றத் தேர்தலில் தி.மு.க தலைமையிலான ஜனநாயக முற்போக்குக் கூட்டணியில் வி.சி.க இரண்டு தொகுதிகளில் போட்டியிட்டு திருமாவளவன் உட்பட தி.மு.க கூட்டணி கட்சிகள் அனைவரும் தோல்வியடைந்தனர்.

2016 சட்டமன்றத் தேர்தலில் ம.தி.மு.க தலைவர் வைகோ அவர்கள் உருவாக்கிய மக்கள் நலக் கூட்டணியில் தே.மு.தி.க தலைவர் விஜயகாந்தை முதல்வர் வேட்பாளராக நிறுத்தி திருமாவளவன் ஆதரவு பிரச்சாரம் செய்தபோது வி.சி.க சார்பில் 25 தொகுதியில் போட்டியிட்டு ஒரு தொகுதியில்கூட கூட்டணி கட்சித் தலைவர்கள் வெற்றி பெறவில்லை.

பின்னர் 2019 நாடாளுமன்றத் தேர்தலில் தி.மு.க. - காங்கிரஸ் தலைமையிலான ஐக்கிய முற்போக்குக் கூட்டணியில் வி.சி.க.விற்கு சிதம்பரம் (தனி), விழுப்புரம் (தனி) ஆகிய இரண்டு தொகுதிகள் ஒதுக்கப்பட்டு இரண்டிலும் வெற்றி பெற்றனர்.

மேலும் சிதம்பரம் (தனி) தொகுதியில் தொல். திருமாவளன் 4.6 லட்சம் வாக்குகளை பெற்று வெற்றி பெற்றார்.

2021 சட்டமன்றத் தேர்தலில் தி.மு.க தலைமையிலான மதச்சார்பற்ற முற்போக்குக் கூட்டணியில் வி.சி.க.விற்கு ஆறு தொகுதிகள் ஒதுக்கப் பட்டு அதில் 4 தொகுதிகளில் வெற்றி பெற்றது.

❖

கலைஞரின் நெஞ்சில் திருமா !

தீவிர கொள்கைக்காரர், தீர்க்கமான அரசியல்வாதி, நேரம் காலம் பார்க்காத கடின உழைப்பாளி, சனாதனத்தை எதிர்த்த சமூக நீதி நெருப்பு என கலைஞர் குறித்து தனது நினைவுகளை 'கலைஞரும் நானும்' எனும் தொடரில் விடுதலைச் சிறுத்தைகள் கட்சித் தலைவர் தொல். திருமாவளவன் அவர்கள் பகிர்ந்துள்ளார்.

1988 ஆம் ஆண்டு நான் சட்டக் கல்லூரி மாணவனாக இருந்தபோது முதன் முதலாக கலைஞரைச் சந்தித்தேன்.

ஈழத்தமிழர் ஆதரவு தொடர்பான பொதுக் கூட்டத்துக்கு வைகோவை அழைப்பதற்காக மறைந்த பரிதி இளம்வழுதி ஏற்பாட்டின் பேரில் அறிவாலயம் சென்றிருந்தேன்.

அப்போது அங்கு ரயில் மறியல் போராட்டம் தொடர்பாக செயல் வீரர்கள் கூட்டம் நடந்து கொண்டிருந்தது. எதிர்பாராத வகையில் பார்வையாளராக உட்கார்ந்திருந்த என்னையும் திடீரென பேச அழைத்தனர்.

நான் பேசுகையில், ஒரு கருத்துக்காக கூட்டத்தில் சிறு சலசலப்பு ஏற்பட்டது. உடனே கலைஞர் குறுக்கிட்டு, "தம்பி திருமாவளவன்

ரயில் மறியல் போராட்டம் தொடர்பாக மட்டும் பேசவும்" எனக் கூட்டத்தை கட்டுக்கோப்பாக்கினார்.

கூட்டம் முடிந்ததும் என்னை அழைத்தார். அரசியல் இயக்க மேடைகளில் எந்தெந்த வார்த்தைகளைப் பயன்படுத்தக் கூடாது என்றும், இந்த வார்த்தைகளை இப்படிச் சொல்லி இருக்கலாம் என்றும் எடுத்துச் சொன்னார்.

பிறகு அண்ணன் வைகோ என்னைத் தனியாக அறிமுகம் செய்து வைப்பதற்காக அவரிடம் அழைத்துச் சென்றார். அப்போது எனது கரங்களைப் பிடித்து 'வளர்ந்து வரவேண்டும்' என வாழ்த்தினார்.

அதன் பின்னர், நாங்கள் முதன்முதலில் 2001 ஆம் ஆண்டு தேர்தலில் நிற்கும்போது தொகுதிப் பங்கீடு பேச்சு வார்த்தைக்காக இரண்டாவது தடவையாக கலைஞரைச் சந்தித்தேன்.

கூட்டணிப் பேச்சு வார்த்தைகளைத் தாண்டி நான் சட்டமன்றத்துக்கு வரவேண்டும் என உளமாற நினைத்தார்.

அதனால் நான் வலியுறுத்தி கேட்ட சமயநல்லூர் தொகுதிக்குப் பதிலாக நான் எங்கு நின்றால் எளிதாக வெற்றி பெறலாம் என யோசித்து மங்களூர் தொகுதி நிற்க வைத்து வெற்றி பெற வைத்தார்.

அந்தத் தேர்தலின்போது பிரச்சார மேடைகளில் எனது உரையைச் சுட்டிக் காட்டி பாராட்டி பேசியபோது எனக்கு மகிழ்ச்சியாக இருந்தது.

ராஜீவ்காந்தி படுகொலைக்குப் பின்னர் ஈழத்தமிழர் போராட்ட ஆதரவு நிலையில் பலரும் மௌனம் கடைப்பிடித்த நிலையில் பலரும் மௌனம் கடைப்பிடித்த நிலையில் ஈழ ஆதரவு நிலையை தமிழகத்தில் உயிர்ப்போடு வைத்திருந்தவர் கலைஞர்.

ஈழப்போர் உச்சம் பெற்றிருந்த நேரம் அங்கு கடைசி கட்ட முற்றுகைப் போர் நடக்கிறது. இங்கு தேர்தல் களத்தை சந்திக்க வேண்டிய நெருக்கடி. தி.மு.க.வுடனான கூட்டணியில் எங்களுக்கு இரண்டு நாடாளுமன்றத் தொகுதிகளை கலைஞர் ஒதுக்கி இருந்தார்.

பிரச்சாரத்துக்குச் செல்லும் மனநிலையில் நான் இல்லை. எனவே உடனடியாக கலைஞரைச் சந்திக்க நானும், ரவிக்குமாரும் கோபாலபுரம் சென்றோம்.

தலைவர் அறையிலிருந்தார். தளபதி அழைத்துக் கொண்டு மேலே சென்றார்.

நாங்கள் நால்வரும் அந்த அறையிலிருந்தோம். நான் எனது மனநிலையை விளக்கினேன். "ஐயா இந்த மனநிலையில் என்னால் தேர்தல் பிரச்சாரம் செய்ய முடியாது. எனவே நாங்கள் தேர்தலைச் சந்திப்பதிலிருந்து விலகிக் கொள்கிறோம். ஆனால் கூட்டணிக்கு ஆதரவு அளிக்கிறோம். எங்களுக்கு அளித்த இடங்களைத் திரும்பப் பெற்றுக் கொள்ளுங்கள்" எனக் கூறி விட்டுக் கிளம்பினோம்.

நான்கைந்து அடிகள் எடுத்து வைத்ததும் கலைஞர் கூப்பிட்டார். "வாங்க அவசரப்படாதீங்க... இந்த விஷயத்தை நிதானமாக யோசிங்க..." என்றவர் இலங்கை விவகாரம் குறித்து தனது எண்ணத்தை முழுமையாக பகிர்ந்து கொண்டது என்னை நெஞ்சுருக செய்தது.

விடுதலைப் புலிகள் தலைவர் தனது முடிவு குறித்துத் தெரியாமல் இந்தப் போரில் இறங்கி விட்டதாக நினைக்கிறீர்களா? அல்லது போர் இந்தக் கட்டத்துக்குப் போகும் எனக் கணிக்காமல் இருந்த தாக நினைக்கிறீர்களா? அவை குறித்து அவருக்கு நன்கு தெரியும். இந்தப் போரின் இறுதி என்னவாக இருக்கும் எனத் தெரிந்துதான் பிரபாகரன் நிற்கிறார்.

அவர் மட்டுமல்ல, தனது மனைவி, குழந்தைகள் என அனைவரையும் யுத்த களத்தில் வைத்துக் கொண்டு போர் செய்து வருகிறார்.

நீங்களோ அரசியல் களத்தில் மக்களைச் சந்திக்கத் தயங்கினால் எப்படி?

களத்தில் வென்று நீங்கள் எந்த மக்களுக்காகப் பேச வேண்டும் என நினைக்கிறீர்களோ அதை நாடாளுமன்றத்தில் பேசுங்கள். உங்கள் குரலை அங்கு கொண்டு செல்லுங்கள் என்றார்.

எல்லாவற்றையும் பேசி முடித்துவிட்டு கண்ணாடியைக் கழற்றியவரின் கண்களில் கண்ணீர் துளிர்த்திருந்தது. அதைத் துடைத்துக் கொண்டே, 'பின்னர் உங்கள் விருப்பம்' என்று வழி அனுப்பி வைத்தார்.

அந்தத் தேர்தலில் நான்கு நாட்கள் மட்டுமே பிரச்சாரம் செய்தோம். நான் நாடாளுமன்றத்துக்கு அதிக வாக்குகள் வித்தியாசத்தில் வெற்றி பெற்றிருந்தேன்.

ஈழப் போராட்டம் மற்றும் விடுதலைப் புலிகளின் தலைமை ஆகியவற்றில் உண்மையான அக்கறை கொண்டிருந்தவர் கலைஞர். ஈழப்போரின் போக்கு அறியாதவர்கள் மட்டுமே அந்த விவகாரத்தில் தி.மு.கவை குறை கூறுவார்கள்.

டெசோ மாநாடு நடத்திய அவர்களுக்கான ஆதரவை உதவிகளை உறுதி செய்தவர் கலைஞர்.

2006ஆம் ஆண்டு உள்ளாட்சித் தேர்தலின்போது நான் இருந்த எதிரணி கூட்டணியில் அதிருப்தியை உணர்ந்தேன். கூட்டணியில் இருந்து வெளியேறுவதாக அறிவித்து விட்டேன்.

தி.மு.க கூட்டணிக்கு வருகிறேன் வலிந்து கேட்கவும் முடியாது. இந்தச் சூழலில் தனித்து நிற்கலாம் என முடிவெடுத்திருந்த நேரத்தில் எனக்கு ஒரு போன் வருகிறது.

எதிர்முனையில் கலைஞர் குரல். 'அறிவாலயம் வாங்க' என்றார்.

அந்த உள்ளாட்சித் தேர்தலில் எங்களுக்கு கௌரவமான இடங்களை ஒதுக்கி வெற்றியை உறுதி செய்தார். அதேபோல அருந்ததியர் இடஒதுக்கீடு தொடர்பாக, சி.பி.எம் கட்சியினர் தொடர்ச்சியாக கோரிக்கைகளை வைத்து போராட்டங்களை நடத்தி வந்தனர். அப்போது கலைஞர் எங்களை அழைத்தார்.

அங்கு சென்றதும், "அருந்ததியர் இடஒதுக்கீடு கேட்டுப் போராடுகிறார்களே... என்ன நினைக்கிறீங்க. அதுவும் மார்க்சிஸ்ட் தோழர்கள் 6 சதவீதம் கேட்கிறார்களே... அவ்வளவு பேர் இருக்காங்களா?" எனக் கேட்டார்.

எங்கள் யோசனைகளைக் கேட்டுக் கொண்டவர், ‘‘இது தொடர்பாக அனைத்துக் கட்சிக் கூட்டத்தை நடத்துகிறோம்’’ என்றார்.

கலைஞர் நினைத்திருந்தால் அனைத்துக் கட்சிக் கூட்டத்திற்கு மட்டும் அழைத்திருக்கலாம். ஆனால் உரிய முக்கியத்துவம் கொடுத்து யோசனைகள் கேட்பது என்ற கலைஞனின் அந்தப் பண்பு கற்றுக் கொள்ள வேண்டியதாக இருந்தது.

தேர்தல் பிரச்சார மேடைகள் மட்டுமல்லாமல், தோழமை அமைப்பு மேடைகளிலும் கலைஞருடன் மேடைகளைப் பகிர்ந்து கொண்டிருக்கிறேன். எனது பேச்சுக்களைக் கேட்டு கருத்துக்களை பகிர்ந்து கொள்வார்.

கலைஞர் அரங்கத்தில் நடந்த ஒரு நிகழ்ச்சியில் பேசும்போது, எனது திருமணத்தை வலியுறுத்தியதுடன், பெண் பார்த்து திருமணத்தைத் தலைமை தாங்கி நடத்தித்தர தயாராக இருப்பதாகவும் கூறினார்.

அவர் ஆட்சிக்கு வந்த பிறகு கொண்டு வந்த திட்டங்களையெல்லாம் பட்டியலிட்டு நான் அந்த மேடையில் பேசினேன்.

பிறகு தனது உரையில் பேசுகையில் நா தழுதழுக்க, ‘தம்பி திருமாவளவன் என்னை ஏதோ செய்து விட்டார்’ என நெகிழ்ந்தார்.

பெரியாரின் சமூக நீதிக் கொள்கையை முழுமையாக உள்வாங்கி அதன் வழியே ஆட்சியை நடத்திச் சென்றவர். ஒடுக்கப்பட்ட மக்கள், மூன்றாம் பாலினத்தவர், மாற்றுத்திறனாளிகள் என ஒவ்வொருவரையும் நுண்ணுணர்வுடன் அணுகியவர்.

விடுதலைச் சிறுத்தைகள் கட்சியில் தலைவராக மட்டுமல்ல, என்னை அவர்களின் குடும்பத்தில் ஒருவராகப் பாவித்துக் கொண்டவர். ஒருமுறை எனது கருத்துக்காக, கைகளைப் பற்றி நெஞ்சுக்கு நேரே பிடித்து அழுத்திக் கொண்டார்.

அந்தப் பிடிமானம் கொள்கைப் பிடிமானம். கலைஞர் என்ற சொல் இருக்கும் வரை அந்தக் கரங்களின் சூடு என் நெஞ்சில் நிற்கும்.

❖

விசிக தலித் கட்சியா?

இந்தியா கூட்டணியின் அங்கமாக உள்ள விடுதலைச் சிறுத்தைகள் கட்சி தேசிய அளவில் குறிப்பிடத்தக்க தலித் இயக்கமாகவும் அடையாளப்படுத்தப்பட்டுள்ளது. தொல்.திருமாவளவன் கவனிக்கப்படும் முக்கியமான தலைவராக இந்தியா கூட்டணியில் இயங்கி வருகிறார்.

தலித் பேந்தர்ஸ் இயக்கம் என்ற பெயரில் தலித்துகளின் உரிமைகளுக்காக குரல் கொடுக்கும் அமைப்பாக 1982ஆம் ஆண்டு தொடங்கப்பட்ட இயக்கமே பின்னர் விடுதலைச் சிறுத்தைகள் கட்சியாக உருவெடுத்தது.

1999ஆம் ஆண்டு நாடாளுமன்றத் தேர்தலில் போட்டியிட்டு தேர்தலில் அரசியலுக்கு அறிமுகமானது விசிக. கடந்த 25 ஆண்டுகளாக இயங்கி வரும் விசிக தமிழ்நாட்டு அரசியலில் கவனிக்கத் தக்க இடத்தைப் பெற்றுள்ளது.

பட்டியலின மக்களுக்கு மட்டுமான கட்சி என்ற அடையாளத்தை விடுதலைச் சிறுத்தைகள் கட்சி விரும்பவில்லை. அவர்களுக்கு எல்லா

பொது பிரச்சனைகளிலும் அக்கறை இருக்கிறது. அவர்கள் முதலில் பட்டியலின மக்களுக்கான கட்சியாகவே தொடங்கினர். பின்பு தாங்கள் விரிவடைய வேண்டும் என்று உணர்ந்துள்ளனர்.

1980களில் பட்டியலின மக்களின் குரலாக கன்ஷிராம் உருவாக்கிய பகுஜன் சமாஜ் கட்சி மற்றும் 2000ஆம் ஆண்டில் ராம்விலாஸ் பாஸ்வான் உருவாக்கிய லோக் ஜனசக்தி கட்சி ஆகியவை இதற்கு முன்னுதாரணங்கள் ஆகும்.

வி.சி.க.வை ஒரு குறிப்பிட்ட சமூகத்துக்கான கட்சி என முத்திரை யிடக்கூடாது என்கிறார் ரவிக்குமார். இது எல்லோருக்குமான கட்சி யாகும். ஒரு சாதியை சார்ந்து ஒரு மதத்தைச் சார்ந்து எந்தவொரு கட்சியும் இயங்க முடியாது. அனைவரையும் பிரதிநிதித்துவப்படுத்த வேண்டும். நல்லிணக்கத்தை ஊக்குவிக்க வேண்டும் என்பதே எங்கள் எண்ணம். அம்பேத்கர் எல்லோருக்குமான சட்டத்தை தான் இயற்றினார் என்று ரவிக்குமார் கூறுகிறார்.

1999 தேர்தலில் கன்ஷிராம் உருவாக்கிய பகுஜன் சமாஜ் கட்சி 14 நாடாளுமன்ற தொகுதிகளில் வெற்றி பெற்றது. அதே போன்ற தொரு பரிசோதனையைத்தான் திருமாவளவனும் மேற்கொண்டு வருகிறார். அவர்களுடைய கட்சியில் எந்த சமூகத்தைச் சேர்ந்த வரும் உறுப்பினராவதற்கு தடை இல்லாத போதும் அதை தலித் கட்சி என்றே பார்க்கிறார்கள். எனவே திருமா அந்த பிம்பத்தை உடைக்க நினைக்கிறார்.

தாங்கள் தலித் கட்சி என்ற பிம்பத்தை உடைக்கவே பொதுத் தொகுதியிலும் அவர்கள் போட்டியிட விரும்புகிறார்கள். பிற்படுத்தப்பட்ட மக்களும் தலித் மக்களுக்காக இருக்கிறார்கள் என்பதை அது வெளிப்படுத்தும் என்று நம்புகிறார்கள்.

மேலும் தனித் தொகுதியில் போட்டியிட்டாலும் அந்தத் தொகுதி யில் உள்ள மற்ற சமூகத்தினரின் வாக்குகள் இல்லாமல் ஒரு வேட்பாளர் வெற்றி பெற முடியாது என்பது யதார்த்தம்.

எந்தத் தொகுதியாக இருந்தாலும் அனைத்து சமூகத்தினரின் ஆதரவும் தேவை. அதுதான் பலமும் கூட. பொதுத் தொகுதிகளில்

பட்டியலினத்தவர் போட்டியிடுவது புதிதும் கிடையாது. தி.மு.க., அ.தி.மு.க. இரு கட்சிகளுமே தலித் வேட்பாளர்களை தங்கள் சின்னத்தில் பொதுத் தொகுதிகளில் நிறுத்தி அவர்கள் வெற்றியும் பெற்றுள்ளனர்.

தலித் மக்கள் மட்டுமே வாக்களித்து தங்களுடைய தலைவரைத் தேர்ந்தெடுக்கும் நிலைமை இருந்தால்தான் உண்மையான தலைவர்கள் எழுவார்கள் என்ற அம்பேத்கரின் வாதத்தை காந்தி ஏற்கவில்லை. ஆனால் காந்தி அப்படியொரு பரிசோதனைக்கு தயாராக இல்லை.

இப்போதுள்ள முறையில் எல்லோருடைய வாக்குகளும் கிடைப்பது ஒரு கட்சிக்கு மிகவும் முக்கியம். எனவே தங்கள் கட்சியின் மேல் தலித் என்ற முத்திரை குத்தப்படுவதை நீக்க திருமாவளவன் பாடுபடு கிறார் என்பதே உண்மை.

பொது நீரோட்டத்தில் இருக்கும் கட்சிகள் தலித் பிரச்சனைகள் குறித்து போதிய அளவு பேசவில்லை என்றதால்தான் வி.சி.க அவர் களுக்காக குரல் கொடுத்தது.

விடுதலை சிறுத்தைகள் கட்சி பொதுத் தொகுதிகளில் போட்டியிட விரும்புவது ஜனநாயக உரிமையாகவே பார்க்க வேண்டும். பட்டியலின மக்கள் தனித்தொகுதிகளில் மட்டுமே போட்டியிட வேண்டும் என்று நினைப்பது ஒரு சாதிய போக்கு ஆகும்.

கடந்த சட்டமன்ற தேர்தலில் 4 தொகுதிகளை வென்ற விசிக கட்சி இரண்டு பொதுத் தொகுதிகளைக் கைப்பற்றியது.

அப்போது கட்சியின் தலைவர் தொல். திருமாவளவன் எங்களை தலித் கட்சியாக தனிமைப்படுத்தி சுருக்க நினைத்தவர்கள் தோற் கடிக்கப்பட்டுள்ளனர் என்று தெரிவித்திருந்தார்.

தலித் கட்சி என்று தங்களை சுருக்கி விடக் கூடாது என்று வி.சி.க நினைக்கிறது. தலித் கட்சி என்ற அடையாளத்திலிருந்து வெளிவர வேண்டும் என்ற முடிவு தங்களை விரிவுபடுத்தி பலதரப்பட்ட மக்களை தங்களுடன் அணி திரட்டி தங்களின் பலத்தை உறுதிப் படுத்துவதற்கு மிக அவசியமாகிறது.

கடந்த சட்டமன்றத் தேர்தலில் பொதுத் தொகுதிகளான நாகப்பட்டினத்தில் ஆளூர்ஷா நவாஸ் மற்றும் திருப்போரூர் தொகுதியில் எஸ்.எஸ். பாலாஜி ஆகியோர் விசிக சார்பில் வெற்றி பெற்றனர்.

விடுதலைச் சிறுத்தைகள் கட்சியில் உள்ள 144 மாவட்டச் செயலாளர் களில் 17 பேர் தலித் அல்லாதவர்கள் ஆவர். இதில் சிறுபான்மை சமூகத்தைச் சேர்ந்தவர்களும் உள்ளனர்.

தி.மு.க. கூட்டணியில் கடந்த நாடாளுமன்ற தேர்தலில் தனித் தொகுதிகளான சிதம்பரத்தில் திருமாவளவன் பானை சின்னத்திலும் விழுப்புரம் தொகுதியில் ரவிக்குமார் தி.மு.க. சின்னமான உதய சூரியனிலும் போட்டியிட்டு வெற்றி பெற்றனர்.

●

தலித் தலைவராக அறியப்பட்டாலும் தலித் அல்லாத சமூகத்தினரை யும், இஸ்லாமியர், கிறிஸ்தவர் போன்ற மதச் சிறுபான்மையின ரையும் எப்படியாவது ஒருங்கிணைத்து விட வேண்டும் என்பதில் பெரும் முனைப்புடையவர் திருமாவளவன்.

மதுரை மாநகராட்சித் தேர்தலில் ஃபார்வர்டு பிளாக் தலைவர் மூக்கையா தேவரின் மகனை வி.சி.க.வின் மேயர் வேட்பாளராக நிறுத்தினார். அதேபோல வடமாவட்டங்களில் தலித் மக்கள் அதிகமுள்ள பகுதியில் வன்னியரைக் கொண்டும், வன்னியர்கள் அதிகமுள்ள பகுதியில் தலித்துகளைக் கொண்டும் கட்சிக் கொடியை ஏற்றி ஒரு சமநிலையைக் கொண்டுவர முயன்றார் திருமா.

ஆண்டுதோறும் அம்பேத்கர், பெரியார், காமராஜர், காயிதே மில்லத் பெயர்களில் வி.சி.க. வழங்கும் விருதுகள் இந்த முனைப்பை வெளிப்படுத்துபவை.

2011ல் மருத்துவர் ராமதாஸுக்கு 'அம்பேத்கர் சுடர்' விருது வழங்கப்பட்டது ஓர் உதாரணம்.

❖

திருமா ஏன் திருமணம் செய்யவில்லை?

தீவிர அரசியலில் ஈடுபட்ட தலைவர்களில் கடைசி வரை திருமணம் செய்து கொள்ளாதவர்களின் பட்டியல் மிக நீளமானது. உதாரணமாக அப்துல்கலாம், காமராஜர், முத்துராமலிங்க தேவர் என்று சொல்லிக்கொண்டே போகலாம். இந்த வரிசையில் விடுதலைச் சிறுத்தை கட்சித் தலைவர் திருமாவளவனும் இணைந்துள்ளார்.

திருமாவளவன் திருமணம் குறித்து அவ்வப்போது சில விவாதங்கள் மேலெழுந்து வருகின்றன. இதற்கு திருமாவும் அவ்வப்போது பதிலளித்து வந்திருக்கிறார்.

சமீபத்தில் நடைபெற்ற திருமாவின் பிறந்தநாள் விழா கொண்டாட்டத்தின்போது அவரது திருமணம் குறித்து முதலமைச்சர் மு.க. ஸ்டாலின் பேசியிருந்தார்.

கருணாநிதியை சந்திக்க திருமாவளவன் வரும்போதெல்லாம் தலைவர் அவரை திருமணம் செய்து கொள்ள வேண்டும் என கருணாநிதி தொடர்ந்து வலியுறுத்தியதாக முதலமைச்சர் மு.க. ஸ்டாலின் கூறியிருந்தார்.

ஆனால் கருணாநிதி சொல்லி திருமா கேட்காத ஒரே விஷயம் திருமணம்தான் என்றும் ஸ்டாலின் குறிப்பிட்டிருந்தார்.

இன்றைக்கு இருப்பதுபோல் 30 ஆண்டுகளுக்கு முன்னர் நானும், திருமாவும் நெருங்கிப் பழகியிருந்தால் நானே அவருக்கு ஒரு நல்ல பெண்ணை பார்த்து திருமணம் செய்து வைத்திருப்பேன். அது இல்லாமல் போய்விட்டது. ஆனால் தற்போது கட்சியையே திருமா திருமணம் செய்துள்ளார்.

உங்களுக்கு தாயும் பிள்ளையுமாக இருக்கும் திருமாவை பார்த்துக் கொள்ள வேண்டியது உங்கள் பொறுப்பு என விசிக தொண்டர்கள் மத்தியில் ஸ்டாலின் பேசியிருந்தார்.

இவ்வாறு இருக்கையில் சமீபத்தில் திருமணம் குறித்து திருமாவின் தாயாரிடம் கேட்டதாகவும், அவர் அதற்கு அளித்துள்ள பதில் வெளியாகியுள்ளன.

அதாவது, "திருமணம் செய்து கொண்டு அரசியல் கட்சி நடத்த முடியாதா? என எனது அம்மா கேட்கிறார்கள். சராசரி அரசியல் நடத்துவதற்கும், தலித் மக்களை ஒன்றிணைத்து அமைப்பாக்குவ தற்கும் வித்தியாசம் இருக்கிறது. மிகப்பெரிய வேறுபாடு இருக்கிறது" என்று திருமாவளவன் கூறியதாக தகவல்கள் வெளியாகியுள்ளன.

இதற்கு முன்பும் அவ்வப்போது தனது திருமணம் தொடர்பான கேள்விகளுக்கு தொல். திருமாவளவன் பதில் அளித்துள்ளார்.

கோயம்பேடு மார்க்கெட் வியாபாரிகள் தொழிலாளர்கள் சார்பில் விடுதலைச் சிறுத்தைகள் கட்சித் தலைவர் திருமாவின் 50 வது பிறந்த நாள் விழா நடைபெற்றது.

இந்த விழாவில் பேராயர் எஸ்.ஆர்.சற்குணம், கோயம்பேடு மார்க்கெட் வியாபாரிகள் மேம்பாட்டு சங்கத் தலைவர் ராஜசேகர், தி.மு.க முன்னாள் எம்.எல்.ஏ செங்கை சிவம் ஆகியோர் சிறப்பு விருந்தினர்களாக கலந்து கொண்டிருந்தனர்.

விழாவில் திருமாவளவனிடம் 519 கிராம் பொற்காசுகள் வழங்கப் பட்டது.

அப்போது திருமா பேசியதாவது :

"நான் கல்லூரியில் படித்தபோது கொத்தவால்சாவடியில் மூட்டை தூக்கினேன். படித்து முடித்த பிறகு அங்குள்ள கடையில் மாதம் 200 ரூபாய் சம்பளத்திற்கு கணக்குப்பிள்ளையாக வேலை செய்தேன்.

தொழிலாளர்கள் நிலையை நன்கு உணர்ந்திருந்ததால் தான் இங்கு நடக்கும் விழாவில் பங்கேற்க ஒப்புக்கொண்டேன். எனக்கு 519 கிராம் பொற்காசுகள் வழங்கி இருக்கிறீர்கள். இந்தக் காசுகள் எனது குடும்பத்திற்கு செல்லாது. சிறுத்தைகள் இயக்கத்துக்குத்தான் செல்லும்.

ஒவ்வொரு கட்சியும் தங்களுக்கு டி.வி. சேனல், பத்திரிக்கை வைத்துள்ளன. அதுபோல நமக்கும் உருவாக்க வேண்டாமா? அதற்காகத் தான் உங்களிடம் கையேந்தி வந்திருக்கிறேன்.

கல்லூரி காலத்தில் சக மாணவர்கள் காதலியுடன் கடற்கரையில் சுற்றித் திரிவார்கள். நான் அப்போதுகூட ஒடுக்கப்பட்ட மக்களைப் பற்றித்தான் சிந்தித்தேன்.

அதனால்தான் திருமணம் செய்ய விரும்பவில்லை. மற்றபடி நான் யாரையும் காதலித்தது இல்லை. காதல் தோல்வி அடையவும் இல்லை. என் உடலில் எந்த குறைபாடும் இல்லை.

❖

சினிமாவும் திருமாவும்

தமிழ் திரைப்படங்களுக்கு தமிழ் பெயர் சூட்ட வேண்டும் என்று கூறி ஒரு காலத்தில் தீவிரமாக போராடியவர் திருமா.

திரையுலகினருக்கு சிம்ம சொப்பனமாக விளங்கிய திருமா அதே சினிமாவில் நடிகராக களம் புகுந்தபோது அத்தனை பேரும் ஆச்சரியப்பட்டார்கள்.

'அன்புத் தோழி' என்ற படத்தில் புரட்சி வீரனாக நடித்துள்ளார் திருமா.

நண்பர்களின் அன்பு வேண்டுகோளை ஏற்று நடிக்க வந்திருப்பதாகவும், இதுவே முதலும் கடைசியும் என்று அப்போது விளக்கினார் திருமா. நீண்ட இழுபறிக்குப் பின்னர் அன்புத் தோழி ஒரு வழியாக முடிந்து விட்டது.

படத்தின் டிரைலர் சென்னையில் நடந்த நிகழ்ச்சியில் வெளியிடப் பட்டது. அப்போது திருமா பேசுகையில் இது வழக்கமான படம் அல்ல. புலம்பெயர்ந்த ஈழத் தமிழர்களின் சோகத்தையும் அவலத்தை யும் வெளிகாட்டும் படம்.

ஈழப்போரை பின்புறமாகக் கொண்டுதான் இதன் கதையை அமைத்துள்ளனர். சுயநலவாதிகளைத் தவிர்த்துவிட்டு பிற தமிழர் களுக்கு இந்தப் படம் நிச்சயம் கண்ணில் உதிரத்தை உதிர வைக்கும்.

ஈழத்தில் வாடிக் கொண்டிருக்கும் நமது சகோதரர்களுக்கு தமிழர்கள் அனைவரும் இணைந்து ஆதரவு கரம் நீட்ட வேண்டும். சோகம் துடைக்க தோள் கொடுக்க வேண்டும்.

இந்தப் படத்தில் நான் புலம்பெயர்ந்த தமிழர்களுக்காக போராடும், குரல் கொடுக்கும் புரட்சி வீரனாக நடித்துள்ளேன். இந்தப் படத்தில் நடிக்க எனக்கு சிரமமாக இல்லை. இயல்பிலும்கூட நான் புரட்சிக் காரன்தான். எனவே இந்த வேடத்தில் நடிக்க நான் அதிக சிரமப்பட வில்லை.

படத்தின் டிரைலரைப் பார்த்த பின்னர் கவிஞர் அறிவுமதி என்னிடம் பேசுகையில், சில காட்சிகளில் எனது முகத்தில் வெட்கம் தெரிவதாகக் கூறினார். இருக்கலாம். முதல் படமாச்சே, வெட்கம் இருக்கத்தான் செய்யும்.

இருப்பினும் நடிக்கும்போது எனக்கு எந்தப் பயமும் வரவில்லை, வெட்கத்திற்கும், பயத்திற்கும் வித்தியாசம் உண்டு. தமிழ்க் கலாச் சாரத்தில் வெட்கத்திற்கு அனுமதி உண்டு. அது ஆணாக இருந்தாலும் சரி, பெண்ணாக இருந்தாலும் சரி.

ஆனால் சவால்களைச் சந்திக்க பயப்படுகிறவர்களை தமிழ்க் கலாச்சாரம் விரும்பாது. எந்தவிதமான போர்க்களத்தில் கூட பயப்படாதவன் என்ற தற்பெருமை எனக்கு உண்டு. அதற்காக நான் பெருமிதப்படுகிறேன்.

ஷூட்டிங் தொடங்கிய ஆரம்ப நாட்களில் திரையுலகின் மொழி, பழக்க வழக்கம் புரியாமல் அவதிப்பட்டேன். ஆனால் இப்பொழுது நிறைய கற்றுக் கொண்டு விட்டேன்.

நாயகர்கள் சந்திக்கும் அவதிகளை என்னால் உணர முடிகிறது. ஜாலியாக நடித்துக் கொடுத்துவிட்டு நிறைய சம்பாதிக்கிறார்கள் என்றுதான் நான் முதலில் நினைத்திருந்தேன். ஆனால் இப்பொழுது நடிப்பின் சிரமம், நடிகர்களின் வலியை உணர முடிந்துள்ளது.

சினிமா குறித்து நான் நினைத்த பல விஷயங்கள் தவறு என்பதைப் புரிந்து கொண்டுள்ளேன். நான் எங்கு சென்றாலும் எனது தோழர்கள் அன்புத்தோழி படம் குறித்துத்தான் விசாரிக்கிறார்கள். இந்த எதிர்பார்ப்பை வெளிநாடுகளில் ஏற்படுத்திய பத்திரிகையாளர்களுக்கு, குறிப்பாக இணையதள பத்திரிகையாளர்களுக்கு நான் நன்றி சொல்ல கடமைப்பட்டுள்ளேன்.

அப்புறம் படத்திற்கு கிடைத்த இன்னொரு விளம்பரம் ப்ரீத்தி வர்மா. அவர் பற்றிய செய்திகள் சமீப காலமாக செய்தித்தாள்களை ஆக்கிரமித்து கிடைக்கின்றன.

ப்ரீத்தி வர்மா குறித்த செய்தியைப் படிக்காமல், கேட்காமல் வேறு செய்தியை படிக்க முடியாது. அந்த அளவுக்கு ப்ரீத்தி வர்மா குறித்த செய்திகள் அதிகம் இருந்தன. இதுவும் அன்புத்தோழி படத்துக்கு இலவச விளம்பரமாக அமைந்துவிட்டது.

இந்த நேரத்தில் இன்னொன்றையும் சொல்லிக் கொள்கிறேன். இந்தப் படம் வெற்றி அடைந்தால் தொடர்ந்து நான் ஹீரோவாக, அதாவது தொழில்முறை ஹீரோவாக நடிப்பேன் என்றார் திருமா.

திருமா அவ்வாறு சொன்னபோது அரங்கத்தில் எழுந்த கைதட்டல் அடங்க வெகு நேரமாயிற்று.

●

மாரி செல்வராஜ் இயக்கத்தில் ரெட் ஜெயண்ட் தயாரிப்பில் உதயநிதி, கீர்த்தி சுரேஷ், வடிவேலு, பகத் ஃபாசில் உள்ளிட்ட பலர் நடிப்பில் 29 ஆம் தேதி வெளியானது 'மாமன்னன்' படம்.

அரசியல் அதிகாரத்தில் சமபங்களிப்பு பற்றிப் பேசியிருக்கும் இப் படம் சமூக வலைத்தளங்களில் பேசும் பொருளாகவும் இருந்து வருகிறது. இந்நிலையில் திருமாவளவன் எம்.பி. மாமன்னன் படத்தைப் பார்த்தார். பின்பு டுவிட்டரில் படம் குறித்து பதிவிட்ட அவர், சமூகநீதிக்கும் சாதி ஆதிக்கவெறிக்கும் இடையிலான கலைச் சித்திரமே இயக்குனர் மாரி செல்வராஜின் மாமன்னன்.

சாதி ஒரு கருத்தியலாக மட்டுமின்றி, அது ஒரு கலாச்சாரமாகவும் வலுவடைந்து கெட்டித் தட்டி இறுகிக் கிடக்கிறது. அதனைத் தகர்ப்பது என்பதை விட தளர்வுறச் செய்வதே ஒரு பெரும் போராகும். அப்போரினை குருதிக் களத்தில் விவரிப்பதே மாமன்னன்.

இறுதியில் சமூக நீதியே வெல்லும் எனும் உரத்துப் பேசும் திரை இலக்கியமே மாமன்னன். அன்பு இளவல்கள் ஆகியோருக்கு எனது வாழ்த்துக்கள். பாராட்டுக்கள் என திருமா குறிப்பிட்டுள்ளார்.

●

கடந்த சில பத்தாண்டுகளில் சனாதன பிற்போக்கு கும்பல் சாதிய மதவாத நச்சுக் கருத்துக்களைப் பரப்புவதற்கு அதனைப் பயன்படுத்தி வருவதும், அத்தகைய சீரழிவுப் போக்குகளை சில அரசியல் சக்திகள் ஊக்குவித்து வருவதும் மிகுந்த வேதனை அளிப்பதாக இருந்தது.

இத்தகைய கேடான ஒரு சூழலில் அரங்கேறியுள்ள 'ஜெய்பீம்' திரைப்படம், மீண்டும் தமிழ்த் திரையுலகை உலக அரங்கில் தலை நிமிர வைத்துள்ளது என திருமாவளவன் தெரிவித்துள்ளார்.

ஜெய்பீம் படத்தின் சில காட்சிகள், சர்ச்சையாகி உள்ளன. படத்தின் இன்ஸ்பெக்டர் கதாபாத்திரத்திற்கு குரு என்று பெயர் வைத்ததற்கும், அவரது வீட்டில் அக்னி காலண்டர் இருந்ததும் பா.ம.க.வினரிடையே கொந்தளிப்பை ஏற்படுத்தியது.

இது பற்றி அன்புமணி ராமதாஸ் சரமாரியான கேள்விகளை எழுப்பினார். இந்தச் சூழலில் அக்னி காலண்டர் உடனே மாற்றப்பட்டு, சரஸ்வதி படம் வைக்கப்பட்டது. குரு என்ற பெயர் சர்ச்சை மட்டும் விவாதப் பொருளாக மாறியது. சூர்யாவும் இதற்கு பதில் அளித்தார்.

இதனிடையே வி.சி.க தலைவர் தொல். திருமாவளவன் ஜெய்பீம் படத்தைப் பார்த்துவிட்டு சூர்யாவை கலைநாயகன் என்று பெயரிட்டு பாராட்டியுள்ளார்.

ஜெய்பீம் படம் குறித்து திருமாவளவன் வெளியிட்டுள்ள அறிக்கையில் கூறியுள்ளதாவது :

புரட்சிகரமான சமூக மாற்றங்களுக்கு மிகப்பெரும் உந்துதலாக திரை ஊடகங்களும் அமையும் என்பதை உறுதிப்படுத்தும் திரைப் படங்களின் வரிசையில் இன்று ஜெய்பீம் திரைப்படமும் சிறப்பான இடத்தை பிடித்துள்ளது. துணிந்து இத்திரைப்படத்தைத் தயாரிக்க வும், நடிக்கவும் முன் வந்ததன் மூலம் தனது சமூகப் பொறுப்புணர் வையும், முற்போக்கு சிந்தனையையும் வெளிப்படுத்தியுள்ள 'கலைநாயகன்' சூர்யாவையும், அதனை உயிர்ப்புடன் படைப் பாக்கம் செய்துள்ள இளம் இயக்குனர் த.செ. ஞானவேலுவையும் விடுதலைச் சிறுத்தைகள் கட்சியின் சார்பில் மனமாரப் பாராட்டு கிறோம்.

திரைப்படம் இன்னும் வலிமைமிகு ஊடகத்தை சமூக மாற்றங் களுக்கான புதிய சிந்தனைகளை புரட்சிகரமான கருத்துக்களை இலகுவாக வெகு மக்களிடம் கொண்டு போய் சேர்ப்பதற்குரிய கருவியாக பயன்படுத்தும் போக்கு தமிழ்நாட்டில் நீண்ட நெடுங் காலமாகவே நடைமுறையிலிருந்து வருகிறது.

சனாதன பிற்போக்குக் கருத்தியலின் மேலாதிக்கத்திலிருந்து மக்களை மெல்ல மெல்ல மீட்கும் வகையில் திரை ஊடகத்தை வெற்றிகரமாகக் கையாண்ட அரசியல் இயக்கம் இந்தியாவிலேயே திராவிட இயக்கம்தான் என்பது நாடறிந்த உண்மையாகும்.

குறிப்பாக பேரறிஞர் அண்ணா, சமத்துவ பெரியார், கலைஞர் ஆகியோர் அதனை வெகுசிறப்பாக கையாண்டனர். எம்.ஆர். ராதா, கலைவாணர், என்.எஸ்.கே., கே.ஆர். இராமசாமி போன்ற மகத் தான கலை ஆளுமைகளைப் பயன்படுத்தி சாதி, மதம் தொடர்பான மூடநம்பிக்கைகளுக்கு எதிரான பகுத்தறிவுக் கருத்துக்களைப் பரப்பினர்.

திராவிட இயக்கத்தின் சமூகச் சீர்திருத்தக் கருத்துக்களை வெகு மக்களிடம் கொண்டு போய் சேர்த்ததில் எம்.ஜி.ஆர்., சிவாஜி முதலானோரும் மிகப்பெரும் பங்களிப்பை ஆற்றியுள்ளனர்.

அவ்வாறு முற்போக்கான சமூக மாற்றங்களுக்குரிய திசை வழியில் வீறுநடை போட்ட தமிழ்த் திரையுலகம், இடைக்காலத்தில்

முற்றிலும் வணிக நோக்கில் திசை தவறி பின்னோக்கி சென்றது. குறிப்பாக கடந்த சில பத்தாண்டுகளில் சனாதன பிற்போக்கு கும்பல் சாதிய, மதவாத நச்சுக் கருத்துக்களை பரப்புவதற்கு அதனைப் பயன்படுத்தி வருவதும், அத்தகைய சீரழிவுப் போக்குகளை சில அரசியல் சக்திகள் ஊக்குவித்து வருவதும் மிகுந்த வேதனை அளிப்பதாக இருந்தது.

இத்தகைய கேடான ஒரு சூழலில் அரங்கேறியுள்ள ஜெய்பீம் திரைப்படம் மீண்டும் தமிழ்த் திரைத் துறையை உலக அரங்கில் தலை நிமிர வைத்துள்ளது. அதனை மிகவும் சரியான முற்போக்கான பாதைக்கு திருப்பியுள்ளது.

இதற்காக அப்படத்தின் முதன்மைப் பாத்திரமேற்றுள்ள நடிகர் என்ற முறையிலும் அதன் தயாரிப்பாளர் என்ற முறையிலும் கலைநாயகன் சூர்யாவையும் இயக்குனர் த.செ. ஞானவேலுவையும் விடுதலைச் சிறுத்தைகள் கட்சியின் சார்பில் நெஞ்சாரப் பாராட்டுகிறோம்.

தமிழகத்திலுள்ள பழங்குடியினரில் குறவர், இருளர், காட்டு நாயக்கர் ஆகிய சமூகப் பிரிவினர்தாம் இத்தகைய பொய் வழக்கு களால் பெரிதும் பாதிக்கப்படுகின்றனர். குறிப்பாக குறவர்கள் கடுமையாகப் பாதிக்கப்படுகின்றனர். இவ்வழக்கில் அரச வன் கொடுமைக்குப் பலியான ராஜ்கண்ணு என்பவர் குறவர் குடியைச் சார்ந்தவர்தான். திரைக்கதையிலும் அப்பாத்திரத்தை குறவர் என்றே கூறியிருந்தால் ஒட்டுமொத்தக் குறவர் குடியினருக்கும் சற்று ஆறுதலாகவும், சமூகப் பாதுகாப்பு உணர்வளிப்பதாகவும் அமைந் திருக்கும்.

எனினும் ஜெய்பீம் திரைப்படம் எளியோருக்கு எதிரான அரசப் பயங்கரவாதத்தை மிகவும் துல்லியமாக அம்பலப்படுத்தியுள்ளது. சட்டமும், சட்டத்தை நடைமுறைப்படுத்தும் காவல்துறை உள்ளிட்ட ஆட்சி நிர்வாக அமைப்புகளும் எவ்வாறு தலித் மற்றும் பழங்குடியினர் போன்ற விளிம்புநிலை மக்களுக்கு எதிராக இயங்குகின்றன? அவை சாதிய மதவாத கும்பலால் எவ்வாறு தவறாகப் பயன்படுத்தப்படுகின்றன?

மனிதநேயம் இல்லாத ஆதிக்க வெறியர்களின் கைகளில் சிக்கும் ஆட்சி நிர்வாக அதிகாரம் எவ்வளவு குரூரம் வாய்ந்ததாக எளியோரின் குருதியைக் குடிக்கிறது? போன்றவற்றையெல்லாம் இப்படம் வெளிச்சத்திற்கு கொண்டு வந்துள்ளது.

சட்டம், அதிகாரம் போன்றவற்றின் பயன்பாடு குறித்து ஒரு மாபெரும் விவாதத்தையும் பொதுவெளியில் உருவாக்கி இருக்கிறது. அதேவேளையில் வழக்கறிஞர் சந்துரு போன்ற துணிச்சல்மிக்க மனிதநேயமிக்க போராளிகளால் அதே சட்டத்தின் மூலம் பாதிக்கப் பட்டோருக்கான நீதியை வென்றெடுக்க இயலும் என்கிற நம்பிக்கையும் ஏற்படுத்தியிருக்கிறது.

அத்துடன் இப்படத்திற்கு இன்று சனநாயக சக்திகளிடையே பெருகி யுள்ள வரவேற்பானது எளிய மக்களுக்காகத் தொண்டாற்றும் வழக்குரைஞர்களுக்குப் பெருமளவில் ஊக்கத்தையும் அளித்திருக் கிறது.

வழக்கறிஞர் சந்துருவைப் போல மக்களுக்காக வாதாடும் போராடும் வழக்கறிஞர்கள் இன்று சனாதன பா.ஜ.க அரசால் ஊபா (UAPA) என்னும் கொடிய சட்டத்தின்கீழ் கைது செய்யப்பட்டு ஆண்டுக்கணக்கில் சிறையில் அடைக்கப்பட்டுள்ளனர்.

இத்தகைய சூழலில் இத்திரைப்படம் வெளிவந்து இன்று சமூகத்தில் மகத்தான தாக்கத்தை ஏற்படுத்தி உள்ளது. இத்தாக்கமானது UAPA போன்ற கறுப்புச் சட்டங்களை ரத்துச் செய்வதற்கும், காவல் துறையைச் சீர்திருத்துவதற்கும் ஏதுவாக மக்களிடையே உரிய எழுச்சியை உருவாக்க வேண்டும்.

இந்திய சாதியச் சமூகத்தில் அட்டவணை சாதிகளான ஆதிக்குடி யினர் சந்திக்கும் தீண்டாமை போன்ற சமூக கொடுமைகளையும், அரச வன்கொடுமைகளையும் திரைப்படங்கள் மூலமாக முற்றும் விவரிக்க இயலாது.

அவ்வாறான தீண்டாமைக் கொடுமைகளை அனுபவிக்கவில்லை என்றாலும் எண்ணிக்கையில் சிறுபான்மையினராக சிதறுண்டவர் களாக வனங்களில் மலைகளில் வாழ்பவர்களாக இருக்கின்ற

காரணத்தால் பழங்குடி மக்கள் சமூகம், அரசியல் மற்றும் பொருளாதார நிலைகளில் மிகவும் மோசமாக நசுக்கப்பட்டுள்ளனர்.

தமிழ்நாட்டு மக்கள் தொகையில் 2% ஆக இருக்கும் அவர்களது வாழ்நிலை குறித்து பெரும்பாலோர் கவலைப்படுவதில்லை. ஆனால் விடுதலைச் சிறுத்தைகள் கட்சி அவர்களுக்காக தொடர்ந்து 30 ஆண்டுகளாகப் பாடாற்றி வருகிறது.

பழங்குடியினர் விடுதலை இயக்கம் என்னும் துணைநிலை அமைப்பை உருவாக்கி எண்ணற்ற போராட்டங்களையும், மாநாடுகளையும் நடத்தி அவர்களை அரசியல்படுத்தி அமைப்பாக்கி வருகிறது.

விடுதலைச் சிறுத்தைகளின் கட்சியின் பொதுச் செயலாளர் ரவிக்குமார் 2006 இல் சட்டப்பேரவையில் எழுப்பிய கோரிக்கையின் விளைவாக அன்றைய தி.மு.க ஆட்சியில், 'நரிக்குறவர் நல வாரியம்' உருவாக்கப்பட்டது. அவர்களுக்காக வடலூரில் சிறப்புப் பள்ளி ஒன்றும் தொடங்கப்பட்டது.

அண்மையில் திருப்போரூர் பகுதியில் நரிக்குறவர் சமூகப் பெண் ஒருவர் கோயில் அன்னதான விழா நிகழ்வில் அவமதிக்கப்பட்ட போது அவருக்கு சமத்துவ உரிமை கிடைக்கச் செய்ததில் எமது கட்சியின் சட்டப்பேரவை உறுப்பினர் எஸ்.எஸ். பாலாஜி அவர்களின் பங்களிப்பு குறிப்பிடத்தக்கதாகும். அத்துடன் விழுப்புரம் உள்ளிட்ட வடமாவட்டங்களில் பழங்குடி இருளர் சமூகத்தினரின் பிள்ளைகளுக்கு சாதிச் சான்றிதழ் வழங்க வேண்டுமென வலியுறுத்தியும் அம்மக்கள் மீதான வன்கொடுமைகளை எதிர்த்தும் பழங்குடி இருளர் பாதுகாப்பு சங்கத்தோடு இணைந்து விடுதலைச் சிறுத்தைகள் கட்சி இன்றும் தொடர்ந்து போராடி வருகிறது.

குறவர், இருளர், காட்டுநாயக்கர், குருமன்ஸ், மலையாளி உள்ளிட்ட ஒட்டுமொத்த பழங்குடி சமூகத்தினரை இத்தகைய அரச வன்கொடுமைகளிலிருந்து மீட்கவும், அவர்களின் வாழ்வை மேம்படுத்தவும் தமிழக அரசால் முடியும். அதற்கான தூண்டுதலை இந்தத் திரைப்படம் தந்துள்ளது என்று நம்புகிறோம்.

அண்மையில் தமிழ்நாடு முழுவதும் பழங்குடி மக்களுக்குரிய அரசுத் திட்டங்களை கொண்டு போய் சேர்ப்பதற்கான அரசாணையை முதல்வர் பிறப்பித்திருப்பதே அதற்குச் சான்றாகும்.

திரைப்படத்தின் வருவாயிலிருந்து ஒரு கோடி ரூபாயை 'பழங்குடி இருளர் கல்வி அறக்கட்டளை'க்கு நன்கொடையாக அளித்திருப்பது நடிகர் சூர்யாவின் பரந்த உள்ளத்தை வெளிப்படுத்துகிறது.

ஏற்கனவே அகரம் அறக்கட்டளை மூலம் ஏழை குடும்பங்களைச் சார்ந்த பிள்ளைகளின் கல்விக்காக உதவி வருவது அனைவரும் அறிந்த ஒன்றாகும். எளியோரின் மீதான இவனின் இத்தகு அக்கறையும், கனிவும் பாராட்டுதலுக்குரியதாகும்.

அத்துடன் பொதுமக்களின் அன்பையும், ஆதரவையும் பெற்ற திரைக்கலைஞர் ஒருவர் தனக்குள்ள புகழையும், செல்வாக்கையும் எவ்வாறு எளிய மக்களின் நலன்களுக்காகப் பயன்படுத்த முடியும் என்பதற்கு நடிகர் சூர்யா ஒரு நல்ல முன்மாதிரியாக விளங்குவது போற்றுதலுக்குரியதாகும் என்று திருமாவளவன் தனது அறிக்கையில் தெரிவித்துள்ளார்.

●

2002 ஆம் ஆண்டின் குஜராத் கலவரம் குறித்த பிபிசி 2 வின் ஆணவப்படத்தை தமிழாக்கம் செய்து சென்னையில் வெளியிட்டது விடுதலை சிறுத்தைகள் கட்சி. இரு பாகங்களையும் நூற்றுக்கணக் கானவர்கள் அமர்ந்தும் நின்றும் பார்த்தனர்.

இந்தப் படம் குறித்து பா.ஜ.க கடும் கண்டனத்தை தெரிவித்திருக் கிறது. இந்தப் படத்தை சமூக ஊடகங்களில் பகிர்வது பல்வேறு விதங்களில் தடுக்கப்பட்டும் வருகிறது.

இந்த நிலையில் இந்தியாவின் பல்வேறு மாநிலங்களில் இந்த ஆவணப்படத்தை காங்கிரஸ் இடதுசாரிகள் போன்ற கட்சிகள் பொது மக்களுக்கு திரையிட்டு வருகின்றன.

தமிழ்நாட்டிலும் இடதுசாரிகளும் வேறு சில அமைப்புகளும் இந்தப் படத்தை பொது இடங்களில் திரையிட்டு வருகின்றனர்.

இந்த நிலையில் மொழிப்போர் தியாகிகள் தினத்தன்று செய்தியாளர்களிடம் பேசிய விடுதலைச் சிறுத்தைகள் கட்சியின் தலைவர் தொல்.திருமாவளவன் இந்த ஆவணப்படத்தை தமிழ்ப்படுத்தி வெளியிடப் போவதாக அறிவித்திருந்தார்.

பிரதமர் மோடி குறித்து ஆவணப் படம் ஒன்றை பிபிசி வெளியிட்டு உலகம் தழுவிய அளவில் ஒரு கொந்தளிப்பை ஏற்படுத்தி இருக்கிறது. இதன் மூலம் உண்மை வெளிச்சத்திற்குக் கொண்டு வரப்பட்டுள்ளது.

தனது குற்றத்தை உணர்ந்து பிரதமர் பொறுப்பில் இருந்து மோடி விலக வேண்டும். எந்த அளவுக்கு சிறுபான்மை சமூகத்தினருக்கு எதிரான வெறுப்பை அவர் விதைத்திருக்கிறார். வன்முறையைத் தூண்டி இருக்கிறார். ஒரு மிகப்பெரும் இனப்படுகொலையை செய்வதற்கு காரணமாக இருந்திருக்கிறார் என்பதை இன்றைக்கு பிபிசி ஆதாரங்களோடு வெளியிட்டுள்ளது.

பிபிசியையும் அச்சுறுத்தி இருக்கிறார்கள். இந்த வீடியோவை இணைய தளத்தில் பார்க்க முடியாத சூழல் உள்ளதால் பிபிசியின் ஆவணப்படத்தை தமிழில் மொழிபெயர்ப்பு செய்து வெளியிட முயற்சிகளை மேற்கொள்வோம் என்று கூறியிருந்தார் திருமா.

இதையடுத்து அந்த ஆவணப்படத்தை கடந்த சில நாட்களில் தமிழ்ப் படுத்தும் முயற்சிகளை அந்தக் கட்சி மேற்கொண்டது. தமிழ்ப் படுத்தப்பட்ட ஆவணப்படம் ஞாயிற்றுக்கிழமையன்று அக்கட்சி யின் அலுவலகம் அமைந்துள்ள அம்பேத்கர் திடலில் திரையிடப் பட்டது.

இந்த நிகழ்வில் அக்கட்சியின் தலைவர் திருமாவளவன், பொதுச் செயலாளர் து.ரவிக்குமார் திராவிடர் கழகத்தின் துணைத் தலைவர் கலி. பூங்குன்றன், திரைப்பட இயக்குனர் வெற்றிமாறன், மார்க்சிஸ்ட் கம்யூனிஸ்ட் கட்சியின் சாமுவேல் ராஜ், இந்திய கம்யூனிஸ்ட் கட்சியின் வஹிதா நிஜாம், மனிதநேய மக்கள் கட்சி யின் துணைப் பொதுச் செயலாளர் யாக்கூப், பூவுலகின் நண்பர்கள் அமைப்பின் கோ. சுந்தரராஜன் ஆகியோர் பங்கேற்றனர்.

இரவு சுமார் எட்டு மணியளவில் திரையிடப்பட்ட இந்தப் படத்தை 300க்கும் மேற்பட்டவர்கள் நின்றபடியும், அமர்ந்தபடியும் பார்த்தனர்.

படத்தை திரையிடுவதற்கு முன்பாக விழாவில் பங்கேற்ற தலைவர்கள் பேசிய நிலையில் படம் திரையிட்டு முடித்த பிறகு திருமாவளவன் பேசினார்.

இவர்கள் பேசுவது மத அடிப்படையிலான தேசியவாதம். அதற்கு பாகிஸ்தானை எதிரியாகக் காட்ட முடியாது. பிரிட்டிஷ்காரனை எதிரியாக காட்ட முடியாது. ஆகவே முஸ்லீம்களை எதிரியாக காட்ட வேண்டிய தேவை இருக்கிறது.

இந்து தேசியவாதத்தை எதற்காக கட்டமைக்க விரும்புகிறார்கள்? இந்த தேசத்தை இந்து ராஷ்ட்ரா என அறிவிக்க வேண்டும். இந்த தேசத்தின் அரச மதமாக இந்து மதத்தை அறிவிக்க வேண்டும். அதுதான் அவர்கள் நோக்கம். இந்த சிந்தனைக்கு வித்திட்டவர்கள் கோல்வால்கர், ஹெட்கேவார் ஆகிய சித்பவன பிராமணர்கள், சங்க பரிவார ஆசான்கள்.

ஜனநாயக சக்திகளை ஒருங்கிணைப்பதில் நாம் எப்படி செயல்படப் போகிறோம் என்பதுதான் நம்முன் இருக்கும் கேள்வி. ஜன நாயகத்தை பாதுகாப்பது நம் முன்னால் ஒரு சவாலாக கிடக்கிறது. இதை எதிர்கொள்ள நாம் தயாராவோம் என்று தெரிவித்தார்.

இந்த ஆவணப் படத்தை பாண்டிச்சேரியிலும் தமிழ்நாட்டின் பிற பகுதிகளிலும் திரையிடப் போவதாக அக்கட்சியின் துணைப் பொதுச் செயலாளர் வன்னியரசு தெரிவித்தார். மேலும் வேறு சில இயக்கங்கள் இந்த மொழி மாற்றம் செய்யப்பட்ட ஆவணப் படத்தின் பிரதிகளைக் கேட்டிருப்பதாகவும் அவர்களுக்கும் இதை வழங்கவுள்ளதாகவும் திருமா கூறினார்.

இங்கிலாந்தின் பிரபல தனியார் ஊடக நிறுவனமான பிபிசி இந்தியாவில் 2002 ஆம் ஆண்டு நடந்த குஜராத் கலவரம் பற்றி ரகசிய விசாரணை நடத்தி ஆவணப் படத்தை வெளியிட்டிருந்தது.

இதில் இந்த கலவரம் நடக்க அப்போது குஜராத் முதலமைச்சராக இருந்த நரேந்திர மோடியே காரணம் எனக் கூறியிருப்பதாக தகவல் வெளியானது பெரும் சர்ச்சை ஏற்படுத்தி இருக்கிறது

'இந்தியா மோடிக்கான கேள்விகள்' என்னும் தலைப்பில் வெளியாகிய இதற்கு பல்வேறு தரப்பினரிடையே ஆதரவும் எதிர்ப்பும் கிளம்பி இருக்கிறது. இந்த நிலையில் அந்த ஆவணப் படத்திற்கு இந்திய அரசு தடை விதித்திருக்கிறது.

2002ஆம் ஆண்டு பிப்ரவரி 27ஆம் தேதி கோத்ரா ரயில் எரிப்பு சம்பவத்தில் 59 பேர் உயிரிழந்தனர். இதை அடிப்படையாக வைத்து தான் குஜராத்தில் கலவரம் வெடித்தது. இந்தக் கலவரத்தின் முடிவில் 790 இஸ்லாமியர்கள், 254 இந்துக்கள் கொல்லப்பட்டதாகவும், 223 பேர் காணாமல் போனதாகவும், 2500 பேர் படுகாயம் அடைந்ததாகவும் 2005 ஆம் ஆண்டு நாடாளுமன்றத்தில் கூறியதையும் தன் ஆவணப்படத்தில் கூறியிருக்கிறது பிபிசி.

2001 - 2006 ஆம் ஆண்டு வரை இங்கிலாந்தின் வெளியுறவுத் துறை அமைச்சராக இருந்த ஜெயக்கஸ்ட்ரா அப்போது இந்தக் கலவரம் குறித்து பேசியதும் இடம் பெற்றிருக்கிறது.

இந்தியாவுக்கு எதிராகப் பிரச்சாரம் செய்யும் நோக்கில் இந்த ஆவணப்படம் உருவாகி இருப்பதாகவும், இது ஆவணப் படத்தை இயக்கிய நிறுவனத்தின் மனநிலையைப் பிரதிபலிக்கிறது என விமர்சித்திருக்கிறார்.

இந்தியாவில் இதன் பிறகு சமூக வலைதளத்தில் இது தொடர்பான விவாதங்கள் அனல் பறந்தன. குறிப்பாக "Who is BBC" என்னும் ஹாஷ்டாக் டிரண்ட் ஆனது.

ஆவணப்படத்தின் இரண்டாவது பாகம் அந்த வாரம் வெளியாக இருக்கிற நிலையில் அந்த ஆவணப்படம் இந்திய அரசால் தடை செய்யப்பட்டிருக்கிறது. அதே வேளையில் விரிவான ஆய்வுக்குப் பிறகே ஆவணப்படம் உருவாக்கப்பட்டதாக பிபிசி நிறுவனம் விளக்கம் அளித்திருக்கிறது.

இது தொடர்பாக காங்கிரஸ் கட்சியைச் சேர்ந்த சசிகாந்த் செந்தில் பேசியதாவது : இது ஒரு இனப்படுகொலை நடந்ததற்கான சான்று என்பது என் பார்வை. இலங்கைத் தமிழர்களை கொன்று குவித்த ராஜபக்சேவை எப்படி எண்ணுகிறோமோ அப்படித்தான் இந்த இனப்படுகொலையும். எனவே அவர்கள் காண்பித்ததில் எந்தத் தவறும் இல்லை.

இந்தக் கலவரம் நடந்த 20 ஆண்டுக் காலத்தில் இதற்கு காரணமாக இருக்கும் நரேந்திர மோடி ஒருமுறை கூட வருத்தம் தெரிவிக்க வில்லை என்பதே வரலாற்று உண்மை. அதை யாராலும் மறுக்க முடியாது என்றார்.

❖

விடுதலை சிறுத்தைகளின் வரலாற்று சுவடுகள்

1983   ஈழத் தமிழர்களுக்காக மாணவர்களை ஒருங்கிணைத்து போராட்டம்.

1984   ஈழ விடுதலை ஆதரவு மாணவர் மாநாடு.

1985   தலித் மீனவர் இளைஞர் இயக்கம் சார்பாக மிதிவண்டி பேரணி ஆர்ப்பாட்டம், கருத்தரங்கம்.

1986   அனைத்து கல்லூரி மாணவர்கள் ஒருங்கிணைத்து ஈழம் சென்ற இந்திய அமைதிப்படை எதிர்த்து போராட்டம், ஆர்ப்பாட்டம்.

புதிய கல்விக் கொள்கை (நவோதயா) எதிர்த்து அதன் நகல் எரித்து கைது.

திராவிடர் கழகம் சார்பாக நடத்திய ஈழத் தமிழர் ஆதரவான இரயில் மறியல் போராட்டத்தில் பங்கேற்று கைது.

இந்தி எழுத்து அழிப்பு போராட்டத்தில் பங்கேற்பு.

1987 ஈழத்தமிழர் பாதுகாப்பு மனிதச் சங்கிலி போராட்டத்தை தலைமையேற்று நடத்தியது.

1988-89 பாரதிய தலித் பேந்தர் மாநில அமைப்பாளர் அ.மலைச்சாமி அவர்களுடன் சந்தித்து செப்டம்பர் *1989* அவர் காலமானதை ஒட்டி *31.12.1989* மதுரை தமுக்கம் மைதானத்தில் இரங்கல் கூட்டம்.

1990 ஜனவரி *21* டிபிஐ தலைமை பொறுப்பேற்றது.

1990-99 பல போராட்டங்கள், ஆர்ப்பாட்டங்கள். மரத்வாடா பல்கலைக்கழகத்திற்கு அம்பேத்கர் பெயர் சூட்ட இரயில் மறியல் போராட்டம்.

2003 அடக்குமுறை சட்டங்கள் எதிர்ப்பு மாநாடு.

2004 சேலத்தில் இந்துத்வா பண்பாட்டு திணிக்கும் மாநாடு.

2005 மதுரையில் இரட்டை வாக்குரிமை மாநாடு.

பஞ்சமி நில மீட்பு மாநாடு.

2006 ஈழத்தமிழர் பாதுகாப்பு மாநாடு.

சமூகநீதி மீட்பு மாநாடு.

2007 மண்ணுரிமை மாநாடு.

2008 கருத்துரிமை மாநாடு.

தலித் கிறிஸ்தவர் எழுச்சி மாநாடு.

தமிழீழ அங்கீகார மாநாடு.

2009 எழும் தமிழீழ இன விடுதலை மாநாடு.

2010 உழைக்கும் மகளிர் விடுதலை மாநாடு.

தமிழர் இறையாண்மை மாநாடு.

2011 மரண தண்டனை ஒழிப்பு மாநாடு.

2013 சமூக அமைதிக்கான மக்கள் ஒற்றுமை மாநாடு.

2013	பொன்விழா நிறைவு மாநாடு.
2014	கல்வி உரிமை மாநாடு
2015	வெள்ளி விழா மாநாடு.
	மது ஒழிப்பு மகளிர் மாநாடு.
2016	மதச்சார்பின்மை பாதுகாப்பு மாநாடு.
	நதிநீர் உரிமை பாதுகாப்பு மாநாடு.
	அரசியல் சட்ட பாதுகாப்பு மாநாடு
2017	மாநில சுயாட்சி மாநாடு
2018	தேசம் காப்போம் மாநாடு
2024	வெல்லும் ஜனநாயக மாநாடு.

❖